सावित्रीबाई फुले पुणे विद्यापीठाच्या ऑगस्ट २०२३ पासून सुरू झालेल्या एम. ए. इतिहास (भारतीय इतिहासाचे दृष्टिकोन) (HIS - 553 MJ) या विषयाच्या अभ्यासक्रमासाठी व इतर विद्यापीठांच्या संबंधित अभ्यासक्रमासाठी उपयुक्त पुस्तक

इतिहास

(भारतीय इतिहासाचे दृष्टिकोन)

(HIS - 553 MJ)

M. A. - I (Sem. - II)

As per New Education Policy (2020)

AF741587

Dr. Rajendra Raskar

(M.A., B.Ed., Ph.D.)

Maharaja Jivajirao Shinde Mahavidyalaya, Shrigonda, Ahmednagar.

Dr. Pragati Balajirao Marakwar

(M.A., Ph.D.)

L.V.H. College, Panchavati, Nashik.

२०२४

SUCCESS PUBLICATIONS

प्रकाशक :
डॉ. राजेश पाटणे
सक्सेस पब्लिकेशन्स
राधाकृष्ण अपार्टमेंट, ५३५ शनिवार पेठ,
आप्पा बळवंत चौक, प्रभात टॉकिज समोर, पुणे ४११ ०३०
फोन नं : ०२०-२४४३४६६२
मोबा. - ९३२५३१५४६४

आवृत्ती
२०२४

संपादक
श्री. वाल्मिक गायकवाड

अक्षरजुळणी :
कु. वर्षा लोखंडे

मुखपृष्ठ :
कु. वर्षा लोखंडे

ISBN NO. **- 978-81-19939-78-7**

प्रस्तावना

सावित्रीबाई फुले पुणे विद्यापीठाच्या एम.ए. या शैक्षणिक वर्षासाठीच्या अभ्यासक्रमात या वर्षापासून सुधारणा करण्यात आली आहे. नवीन शैक्षणिक धोरण २०२० ची अंमलबजावणी करण्यात आली आहे. इतिहास (भारतीय इतिहासाचे दृष्टिकोन) (HIS - 553 MJ) या पेपरच्या अभ्यासक्रमात करण्यात आलेल्या सुधारणांची ऑगस्ट २०२३ पासून अंमलबजावणी होत आहे. या सुधारित अभ्यासक्रमासाठी उपयुक्त असलेले पुस्तक आपल्या हाती देताना विशेष आनंद होत आहे. प्रस्तुत पुस्तकात भारतीय इतिहासाचे दृष्टिकोन याबाबत महत्त्वपूर्ण विवचेन करण्यात आले आहे. त्यामुळे या पुस्तकाचे स्वागत विद्यार्थी व प्राध्यापक करतील हा विश्वास आहे.

पुस्तकाच्या सुरूवातीला भारतातील ऐतिहासिक चेतनेचा उदय, पौरात्यवादी किंवा प्राच्यविद्यावादी दृष्टिकोन, वसाहतवादी दृष्टिकोन, राष्ट्रवादी दृष्टिकोन व मार्क्सवादी दृष्टिकोन या प्रारंभिक इतिहास परिप्रेक्षांचा आढावा घेण्यात आला आहे. दुसऱ्या प्रकरणात ॲनल्स दृष्टिकोन, सबाल्टर्न दृष्टिकोन, स्त्रीवादी दृष्टिकोन, स्थानिक इतिहासलेखन या इतिहासलेखन परंपरांचा आढावा घेण्यात आला आहे. तिसऱ्या प्रकरणात पुराणकथा, लोककथा, मौखिक इतिहास, ग्रंथ समीक्षा, पर्यावरणीय इतिहास लेखन आणि डिजिटल टर्न या घटकांवर विस्ताराने प्रकाश टाकण्यात आला आहे. शेवटच्या प्रकरणात इतिहासाचे पुनर्लेखन, इतिहासाचा वापर आणि गैरवापर, इतिहासावरील नवीन माध्यमे, शैक्षणिक आणि लोकप्रिय इतिहास तसेच ऐतिहासिक संवेदनशीलता व ऐतिहासिक जागरूकता या घटकांचा सविस्तर अभ्यास करण्यात आला आहे. एकूणच इतिहासविषयक दृष्टिकोनांचे स्पष्टीकरण देणारे हे एक उपयुक्त पुस्तक आहे.

पुस्तक लेखनासाठी अनेक संदर्भ ग्रंथांची मदत झाली. पुस्तक लेखनाच्या बाबतीत महाविद्यालयाचे प्राचार्य, व्यवस्थापन सदस्य, सहकारी प्राध्यापक व प्राध्यापकेतर कर्मचारी, अभ्यासमंडळ सदस्य, विविध ग्रंथालयाचे ग्रंथपाल, विविध महाविद्यालयातील प्राध्यापक मित्र यांचे सहकार्य व प्रोत्साहन मिळाले. संदर्भ ग्रंथांच्या लेखकांसहीत इतर सर्वांविषयी आम्ही कृतज्ञता व्यक्त करतो. तसेच पुस्तकाचे प्रकाशक डॉ. राजेश पाटणे व सौ. विद्या पाटणे आणि सक्सेस पब्लिकेशन मधील कर्मचारी वर्ग यांच्याविषयी देखील आम्ही कृतज्ञता व्यक्त करतो.

With best wishes.

By Author

Syllabus

M. A. – I (Sem. - II) History

Approaches to Indian History (HIS 557 MJ)

Unit	Contents	Lecture
1.	**Approaches to Historical Sciences** a) Emergence of Historical Consciousness in India b) Orientalist and Imperialist Approach c) Nationalist Approach d) Marxist Approach	15
2.	**Later Approaches to Historical Sciences** a) Annals b) Subaltern c) Feminist d) Local History e) Democratisation of History writing and Historiography	15
3.	**Recent Developments** a) Myths, Folklore and Oral History b) Textual Criticism c) Environmental d) Digital Turn	15
4.	**Rewriting of History and Historical Awareness** a) Rewriting and revision of History b) Use and abuse of History c) New Media on History and Academic and Popular History d) Historical Sensitivity and Historiographical Awareness	15

❖ अनुक्रमणिका ❖

प्रकरण 1

इतिहास लेखनशास्त्राचे दृष्टिकोन

प्रस्तावना :

इतिहासाचे अध्ययन करीत असताना 'हिस्टोरीओग्राफी' हा शब्द वारंवार वापरला जातो. 'हिस्टोरीओग्राफीया' या ग्रीक शब्दापासून 'हिस्टोरीओग्राफी' हा शब्द अस्तित्त्वात आला. 'ग्राफ' म्हणजे आलेख व आलेख तयार करण्याच्या पद्धती म्हणजे शास्त्र किंवा कला असा अर्थ लावणे योग्य ठरेल. पृथ्वीच्या उत्पत्तीपासून मानवी इतिहासाला सुरुवात होते. पण इतिहास लेखनाची सुरुवात मात्र इ.स. पूर्व पाचव्या शतकात झाली. सर्वप्रथम इतिहास लेखन करण्याचे कार्य हिरोडोटसने केले. त्यानंतर इतिहास लेखनाच्या अनेक परंपरा उदयाला आल्या कालौघात इतिहास लेखनामध्ये अनेक दृष्टिकोनांचा उदय झाला. या इतिहासलेखनाच्या दृष्टिकोनात वसाहतवादी, राष्ट्रवादी, केंद्रिय मार्क्सवादी दृष्टिकोनांचा समावेश होतो. आधुनिक काळात भारतावर ब्रिटिशांनी आक्रमण केले व भारताचे मोठ्या प्रमाणात शोषण केले. भारतीयांनी ब्रिटिशांच्या शोषणवादी वृत्तीला विरोध केला. त्या विरोधातून अनेक उठाव घडून आले. या उठावांचे अवलोकन हे राष्ट्रवादी इतिहास लेखन परंपरेतून घेतले जाते. भारतीय इतिहासकारांनी इतिहासाचे विश्लेषण वेगवेगळ्या अंगाने केलेले आहे. भारतीय इतिहासाचे विषलेषणात्मक लेखन भारतीय इतिहासकारांप्रमाणे ग्रँट डफ सारख्या इतिहासकारानेदेखील केलेले आहे. इतिहास लेखनाच्या क्षेत्रात भारतीय इतिहासकारात पारंपारिक इतिहास लेखनाप्रमाणे मार्क्सवादी इतिहास लेखकांनीदेखील इतिहासाची मांडणी केलेली आहे. यात आर.सी.दत्त, सेन ए.एस आळतेकर, नीलकंठ शास्त्री, आर.सी. मुजूमदार, डी.डी. कोसंबी तसेच के.पी. जयस्वाल, जदुनाथ सरकार, वि.का. राजवाडे, रोमीला थापर यांसारख्या इतिहासकारांनी इतिहासाची विश्लेषणात्मक समीक्षा केलेली आहे.

१.१ भारतातील ऐतिहासिक चेतनेचा उदय :

भारतातील ऐतिहासिक चेतनेचा उदय हा हजारो वर्षांच्या समृद्ध सभ्यता, महाकाव्ये आणि साम्राज्यांनी बनलेला बहुआयामी प्रवास आहे. प्राचीन सिंधू संस्कृतीपासून ते वैदिक काळापर्यंत आणि रामायण व महाभारतात अंतर्भूत असलेल्या नैतिक शिकवणी, ऐतिहासिक जाणीवेचा पाया घातला गेला. मौर्य आणि गुप्त साम्राज्यांनी कायमस्वरूपी

छाप सोडली, त्यानंतर इस्लामिक आक्रमणे, मुघल राजवट आणि त्यानंतरच्या युरोपियन वसाहतवादाचा परिवर्तनात्मक प्रभाव दिसून येतो. ब्रिटीश राजवटीविरुद्धचा संघर्ष, फाळणीचा आघात आणि भारतीय राज्यघटनेची रचना यामुळे एक सामूहिक ऐतिहासिक ओळख अधिक दृढ झाली. स्वातंत्र्योत्तर आर्थिक प्रगती, सांस्कृतिक पुनर्जागरण आणि जागतिकीकरण व तंत्रज्ञानाच्या समकालीन शक्तींनी भारताला जागतिक ऐतिहासिक कथनाने एकमेकांशी जोडले आहे, एक सूक्ष्म आणि विकसित होणारी ऐतिहासिक चेतना जोपासली आहे जी राष्ट्राचा शाश्वत वारसा आणि जगाला आकार देण्यामध्ये त्याची गतिशील भूमिका दर्शवते.

१) प्राचीन सभ्यता आणि महाकाव्ये :

भारताची ऐतिहासिक जाणीव सिंधू संस्कृती (सुमारे ३३००-१३०० ईसापूर्व) आणि वैदिक कालखंड (सुमारे १५००-५०० ईसापूर्व) यासारख्या प्राचीन संस्कृतींमधून उदयास आली. ३०० ईसापूर्व ते इस ३०० या काळात रचलेल्या रामायण आणि महाभारत या महाकाव्यांनी पौराणिक घटना आणि नैतिक शिकवण सांगून ऐतिहासिक जागरूकता घडवण्यात महत्त्वपूर्ण भूमिका बजावली.

२) मौर्य आणि गुप्त साम्राज्ये :

मौर्य (३२२-१८५ ईसापूर्व) आणि गुप्त (इस ३२०-५५०) साम्राज्ये भारतीय इतिहासातील महत्त्वपूर्ण टप्पे आहेत. मौर्यांनी विशेषत: अशोकाने, नैतिक तत्त्वे आणि शासनप्रणाली दर्शविणाऱ्या शिलालेखांद्वारे चिरस्थायी प्रभाव टाकला. गुप्त काळ हा सुवर्णयुग म्हणून ओळखला जातो, जो अभिमानाची भावना आणि ऐतिहासिक सातत्य यासाठी योगदान देतो.

३) इस्लामिक आक्रमणे आणि सुलतानशाही :

७ व्या शतकात इस्लामिक आक्रमकांच्या आगमनामुळे दिल्ली सल्तनत (१२०६-१५२६) सारख्या विविध सुलतानशाहींची स्थापना झाली. या युगाने कुतुब मिनार सारख्या वास्तुशिल्पीय स्थापत्याद्वारे राजकीय आणि सांस्कृतिक बदलांचा एक विशिष्ट काळ चिन्हांकित करून ऐतिहासिक चेतनेमध्ये योगदान दिले.

४) मुघल साम्राज्य :

मुघल साम्राज्याने (१५२६-१८५७) भारताची ऐतिहासिक ओळख निर्माण करण्यात महत्त्वपूर्ण भूमिका बजावली. ताजमहाल आणि अकबराने स्थापन केलेल्या प्रशासकीय यंत्रणांसारख्या वास्तुशास्त्रीय चमत्कारांमुळे ऐतिहासिक सातत्य आणि भव्यतेची भावना निर्माण झाली.

५) युरोपियन वसाहत :

१७ व्या शतकात युरोपियन शक्तींचे, विशेषतः ब्रिटीशांचे आगमन भारतीय इतिहासातील एक नवीन अध्याय चिन्हांकित करते. राणी लक्ष्मीबाई आणि टिपू सुलतान यासारख्या व्यक्तिमत्त्वांनी दिलेला वसाहतीकरणाविरुद्धचा संघर्ष भारताच्या ऐतिहासिक चेतनेचा अविभाज्य घटक बनला.

६) ब्रिटीश शासन आणि स्वातंत्र्य चळवळ :

ब्रिटीश राजवटीचा दीर्घ काळ (१८५८-१९४७) स्वातंत्र्यासाठी एकत्रित संघर्षाचा उदय झाला. महात्मा गांधी, जवाहरलाल नेहरू आणि सुभाषचंद्र बोस यासारख्या व्यक्तिमत्त्वांनी एकत्रित ऐतिहासिक ओळख आणि आत्म निर्णयाच्या शोधाची भावना वाढवून प्रतीक बनले.

७) भारताची फाळणी :

१९४७ मध्ये झालेल्या फाळणीच्या अत्यंत क्लेशकारक अनुभवामुळे भारत आणि पाकिस्तानची निर्मिती झाली आणि या घटनेने ऐतिहासिक जाणीवेवर अमिट छाप सोडली. यात धार्मिक आणि सांस्कृतिक विविधतेतील गुंतागुंत आणि राष्ट्रीय एकात्मतेची गरज यावर प्रकाश टाकण्यात आला.

८) घटनात्मक चौकट :

१९५० मध्ये भारतीय राज्यघटनेची रचना, विविध ऐतिहासिक स्त्रोतांकडून प्रेरणा घेऊन तयार झाली आणि तिने राष्ट्राला कायदेशीर व राजकीय पाया प्रदान केला. संविधान लोकशाही तत्त्वे आणि बहुलतावादी मूल्यांच्या वचनबद्धतेचे प्रतीक आहे, जे ऐतिहासिक जागरूकता वाढवते.

९) स्वातंत्र्योत्तर आर्थिक आणि सांस्कृतिक प्रगती :

स्वातंत्र्योत्तर काळात लक्षणीय आर्थिक आणि सांस्कृतिक घडामोडी घडल्या. हरित क्रांती, तांत्रिक प्रगती आणि सांस्कृतिक पुनर्जागरण यांनी ऐतिहासिक कथनाला आकार देत आधुनिक जगामध्ये भारताच्या भूमिकेबद्दल वाढत्या जागरूकतेमध्ये योगदान दिले.

१०) जागतिकीकरण आणि तांत्रिक प्रगती :

समकालीन युगात जागतिकीकरण आणि तांत्रिक प्रगतीमुळे भारताला जागतिक ऐतिहासिक प्रवचनाशी जोडून विचारांच्या देवाणघेवाणीला वेग आला आहे. या परस्परसंबंधाने सामायिक मानवी इतिहासाची भावना आणि जागतिक कथनात भारताच्या योगदानाचे महत्त्व वाढले आहे.

१.२ पौरात्यवादी किंवा प्राच्यविद्यावादी दृष्टीकोन :

ब्रिटिशांनी भारतात सत्ता स्थापन करताना आणि केल्यानंतर भारतात प्रशासन राबवताना काही वैचारिक पार्श्वभूमी ठेवली होती. त्यात प्राच्यविचारवाद (Orientalism) या विचारसरणीचाही आधार घेण्यात आला होता. प्राच्य हा शब्द 'पूर्व' या अर्थाने वापरला आहे. भारतीय संस्कृतीविषयी आदर असणारा हा वर्ग होता. दुसरा विचार होता पाश्चात्त्य विचारवादाचा (Evengelicalism). हा विचारप्रवाह स्पष्टपणे या मताचा होता की पूर्वेला फारशी प्रभावी संस्कृती नाही आणि असलीच तर ती पश्चिमेकडच्या संस्कृतीपेक्षा कमी प्रतीची आहे. त्यामुळे याठिकाणी म्हणजेच आशियात जर प्रगती करायची असेल तर इंग्रजी शिक्षणाशिवाय आणि पाश्चात्त्य विचारांशिवाय पर्याय नाही. म्हणूनच भारतात व आशियात इंग्रजी शिक्षण सुरू करावे व त्याचा प्रसार करावा असे या वर्गाचे मत होते. तिसरी विचारसरणी होती उपयुक्ततावादाची. या तीन्ही विचारसरणींचा भारतातील ब्रिटिश प्रशासनावर प्रभाव पडला.

१.२.१ अर्थ :

प्राच्य हा शब्द 'पूर्व' या अर्थाने वापरला आहे. पूर्वेकडील विचार म्हणजे प्राच्यविचार होय. या विचारसरणीचे समर्थक ब्रिटिशच होते. भारतातील संस्कृती अतिप्राचीन आहे आणि ती ज्ञानाने समृध्द आहे. तिचे जतन झाले पाहिजे, तिच्यातील ज्ञान कायम ठेवले पाहिजे. भारतात ब्रिटिशांचे शासन असले तरी याला धक्का लागता कामा नये. याला प्राच्यविचार असे म्हटले जाते.

ही विचारसरणी मानणाऱ्या लोकांत सर विल्यम जोन्स, होरेस विल्सन, एच.टी.प्रिन्सेप, कोलब्रुक, वॉरेन हेस्टिंग्ज, लॉर्ड कर्झन यांचा समावेश होता. यातील वॉरेन हेस्टिंग्ज हा गव्हर्नर जनरल होता, तर कर्झन हा व्हॉईसरॉय. तरीही त्यांनी या विचाराला समर्थन दिले.

१.२.२ प्राच्यविद्यावादी दृष्टिकोनाची वैशिष्ट्ये :

पूर्वेकडील संस्कृतींचा अभ्यास करताना विशेषत: आशिया आणि मध्य पूर्वेतील, प्राच्यविद्यावादी दृष्टिकोनामध्ये अनेक विशिष्ट वैशिष्ट्ये समाविष्ट आहेत जी त्याची कार्यपद्धती आणि दृष्टीकोन दर्शवितात.

१) युरोप–केंद्रित आणि पाश्चात्त्य दृष्टीकोन :

प्राच्यविद्यावादाच्या मध्यभागी पाश्चात्त्य दृष्टिकोनाचे वर्चस्व आहे, जेथे युरोपियन पार्श्वभूमीतील विद्वान पूर्वेकडील संस्कृतींचा अर्थ लावतात आणि त्यांचे प्रतिनिधित्व करतात. हा दृष्टिकोन अनेकदा पाश्चात्त्य श्रेष्ठतेवर भर देतो आणि पूर्वेचे परीक्षण करताना व समजून घेताना पाश्चात्त्य मूल्ये, नियम आणि पूर्वाग्रह लादतो.

२) पूर्वग्रह आणि परकीय :

प्राच्यविद्यावादी विद्वान पौर्वात्य संस्कृतींना विदेशी, गूढ आणि मूळतः पश्चिमेपेक्षा भिन्न म्हणून चित्रित करून रूढीबद्ध करतात. हा दृष्टीकोन अनेकदा पूर्वेकडील विविध समाजांना सरलीकृत आणि सामान्यीकृत करतो, या संस्कृतींच्या जटिलतेला पूर्णपणे समजून न घेता परकीय किंवा इतर म्हणून समजले जाते यावर लक्ष केंद्रित करते.

३) वसाहती संदर्भ आणि सत्तेची गतिशीलता :

युरोपियन वसाहती विस्ताराच्या काळात प्राच्यवादी दृष्टिकोन उदयास आला. हे वसाहतवादी हितसंबंधांशी घनिष्ठपणे जोडलेले होते, पूर्वेकडील संस्कृतींना कनिष्ठ, आदिम आणि पाश्चात्त्य हस्तक्षेप व नियंत्रणाची गरज असल्याचे चित्रित करून वसाहतवादी शासनाचे समर्थन आणि कायदेशीरपणा करण्यासाठी पाठिंबा देत होते.

४) भाषा अभ्यास आणि अन्वायार्थ :

प्राच्यविद्या हे भाषिक अभ्यासावर आणि पौर्वात्य ग्रंथांचे युरोपियन भाषांमध्ये अनुवाद यावर खूप अवलंबून आहे. तथापि, या भाषांतरांमध्ये पाश्चात्त्य पूर्वाग्रह, व्याख्या आणि गैरसमज असू शकतात, ज्यामुळे ग्रंथांचा मूळ अर्थ आणि संदर्भ विकृत होऊ शकतो.

५) ज्ञान आणि प्रतिनिधित्वाची निर्मिती :

प्राच्यविद्यावादी दृष्टीकोनाने पूर्वेविषयी पाश्चात्त्य ज्ञानाला आकार देण्यास हातभार लावला. तथापि, हे ज्ञान अनेकदा वसाहती शक्तीच्या गतिशीलतेद्वारे आकारले गेले होते, युरोप–केंद्रित दृष्टिकोनांना बळकटी देत होते आणि पूर्वेकडील संस्कृती व समाजांबद्दलच्या रूढीवादी कल्पनांना कायम ठेवत होते.

६) पाश्चात्त्य दृष्टीकोनांवर प्रभाव :

प्राच्यविद्येने पाश्चात्त्य धारणांवर लक्षणीय प्रभाव पाडला; जनमत, शैक्षणिक प्रवचन आणि पूर्वेकडील सांस्कृतिक प्रतिनिधित्व यावर परिणाम केला. याचा परिणाम सुसंस्कृत, तर्कसंगत पश्चिम आणि विदेशी, तर्कहीन पूर्व यांच्यातील मतभेद निर्माण झाले, ज्यामुळे पाश्चात्त्य समाजांमध्ये सांस्कृतिक श्रेष्ठतेची भावना निर्माण झाली.

७) टीका आणि आव्हाने :

प्राच्यविद्यावादी दृष्टीकोनाला त्याच्या पूर्वाग्रह, वांशिकता आणि पक्षपात कायम ठेवण्याच्या भूमिकेसाठी टीकेचा सामना करावा लागला आहे. पूर्वेकडील संस्कृतींचा अभ्यास करण्यासाठी अधिक सूक्ष्म आणि सांस्कृतिकदृष्ट्या संवेदनशील दृष्टिकोनाचा पाठपुरावा करून, विद्वानांनी प्राच्यवादाच्या कमीवादी आणि अतिसरलीकृत स्वरूपाला आव्हान दिले आहे.

१.२.३ प्राच्यविद्यावादी दृष्टिकोनाचे मुख्य इतिहासकार :

प्राचीन भारताच्या अध्ययनात रुची घेणारा इंग्रज अधिकाऱ्यांचा वर्ग साधारणतः इ.स. १७७० पासून सक्रिय झालेला आढळतो. ह्या अध्ययनासाठी संस्कृत व फारसी भाषांचा अभ्यास आवश्यक असल्याने ह्या भाषा अवगत करण्याचा त्यांनी प्रयत्न केला. बंगालचा त्यावेळेचा गव्हर्नर जनरल वॉरन हेस्टिंग्ज याने फारसी भाषेचा अभ्यास केला. ह्या भाषेच्या अध्ययनाला प्रोत्साहन देण्यासाठी त्याने १७८१ साली कलकत्याला मदरसा स्थापन करण्यात पुढाकार घेतला. प्राचीन भारतीय विद्येच्या अध्ययनाला उच्चपदस्थ अधिकाऱ्यांनी जाणिवपूर्वक प्रोत्साहन दिल्यामुळे ह्या प्रवाहाला चालना मिळाली. चार्लस विल्किन्स याने संस्कृत भाषेवर प्रभुत्व मिळवून गीतेचा इंग्रजीत अनुवाद केला.

१) रॉबर्ट ऑर्म :

रॉबर्ट ऑर्म यांची १७६९ साली कंपनीतर्फे इतिहास लेखक म्हणून नियुक्ती झाली. त्यांचे भारताच्या इतिहासाविषयीचे दोन ग्रंथ- 'A History of the Military transactions of the Birtish Nation in Hindostan' आणि 'Historical Fragments of the Mughal Empire, of the Marathas and of the English Concerns in Hindostan' हे याच सुमारास लिहिले गेले. प्राचीन भारतीय इतिहास व संस्कृतीविषयी ते उपहासात्मक विधान करत.

२) सर विलीमय जोन्स :

प्राचीन भारतीय संस्कृतीच्या पुनरुज्जीवनाचे खंदे पुरस्कर्ते आणि भारतातील प्राच्यविद्येचे जनक असल्याचा मान सर विलीयम जोन्स यांचा आहे. कलकत्त्याला स्थापन झालेल्या न्यायालयाचे पहिले न्यायाधीश म्हणून इ.स. १७८३ मध्ये त्यांची नियुक्ती झाली.

प्राचीन भारतीय संस्कृतीची सलग माहिती उपलब्ध नसल्यामुळे प्राचीन साहित्याच्या अध्ययनातून ती उभी करावी लागेल. याची त्यांना जाणिव झाली. यासाठी त्यांनी वैयक्तिक पातळीवर अध्ययन केले. त्याचे दृश्यफळ म्हणजे त्यांनी कालिदासाच्या शकुंतलाचा आणि जयदेव कवीचे गीतगोविंद या काव्याचा इंग्रजीत अनुवाद केला. त्यांनी मनुस्मृतीचा केलेला अनुवाद त्यांच्या मृत्यूनंतर 'The institutes of Hindu Law या शीर्षकाखाली प्रकाशित झाला.

अशा प्रकारे प्राचीन भारतीय संस्कृतीच्या पुनरुज्जीवनाला जोन्सनी केलेल्या साक्रिय व बहुविध योगदानामुळे त्यांना भारतातील प्राच्यविद्येच्या जनकत्त्वाचा मान देणे समर्पकच ठरते.

३) हेन्री कोलब्रूक :

प्राचीन भारतीय वाङ्मयाचा उत्साही अभ्यासक आणि प्रशंसक म्हणून हेन्री कोलब्रुक याचे नाव महत्त्वाचे आहे. तो हिंदू तत्त्वज्ञानाने विशेष प्रभावित झाला. त्याने वेदांचा सखोल अभ्यास करुन वेदांवर दीर्घ लेख लिहिला. त्याचप्रमाणे त्याने जैन व बौद्ध धर्माचाही अभ्यास केला. जैन व बौद्ध धर्मावर, तसेच महावीरावर त्याने स्वतंत्र लेख लिहिले. 'Lilavati', 'Beejganeet', 'Digest of Hindu Law', 'Hindu Philosophy' हे त्याचे काही मोलाचे ग्रंथ होत.

४) विलियम रॉबर्टसन :

भारतीय संस्कृती उच्च दर्जाची असल्याची ज्यांची पूर्ण खात्री होती. अशा इंग्रज अधिकाऱ्यांत रॉबर्टसनची गणना होते. त्याने संस्कृत विद्येचा सखोल अभ्यास करुन गीता आणि शकुन्तलाचा अनुवाद केला.

५) होरेस विल्सन :

व्यवसायाने डॉक्टर असलेला होरेस विल्सन १८०८ साली कंपनीच्या तर्फे भारतात आला. विलियम जोन्सपासून प्रेरणा घेऊन त्याने प्राचीन संस्कृत वाङ्मयाचा अभ्यास केला. त्याने मेघदूताचा इंग्रजी अनुवाद केला, कल्हणाच्या राजतरंगीणीवर भाष्य केले, काश्मीरच्या इतिहासाचा कालानुक्रम निर्धारित केला, विष्णुपुराणावर संशोधन केले, भारतीय नाणकशास्त्रावर संशोधनपर लेख लिहिले, इंग्रजी-संस्कृत शब्दकोषाची निर्मिती हे त्याचे मोलाचे योगदान होते.

अशा प्रकारे प्राचीन भारतीय संस्कृतीची माहिती करुन घेण्यासाठी काही इंग्रज अभ्यासक प्राचीन भारतीय वाङ्मयाकडे वळाले, तर काही पुरातत्त्वीय पुराव्यांच्या शोधाचा प्रयत्न करु लागले.

१.२.४ प्राच्यविद्यावादी दृष्टिकोनाचे महत्त्व :

प्राच्यविचारवादाने किंवा पौर्वात्यवादाने भारताला दिलेले योगदान पुढील मुद्यांच्या आधारे स्पष्ट करता येईल.

१) भारतीय संस्कृतीचा परिचय :

प्राचीन भारतीय इतिहास व संस्कृती या क्षेत्रात झालेले संशोधन प्रकाशित करण्यासाठी तत्कालीन राज्यकर्त्यांनी दिलेल्या उत्तेजनामुळे भारतीय इतिहास संशोधनाला चिरकालीन स्वरुप प्राप्त झाले. प्राचीन भारतीय अभिजात वाङ्मयाचे आणि तत्त्वज्ञानपर ग्रंथांचे युरोपियन भाषांत अनुवाद झाल्याने पाश्चात्त्य जगाला भारतीय संस्कृतीचा आणि समृद्ध वाङ्मयाचा परिचय झाला. प्राचीन भारतीय संस्कृती प्रगत होती, विकसित होती याचे ज्ञान पाश्चात्त्य विद्वानांना झाले. युरोपात प्रचलित असलेल्या सर्वसामान्य समजाप्रमाणे भारतातील लोक रानटी, मागासलेले नव्हते याची युरोपियन विद्वानांना जाणीव झाली. त्यामुळे अनेक फ्रेंच व जर्मन विचारवंत प्रभावित झाले. चार्लस् विस्कि याने केलेला गीतेचा अनुवाद वाचून वॉरन हेस्टिंग्जने 'भारतीय लोक आमच्यापेक्षा कोणत्याही प्रकारे हीन दर्जाचे नाहीत' असे जे उद्गार काढले ते प्राचीन भारतीय संस्कृतीचा परिचय देण्याच्या दृष्टीने बहुमोल आहेत. थोडक्यात, पौर्वात्यवादी विचारांमुळे पाश्चात्त्य जगताला पूर्वेकडील देशांच्या संस्कृतीची माहिती मिळाली.

२) प्राचीन इतिहासाचे आकलन :

प्राचीन भारताच्या इतिहासाचे अध्ययन करण्यासाठी अनेक विद्वानांनी रस दाखविल्यामुळे अज्ञात अशा स्वरुपाच्या ब्राम्ही लिपीचा उलगडा होऊन प्राचीन भारताच्या इतिहासातील अज्ञात दालने खुली झाली. तसेच इतिहास संशोधकांनी घेतलेल्या अथक परिश्रमामुळे प्राचीन इतिहासातील महत्त्वाच्या घटनांची कालनिश्चिती झाल्यामुळे कालक्रमानुसार घटनांची सुसंगती लावणे शक्य झाले. कालगणना हा इतिहासाचा डोळा असतो असे समजले जाते, या दृष्टीने कालगणनेचे शास्त्र विकसित करण्यात विद्वानांनी केलेले कार्य मोलाचे ठरले. तसेच पुरातत्वीय शोधांमुळे प्राचीन इमारती, स्तुप, गुहाशिल्प, चित्रकला यावर देखील प्रकाशझोत पडला व प्राचीन संस्कृतीची संपन्नता जगापुढे आली. भारतीयांना देखील तोवर अज्ञात असलेला त्यांचाच इतिहास परकीयांच्या प्रयत्नामुळे वाचायला मिळाला व आपली प्राचीन संस्कृती किती संपन्न होती याची साधार जाणीव भारतीयांना झाली.

३) भारतीय अस्मितेची जागृती :

परकीय प्राच्यविद्या अभ्यासकांच्या लिखाणामुळे भारतीय अभ्यासकांना आपला इतिहास, संस्कृती व साहित्य यांचा अभ्यास करण्याची प्रेरणा मिळाली. भारतीय संशोधकांची अस्मिता जागृत होताच अनेक भारतीय संशोधक प्राच्यविद्या अध्ययनाकडे वळले. प्राचीन इतिहासाचे संशोधन वेगाने सुरु झाले. भारताच्या अनेक भागात इतिहास संशोधन मंडळांची स्थापना झाली.

४) प्रतिकूल परिणाम :

प्राच्यविद्यावादी किंवा पौर्वात्यवादी प्रवाहाचे जसे काही लाभदायक परिणाम झाले तसेच काही प्रतिकूल परिणामही झाले. भारतीयांना आपल्याच इतिहास परकीयांच्या नजरेतून पाहवा लागला. परिणामी परकीयांच्या लिखाणातून व्यक्त झालेली मतेही प्रचलित झाली. वैदिक संस्कृती ही आर्यांची संस्कृती आहे व आर्य लोक बाहेरुन भारतात आले या सिद्धान्तामुळे उत्तर व दक्षिण भारतातील संस्कृती भिन्न असल्याचे व मूळ भारतीय द्रविड संस्कृती हीन असल्याचे मत प्रसृत झाले. तसेच आर्यवंशाच्या श्रेष्ठत्वाच्या सिद्धान्ताचा आधार काळाच्या ओघात साम्राज्यवादी ब्रिटिश इतिहास लेखकांनी घेतला व गौरवर्णियांच्या श्रेष्ठत्वाचा पुरस्कार केला जाऊ लागला.

५) अतिरंजित विधाने :

भारतीय संस्कृतीच्या संपन्नतेने प्रभावित झालेल्या विल्यम जोन्स, रॉबर्टसन यासारख्या इतिहासकारांनी ग्रीक व प्राचीन भारतीय संस्कृतीची तुलना करुन ग्रीक संस्कृतीला भारतीय संस्कृतीपेक्षा हीन लेखले, ''गणित, तर्कशास्त्र,

खगोलशास्त्र यांचा उगम भारतातच झालेला आहे, ॲरिस्टॉटलने मांडलेल्या विचारांवर भारतीय प्राचीन विचारांचा पगडा होता, न्युटनच्या सिद्धान्ताची बीजे वैदिक साहित्यात आढळतात'' अशी अतिरंजित विधाने करण्यात आली. मात्र आपल्या विधानांना आधार म्हणून पुरेसा पुरावा देण्यात प्राच्यविद्या विशारद अपयशी ठरले. प्राच्यविद्याविशारदांनी केलेल्या अतिरंजित विधानांमुळे भारतीयांच्या मनात प्राचीन संस्कृतीविषयी असलेल्या अभिमानाला दुराभिमानाचे स्वरुप प्राप्त झाले. यामुळे इतरांपेक्षा स्वतःलाच महान लेखण्याची वृत्ती भारतीयांत बळावली. बदलत्या परिस्थितीत आधुनिक विद्या हस्तगत करणे आवश्यक आहे याचे महत्त्व भारतीयांना जाणवले नाही. मात्र ब्रिटिशांनी सत्तेची भक्कम पायाभरणी केल्यानंतर स्वातंत्र्य चळवळीच्या प्रारंभीच्या पर्वात प्राचीन भारतीय अभिमानाने पुनरुज्जीवनवादी चळवळीला, विचारप्रवाहाला खतपाणी पुरविले.

१.२.५ प्राच्यविद्यावादी दृष्टिकोनाच्या मर्यादा :

प्राच्यविचारवाद म्हणजे असा विचार की जो प्राचीन भारतीय संस्कृती, संस्कृत भाषा, ज्ञान, तत्त्वज्ञान, साहित्य यांच्याविषयी सहानुभूती दर्शवित होता; हा वर्ग ब्रिटिशांचा होता. यामध्ये एच.टी.प्रिन्सेप, कोलबुक, विल्यम जोन्स, चार्ल्स विल्कीन्सन, वॉरेन हेस्टिंग्ज आणि लॉर्ड कर्झन यांचा समावेश होता. हे ब्रिटिश होते आणि यांचेही इतर ब्रिटिशांप्रमाणे असे मत होते की, भारतावर ब्रिटिशांची सत्ता स्थापन व्हावी. या लोकांत आणि इतर ब्रिटिशांत हा फरक होता की, प्राच्यविचारवाद्यांचे मत होते की, याठिकाणी जी संस्कृती, साहित्य, ज्ञान उपलब्ध आहे त्यांचा उपयोग आपण करावा. तर इतरांचे मत होते की आपल्या संस्कृतीपुढे, भाषेपुढे, ज्ञानापुढे भारतीय संस्कृती, ज्ञान, साहित्य, भाषा यांचा काही टिकाव लागणार नाही.

१) ब्रिटिशांच्या लाभाचा दृष्टिकोन :

भारतीय भाषा, ज्ञान आणि तत्त्वज्ञान समजून घेण्याचा त्यांचा जो उद्देश होता, तो ब्रिटिशांना फायद्याचा ठरणार होता. कारण जर भारतात अनेक दिवस सत्ता टिकवायची असेल तर या ठिकाणच्या परंपरा, भाषा, ज्ञान अवगत असणे आवश्यक होते. असा उपयोग त्यांनी करूनसुध्दा घेतला.

२) चुकीचे निष्कर्ष :

भारतीय साहित्याचे भाषांतर करताना त्यात त्यांनी फारसे परिवर्तन करण्याचा प्रश्नच नव्हता; परंतु या पुस्तकांमधून काढण्यात आलेले सर्व निष्कर्ष योग्य होते असे नव्हे. त्याचप्रमाणे या निष्कर्षावर आधारित ही काही पुस्तके लिहिण्यात आली. त्यातही काही चुकीचे निष्कर्ष काढण्यात आले होते त्यात भारतीय लोकांना इतिहास, काळ आणि तिथीक्रमाचा व्यवस्थित बोध झाला नाही. तसेच भारतीय लोकांनी कायमस्वरूपी हुकूमशाही शासनाचा स्वीकार केला. भारतीय हे कायमस्वरूपी भूतकाळातच गर्क राहिले, त्यांना वर्तमानकाळाची चिंता नाही. त्याचप्रमाणे समाजातील जातीय प्रथा व वर्णव्यवस्था या समस्येवर बोट ठेवण्यात आले. त्याचप्रमाणे भारतात राष्ट्रीय भावना नव्हती. त्याचप्रमाणे त्यांना स्वशासन व लोकशाही माहीत नाही.

३) चुकीचा दृष्टिकोन :

वरील निष्कर्षांचा आपण विचार केला तर, जातीप्रथा व वर्णव्यवस्था या वाईट होत्या यात काही वाद नाही किंवा असण्याचे कारण नाही. दुसरी बाब भारतीयांना इतिहासाचे ज्ञान नव्हते असे म्हणणे बरोबर होणार नाही; कारण प्राचीन साहित्यात इतिहासाला ५वा वेद म्हणण्यात आले आहे. आधुनिक पध्दतीसारखा इतिहास त्या काळात नव्हता; परंतु तो जागतिक पातळीवरही कुठेच नव्हता. त्याचप्रमाणे भारतीयांना स्वशासन माहीत नव्हते हे म्हणणे बरोबर होणार नाही; कारण ब्रिटिश भारतात येण्यापूर्वी जेवढे लोक बाहेरून भारतात आले त्या सर्वांनी आपणाला भारतीय मानले. दुसरी बाब प्रशासनात लोकांचा सहभाग नव्हता हे मान्य करता येणार नाही; कारण

गणराज्य, सभा, जन, समिती हे याविषयीचे पुरावे उपलब्ध आहेत. म्हणजेच या लोकांनी काढलेले निष्कर्ष बरोबर नव्हते. त्यांना प्राच्यविचारवाद्यांनी उत्तर दिले नाही.

४) भारतीय शिक्षण व अध्ययनाकडे दुर्लक्ष :

शिक्षणासाठी ब्रिटिशांकडून जे प्रयत्न करण्यात आले ते त्यांच्या फायद्याचे होते; कारण एक तर त्यांना या ठिकाणी जास्त दिवस प्रशासन चालवायचे असल्याकारणाने स्थानिक भाषा, साहित्य, परंपरा त्यांना अवगत असणे आवश्यक होते. त्याचप्रमाणे स्थानिक लोकांनासुध्दा इंग्रजी शिक्षणाची सुरुवात यांनी केली. यातूनसुध्दा त्यांचाच फायदा होणार होता; कारण त्यांना प्रशासनात सहकार्य करण्यासाठी लोक मिळणार होते. १८१३च्या चार्टर ॲक्टने भारतीय शिक्षणावर विचार करण्यासाठी १ लक्ष रुपयांची तरतूद करण्यात आली. तेव्हा हा पैसा कशावर खर्च करायचा याविषयी मतभेद निर्माण झाले. तेव्हा एच.टी.प्रिन्सेप यांनी असे प्रतिपादन केले की, हा पैसा भारतीय परंपरा, भाषा व साहित्यावर खर्च करावा तर मेकॉले याने असे मत प्रतिपादित केले की, हा पैसा इंग्रजी शिक्षणासाठी खर्च करावा. तेव्हा गव्हर्नर जनरलने हेच मत प्रतिपादित केले आणि हा पैसा इंग्रजी शिक्षणासाठी खर्च करावा असे सांगितले. यावेळेला प्राच्यविचारवादी काहीच करू शकले नाहीत.

५) साम्राज्यवादाचा प्रभाव :

एकंदरीत प्राच्यविचारवाद्यांनी सुरुवातीच्या काळात या बाबीचा उपयोग करून घेतला कारण; अगदीच सुरूवातीला भारतावर ब्रिटिश पध्दतीने शासन चालविणे अवघड होते. म्हणून स्थानिक लोकांचे मत विचारात घेणे आवश्यक होते. ते त्यांनी घेतले; परंतु नंतर त्यांची सत्ता प्रभावी बनत गेली आणि त्यांनी हा विचार सोडून दिला. प्राच्यविचारवादाचा पुरस्कार करणाऱ्या लोकात दोन कट्टर साम्राज्यवादी होते. त्यात एक म्हणजे वॉरेन हेस्टिंग्ज आणि दुसरा म्हणजे लॉर्ड कर्झन. या लोकांनी ब्रिटिश साम्राज्याचा सर्वतोपरी विस्तार करण्याचा प्रयत्न केला.

२० व्या शतकाच्या पहिल्या टप्प्यात अनेक पाश्चात्त्य इतिहासकारांनी भारतीय संस्कृतीचे समीक्षात्मक विश्लेषण करण्याचा व या विश्लेषणाला सैद्धांतिक स्वरूप प्राप्त करून देण्याचा प्रयत्न केला. विशेषत: एच.टी.प्रिन्सेस, विल्यम जोन्स, विल्कीन्सन अशा विविध इतिहासकारांनी प्राच्यविचारवादी दृष्टिकोनाची मांडणी करताना ज्या सैद्धांतिक रचना केल्या. त्यात ब्रिटिशांचीच सत्ता भारतात परिदृढ कशी होईल याचाच प्रामुख्याने विचार केला. ब्रिटिशांनाच अधिकाधिक लाभ कसा मिळेल. ब्रिटिशांची राजकीय, आर्थिक, आर्थिक सामाजिक धोरणे भारतीयांच्या संदर्भात कशी उपयुक्त ठरतील या घटकावरच ब्रिटिश इतिहासकारांनी जो भर दिला तो कसा संकुचित आहे, अयोग्य आहे याचे स्पष्टीकरण प्राच्य विचारवादावर टीका करून करण्यात आले.

१.३ वसाहतवादी दृष्टीकोन :

मध्ययुगीन काळात युरोपीय देशांनी सागरी मार्गाच्या शोधाला चालना दिली होती. या प्रेरणेचा परिणाम पंधराव्या शतकात वास्को-द-गामाने भारताकडे येणाऱ्या सागरी मार्गाचा शोध लावला. भारताकडील येणाऱ्या सागरी मार्गांचा शोध लागल्यामुळे पाश्चिमात्य देशात पौर्वात्य देशाबद्दल कुतुहल निर्माण झाले. कालांतराने भारतात स्पॅनिश, पोर्तुगीज, डच, फ्रेंच, इंग्रज आदी देशाच्या लोकांनी भारतात वसाहतीची स्थापना केली होती. या वसाहतवादाचा अभ्यास करणारा ऐतिहासिक प्रवाह म्हणजे वसाहतवादी इतिहास लेखन परंपरा होय.

१.३.१ अर्थ :

फ्रेंच राज्यक्रांतीमुळे अनेक नवनवीन घटनांचा उदय झाला. वसाहतवादाच्या सर्व क्षेत्रात फ्रेंच राज्यक्रांतीचा प्रभाव जाणवला. त्यामध्ये सर्वात जास्त जेकोबियन तत्त्व प्रभावी ठरले. जेकोबियन तत्त्वाचा सर्वात जास्त प्रभाव इंग्लडवर

पडला. इंग्लडवर पुराणमतवाद्यांचा प्रभाव होता. त्यातूनच इंग्लडमध्ये हालचाली व चळवळींना सुरुवात झाली. या चळवळींचे स्वरुप प्रतिक्रियावादी होते. त्यातूनच उपयुक्त वादाचा उदय झाला. जेरेमी बेन्थॅम हा या चळवळीचा नेता होता. उपयुक्ततावादामुळे मध्यमवर्गीयांनी क्रांतीचा मार्ग न अवलंबता इंग्लडमध्ये सत्ता काबीज केली. कायद्याद्वारे परिवर्तन करण्यात आले. डेविड ह्यूम, अॅडम स्मिथ, जेम्स मिल यांच्या लेखनातून वसाहतवादी लेखन स्पष्ट होत होते. १९ व्या शतकाच्या सुरुवातीस ब्रिटिशांचे संपूर्ण भारतावर वर्चस्व स्थापित झाले होते. या काळात विपुल प्रमाणात वसाहतवादी विचारसरणीच्या इतिहासकारांनी लिखाण केले. त्यामध्ये जेम्स मिल प्रमुख होता.

१.३.२ वसाहतवादी इतिहास लेखनाची वैशिष्ट्ये :

वसाहतवादी इतिहास लेखनाची वैशिष्ट्ये पुढीलप्रमाणे स्पष्ट करता येतीलः

१) वसाहतवादी शासनाचे समर्थन :

बंगालमध्ये ईस्ट इंडिया कंपनीने राजकीय वर्चस्व प्रस्थापित केल्यानंतर भारत म्हणजे 'सोन्याची खाण' आहे असे ब्रिटिशांना स्पष्टपणे जाणवले. त्यामुळे असे आर्थिक लाभ क्षेत्र अधिक विकसित करण्याचे धोरण व त्याची अंमलबजावणी यातूनच भारतात ब्रिटिश साम्राज्य परिदृढ झाले. असे लाभ क्षेत्र सोडून जाण्याचा विचार 'उदारमतवादी' इंग्रजी शासनाच्या डोक्यातही आला नाही. याउलट वसाहतवादी शासनाचे समर्थन करण्यासाठी व ब्रिटिशांच्या छुप्या धोरणांवर, दुर्गुणांवर पांघरूण घालून ब्रिटिश शासनाला बळकटी देण्यासाठी तात्त्विक अधिष्ठान देण्याचे कार्य ब्रिटिश इतिहासकारांनी केले. ब्रिटिश हे वसाहतवादी नसून उदारमतवादी आहेत, भारतातल्या जनसामान्यांचे रक्षण करण्यासाठी त्यांचे आयुष्य अधिक सुखमय करण्यासाठी विविधांगी प्रयत्न करीत आहेत असा प्रचार इतिहासकारांनी केला. म्हणजेच ब्रिटिशांच्या वसाहतवादी धोरणाला तात्त्विक, नैतिक अधिष्ठान तसेच वसाहतवादाचे समर्थन केल्याचे आढळून येते.

२) तीन उद्दिष्टांचा समावेश :

वसाहतवादी इतिहास लेखनात तीन उद्दिष्टांचा समावेश केलेला असल्याचे आढळते. पहिले उद्दिष्ट म्हणजे भारतीयांच्या मनात न्यूनगंड निर्माण करणे व ब्रिटिश शासनाची महती पटवून देणे, हे उद्दिष्ट साध्य करण्यासाठी ब्रिटिशांनी भारतीय संस्कृतीचे हेतपुरस्सर हनन केले. भारतीय संस्कृती कशी मागासलेली आहे, भारतीय कसे रानटी आहेत याचे स्पष्टीकरण ब्रिटिशांनी आपल्या लेखनाद्वारे केले. दुसरे उद्दिष्ट म्हणजे, भारतीयांच्यात फूट पाडून ते स्वयंशासनासाठी कोणत्याही दृष्टीने लायक नाहीत हे भारतीयांच्या मनावर बिंबविणे व ब्रिटिश शासनाची महती भारतीयांना पटवून देणे व ब्रिटिश शासनाप्रती जनसामान्यांची सहानुभूती व अधिमान्यता मिळविणे, तिसरे उद्दिष्ट म्हणजे भारतीय अप्रगत व असंस्कृत आहेत, हीन दर्जाचे आहेत हे इंग्लंडमधील बुद्धिजीवी वर्गाला पटवून देणे. या उद्दिष्टामागे, भारतात इंग्रजी शासन का आवश्यक आहे याचे स्पष्टीकरण करण्याचा निश्चित असा हेतू होता. वसाहतवादी इतिहास लेखनातून ही सर्व उद्दिष्टे स्पष्टपणे निदर्शनास येतात.

३) ब्रिटिश प्रशासकांचे योगदान :

वसाहतवादी इतिहास लेखनाचे आणखी एक महत्त्वाचे वैशिष्ट्य म्हणजे, ज्या लेखकांनी भारताच्या इतिहासाचे यथार्थ दर्शन घडविले ते सर्व कंपनी सरकारच्या सेवेत होते. जॉन माल्कम, जेम्स टॉड, मार्क विल्किन्सन, जोसेफ कॅनिंगहॅम, लॉर्ड मॅकाले, विल्यम हंटर यासारख्या ब्रिटिश अधिकाऱ्यांनी भारताच्या इतिहासाचे आणि भारतीय समाजाचे यथार्थ दर्शन घडविले.

४) शास्त्रीय लेखन :

वसाहतवादी इतिहास लेखनाचे वैशिष्ट्य म्हणजे शास्त्रीय लेखन होय. ज्या-ज्या इतिहासकारांनी इतिहास लेखन केले ते ब्रिटिश शासनव्यवस्थेचे अंग असल्याने त्यांनी मूळ साधनांच्या व पुराव्यांच्या आधारे शास्त्रीय पद्धतीने

लेखन केलेले आहे. माहितीच्या दृष्टिकोनातून जरी हे लेखन अचूक असले तरी यात वस्तुनिष्ठतेचा अभाव आढळतो. भारतीय इतिहासात घडलेल्या घटनांचा अन्वयार्थ लावताना पूर्वग्रहदूषित दृष्टीचा प्रत्यय येतो.

५) भारतीय इतिहासाचे अवास्तव स्वरूप :

वसाहतवादी इतिहास लेखनात भारतीय इतिहासाचे सदोष चित्रण केल्याचे आढळते. प्राचीन व मध्ययुगीन भारतीय इतिहासातील दोष स्थळे आणि त्रुटी दाखविण्याची अहमहमिका वसाहतवादी इतिहास लेखनात सुरु झाली. भारतीयांना इतिहास लेखन माहीत नव्हते, इतिहासाकडे पाहण्याचा भारतीयांचा दृष्टिकोन संकुचित होता असा विचार वसाहतवादी इतिहासकारांनी लेखनाद्वारे मांडलेला आहे. मात्र भारतीय संस्कृती व संस्कृतीतील शक्तिस्थळे, समृद्ध समाजजीवन तसेच राजकीय इतिहासातील स्तुत्य आणि प्रशासकीय घटकांकडे हेतपुरस्सर कानाडोळा करण्यात वसाहतवादी इतिहासकारांनी धन्यता मानली. म्हणजेच भारतीय इतिहासाचे अवास्तव चित्रण वसाहतवादी इतिहास लेखनात केले गेले.

६) भारतीय इतिहासाचे विभाजन :

वसाहतवादी इतिहास लेखकांनी भारतीय इतिहासाचे तीन भागात विभाजन केले. हिंदूंचे, मुस्लिमांचे व ब्रिटिशांचे शासन अशा तीन विभागात भारतीय इतिहास लिहिला. एलफिन्स्टनसारख्या उदारमतवादी अधिकाऱ्याने देखील हे विभाजन योग्य असल्याचे मानून इतिहास लेखन केले.

७) वंशश्रेष्ठत्वाचा पुरस्कार :

वसाहतवादी इतिहासात, लेखनात वंशश्रेष्ठत्वाचा पुरस्कार केल्याचे आढळते. आर्यवंश हाच सर्वश्रेष्ठ वंश आहे व याच वंशाला संपूर्ण जगावर राज्य करण्याचा अधिकार आहे असे तत्त्वज्ञान जाणिवपूर्वक ठसविण्याचा प्रयत्न वसाहतवादी इतिहास लेखनात केल्याचे स्पष्टपणे दिसते. वंशश्रेष्ठत्वाचा पुरस्कार करण्यामागे श्वेतवर्णी व कृष्णवर्णी वसाहतींच्या बाबतीत पक्षपात करण्यामागे 'श्रेष्ठत्वाचा दंभ' हाच विचार होता.

१.३.३ वसाहतवादी भारतातील प्रभावशाली इतिहास लेखक :

भारतातील वसाहतवादी काळात इतिहासकारांनी, मुख्यत्वे ब्रिटिश वसाहतवादी दृष्टीकोनातून ऐतिहासिक कथांना आकार देण्यात महत्त्वपूर्ण भूमिका बजावली. या इतिहासकारांनी अनेकदा वसाहती प्रशासनाच्या हितासाठी भारतीय इतिहासाचा अर्थ लावला. काही उल्लेखनीय वसाहतवादी इतिहासकार पुढीलप्रमाणे आहेत :

१) जेम्स मिल (१७७३-१८३६) :

एक स्कॉटिश इतिहासकार म्हणून जेम्स मिलच्या द हिस्ट्री ऑफ ब्रिटिश इंडिया (१८१७) ने युरोकेंद्रित दृष्टीकोन प्रदान केला, ज्यामध्ये भारताला नावीन्यतेचा अभाव असलेला एक स्थिर समाज म्हणून चित्रित केले. ब्रिटिश श्रेष्ठत्वाच्या कल्पनेला बळकटी देऊन आणि सभ्यता मिशन म्हणून शाही शासनाचे समर्थन करून मिलच्या कार्याने ब्रिटिश वसाहतवादी मनोवृत्तीवर लक्षणीय प्रभाव पाडला.

२) माऊंटस्टुअर्ट एल्फिन्स्टन (१७७९-१८५९) :

एल्फिन्स्टन यांनी त्यांच्या हिस्टरी ऑफ इंडिया (१८४१) या ग्रंथात भारतीय समाजाची जटिलता मान्य करून अधिक सूक्ष्म दृष्टिकोन मांडला. जरी त्यांनी भारतीय चालीरीती आणि कायदे समजून घेण्याची गरज ओळखली असली तरी, एल्फिन्स्टनच्या कार्यावर वसाहती पूर्वाग्रहांचा ठसा उमटला आहे, जो तत्कालीन प्रचलित युरोप-केंद्रित दृष्टीकोन प्रतिबिंबित करतो.

३) थॉमस बॅबिंग्टन मॅकॉले (१८००-१८५९) :

मॅकॉलेच्या मिनिट ऑन एज्युकेशन (१८३५) चा भारताच्या शैक्षणिक व्यवस्थेवर खोल परिणाम झाला. इंग्रजी शिक्षणाचा प्रचार करून आणि इंग्रजाळलेला वर्ग तयार करण्याचे उद्दिष्ट ठेवून, मॅकॉले यांनी ब्रिटिश हितसंबंधांशी

जुळणारे सांस्कृतिक आणि बौद्धिक वर्चस्व सुनिश्चित करण्याचा प्रयत्न केला आणि वसाहतवादी विचारसरणीच्या प्रचारात योगदान दिले.

४) विल्यम डॅलरीम्पल (१७२३-१८१०) :

डॅलरीम्पल एक लष्करी अधिकारी आणि इतिहासकार असून त्यांनी त्यांच्या द हिस्ट्री ऑफ ब्रिटिश इंडिया (१७७२) या ग्रंथाद्वारे भारतातील ब्रिटिश लष्करी मोहिमा समजून घेण्यात योगदान दिले. स्पष्टपणे वैचारिक नसले तरी, त्यांचे कार्य भारतीय समाजातील बारकावे शोधून न काढता लष्करी विजय आणि साम्राज्यवादी प्रयत्नांवर लक्ष केंद्रित करून वसाहतवादी मानसिकता दर्शविते.

५) व्हिन्सेंट स्मिथ (१८४८-१९२०) :

स्मिथच्या द ऑक्सफर्ड हिस्ट्री ऑफ इंडिया (१९१९) मध्ये १९ व्या शतकाच्या अखेरीस प्राचीन काळापासून भारतीय इतिहासाचा अभ्यासपूर्ण आढावा देण्यात आला आहे. शैक्षणिक दृष्टीकोन असूनही, स्मिथच्या कार्यामध्ये अजूनही वसाहतवादी पूर्वाग्रह आहेत, जे वांशिकेंद्रित दृष्टीकोन प्रतिबिंबित करतात ज्याने ब्रिटिश साम्राज्याच्या हितसंबंधांच्या सरेखितपणे भारतीय इतिहासाच्या आकलनास आकार दिला.

१.३.४ वसाहतवादी भारतावरील वसाहती इतिहास लेखनाचा प्रभाव :

वसाहतवादी इतिहास लेखनाचा वसाहतवादी भारतावर होणारा प्रभाव खोल आणि दूरगामी होता. भारतातील ब्रिटीश वसाहती प्रशासनाने त्यांच्या राजवटीला कायदेशीर आणि कायमस्वरूपी ठेवण्याचा प्रयत्न केला आणि इतिहास लेखनाने वसाहतवादी विचारधारा आणि कथनांना आकार देण्यात आणि मजबूत करण्यात महत्त्वपूर्ण भूमिका बजावली.

१) विकृत ऐतिहासिक कथा :

भारतातील वसाहती इतिहास लेखन अनेकदा विकृत कथन सादर करते ज्याने सांस्कृतिक आणि वांशिक श्रेष्ठतेच्या युरोपकेंद्री विचारांना बळकटी दिली. भारतीय समाजांचे मागासलेले आणि स्थिर म्हणून चित्रण केल्याने ब्रिटिश वसाहतवादी राजवटीला एक सभ्यता मिशन म्हणून कायदेशीर मान्यता देण्यात आली.

२) श्रेणीबद्ध सामाज व्यवस्थेची निर्मिती :

वसाहती इतिहासकारांनी भारतीय समाजातील जाती विभाजन आणि सांस्कृतिक फरकांवर जोर देऊन श्रेणीबद्ध सामाज व्यवस्थेच्या निर्मितीमध्ये योगदान दिले. यामुळे वसाहती प्रशासनाच्या फूट पाडा आणि राज्य करा या धोरणाला बळकटी मिळाली, ज्यामुळे सामाजिक स्तरीकरण आणखी वाढले.

३) ब्रिटीश राजवटीचे वैधीकरण :

जेम्स मिल सारख्या इतिहासकारांनी ब्रिटीश वसाहतवादी राजवटीला भारताला कथित स्थिरतेपासून वाचवण्यासाठी आवश्यक हस्तक्षेप म्हणून चित्रित केले. ब्रिटीश राजवटीच्या या कायदेशीरपणाने साम्राज्यवादी शोषण आणि आर्थिक व राजकीय संरचनांवर नियंत्रण ठेवण्यासाठी नैतिक औचित्य प्रदान केले.

४) पाश्चात्त्य मूल्ये लादणे :

इंग्रजी शिक्षणाचा परिचय हा वसाहतवादी इतिहासलेखनाने प्रभावित, भारतीय अभिजात वर्गाचे इंग्रजीकरण करण्याच्या उद्देशाने झाला. पाश्चात्त्य मूल्ये आणि शिक्षणाच्या या लादण्याने सांस्कृतिक बदलाला हातभार लावला, ज्यामुळे भारतीयांचा एक वर्ग वाढला ज्यांना त्यांच्या स्वदेशी वारशापेक्षा ब्रिटीश आदर्शांची अधिक ओळख होती.

५) स्वदेशी कथांचे दडपण :

वसाहती इतिहास लिहिणे हे उपेक्षित देशी दृष्टीकोन आणि कथा, अनेकदा पारंपारिक खाती मिथक किंवा लोककथा म्हणून नाकारतात. पर्यायी ऐतिहासिक विवेचनांच्या या दडपशाहीने भारतीय अनुभवांमध्ये रुजलेल्या अस्सल ऐतिहासिक चेतनेची वाढ खुंटली.

६) सांस्कृतिक ओळखीची धूप :

भारतीय संस्कृतीचे आदिम आणि निकृष्ट अशा युरोकेंद्रित चित्रणामुळे वसाहतीत लोकसंख्येतील सांस्कृतिक ओळख नष्ट झाली. या मानसिक परिणामामुळे भारतीयांमध्ये सांस्कृतिक हीनता आणि आत्म-संशयाची भावना निर्माण झाली.

७) आर्थिक शोषण :

वसाहती इतिहासलेखनाने इंग्रजांच्या कार्यक्षम व्यवस्थापनाच्या प्रतीक्षेत असलेल्या संसाधनांचा जलाशय म्हणून भारताचे चित्रण करून आर्थिक शोषणाचे समर्थन केले. वसाहती इतिहासकारांनी तयार केलेल्या आर्थिक कथनाने वसाहती महानगरात संसाधने काढणे आणि संपत्ती हस्तांतरित करणे सुलभ केले.

८) समुदायांचे ध्रुवीकरण :

वसाहती इतिहास लेखनात अनेकदा धार्मिक आणि सांप्रदायिक फरकांवर भर दिला जातो, ज्यामुळे समुदायांच्या ध्रुवीकरणात योगदान प्राप्त होते. या विभाजनवादी दृष्टिकोनाने विविध धार्मिक आणि वांशिक गटांमधील तणाव वाढविण्यात भूमिका बजावली, ज्याचे चिरस्थायी परिणाम होते, विशेषत: १९४७ मध्ये भारताच्या फाळणीदरम्यान ते समोर आले.

९) लिंगभाव गतिशीलतेवर प्रभाव :

वसाहती इतिहास लेखनाने पितृसत्ताक नियमांना बळकटी दिली आणि भारतीय समाजातील महिलांच्या भूमिकेला दुर्लक्षित केले. वसाहतवादी दृष्टीकोन अनेकदा लिंगभाव गतिशीलतेच्या जटिलतेकडे दुर्लक्ष करतो किंवा गैरसमज निर्माण करतो, यामुळे वसाहती युगात आणि त्यापुढील स्त्रियांच्या स्थितीवर आणि संस्थेवर परिणाम झाला.

१०) वसाहती इतिहासलेखनाचा वारसा :

वसाहती इतिहासलेखनाचा वारसा भारतीय इतिहासाच्या समकालीन व्याख्यांवर प्रभाव टाकत आहे. वसाहती कथनांमध्ये अंतर्भूत असलेल्या पूर्वाग्रहांनी शैक्षणिक चर्चेस आकार दिला आहे, ज्याचा परिणाम वसाहतोत्तर भारतातही ऐतिहासिक घटना आणि प्रसंग समजले जातात. या वारशांपासून मुक्त होणे हे अधिक सर्वसमावेशक आणि अचूक ऐतिहासिक समज निर्माण करण्यासाठी सतत आव्हान आहे.

१.३.५ वसाहती इतिहास लेखनाच्या मर्यादा :

वसाहती इतिहास लेखनाच्या मर्यादा पुढील मुद्यांच्या आधारे जाणून घेता येतील :

१) युरोप-केंद्रित आणि वंशकेंद्री :

वसाहतवादी इतिहास लेखन हे मूळतःच युरोप-केंद्रित होते, युरोपियन अनुभव आणि मूल्यांच्या दृष्टीकोनातून इतिहास स्पष्ट केला होता. या वंशकेंद्रित दृष्टीकोनाने स्वदेशी दृष्टीकोनांना दुर्लक्षित केले, परिणामी वसाहतीतील समाजांचे विकृत आणि अनेकदा चुकीचे चित्रण झाले.

२) वसाहती पक्षपात आणि पूर्वग्रह :

इतिहासकार अनेकदा वसाहती स्थापनेचे प्रतिनिधित्व करतात, पक्षपात आणि पूर्वग्रह बाळगतात ज्यामुळे त्यांच्या घटनांच्या व्याख्यांवर प्रभाव पडतो. या पूर्वाग्रहांचे मूळ वांशिक श्रेष्ठत्व, सांस्कृतिक अहंकार आणि वसाहतवादी शक्तींच्या सुसंस्कृत कामगिरीवर विश्वास दिसून येतो.

३) स्त्रोतांचा निवडक वापर :

वसाहती इतिहासकार अनेकदा निवडकपणे ऐतिहासिक स्त्रोतांचा वापर त्यांच्या कथनाचे समर्थन करण्यासाठी, स्थानिक खाती आणि दृष्टीकोन दुर्लक्षित किंवा कमी करण्यासाठी वापरतात. स्त्रोतांच्या या अयोग्य वापराने वसाहतवादी हितसंबंधांसाठी विकृत ऐतिहासिक नोंदींना हातभार लावला.

४) राजकीय हेतू :

वसाहती काळात इतिहास लेखन अनेकदा राजकीय हेतूंसाठी साधन बनवले जात असे. वसाहतवादी राजवटीला कायदेशीर मान्यता देण्यासाठी, शाही धोरणांचे समर्थन करण्यासाठी आणि वसाहतकर्त्यांच्या अंतर्निहित श्रेष्ठतेच्या कल्पनेला बळकटी देण्यासाठी ऐतिहासिक कथांना आकार देण्यात आला होता.

५) मौखिक परंपरेकडे दुर्लक्ष :

स्थानिक मौखिक परंपरा आणि ऐतिहासिक दस्तऐवजीकरणाचे गैर-पाठ्य स्वरूप अनेकदा वसाहती इतिहासकारांनी दुर्लक्षित केले किंवा नाकारले. या दुर्लक्षामुळे वसाहतीत समाजाच्या समृद्ध सांस्कृतिक आणि ऐतिहासिक वारशाची अपूर्ण समज निर्माण झाली.

६) जटिल समाजाचे सरलीकरण :

वसाहती इतिहासलेखन स्थानिक समाजांच्या जटिलतेला अतिसरल बनवते. संस्कृती, भाषा आणि सामाजिक संरचनांची समृद्ध विविधता अनेकदा सामान्यीकृत पूर्वग्रहांमध्ये कमी केली गेली, ज्यामुळे पूर्व-वसाहतवादी समाजातील सूक्ष्म वास्तव अस्पष्ट होते.

७) सबाल्टर्न इतिहासाचे सीमांतीकरण :

शेतकरी, मजूर आणि आदिवासी समुदायांसारख्या उपेक्षित गटांचे इतिहास वसाहती इतिहास लेखनात मोठ्या प्रमाणात दुर्लक्षित होते. या सबअल्टर्न गटांचे अनुभव आणि योगदान बहुधा शाही कथनांवर लक्ष केंद्रित केल्यामुळे झाकले गेले.

८) स्थानिक संदर्भ समजून घेण्यात अयशस्वी :

वसाहती इतिहासकारांना स्थानिक संदर्भ, रीतिरिवाज आणि परंपरा यांचे सखोल ज्ञान वारंवार नसते. या सांस्कृतिक संवेदनशीलतेच्या अभावामुळे स्थानिक प्रथांचे चुकीचे अर्थ लावले गेले आणि चुकीचे वर्णन केले गेले, ज्यामुळे विकृत ऐतिहासिक कथनाला हातभार लागला.

९) पाश्चात्त्य चौकट लादणे :

पाश्चिमात्य ऐतिहासिक चौकट आणि श्रेण्या अनेकदा गैर-पाश्चिमात्य समाजांवर लादल्या गेल्या, ज्यामुळे लादलेल्या श्रेण्या आणि इतिहासाची स्वदेशी समज यांच्यात गैरसमज निर्माण झाले. यामुळे शैक्षणिक व्याख्या आणि लोकांचे जगलेले अनुभव यांच्यातील संपर्क तुटला.

१०) विभाजनात्मक कथांचा वारसा :

वसाहतवादी इतिहासलेखनाद्वारे तयार केलेल्या विभाजनात्मक कथांचा वसाहतीनंतरच्या समाजांवर प्रभाव पडतो. धर्म, जात आणि वांशिकतेवर आधारित वसाहतयुगीन विभागणीचा वारसा कायम आहे, वसाहतीनंतरच्या काळात सामाजिक आणि राजकीय आव्हानांना हातभार लावत आहे. या विभक्त वारशांपासून दूर जाणे ही अधिक समावेशक आणि अचूक इतिहास तयार करण्याची एक सतत प्रक्रिया आहे.

१.४ राष्ट्रवादी दृष्टीकोन :

१९ व्या शतकात पाश्चात्त्य वसाहतवादी लेखकांनी विकृत स्वरुपात भारताचा इतिहास जगापुढे मांडला आणि भारतातील ब्रिटिशांच्या वसाहतवादाचे समर्थन केले. त्यामुळे भारतीय विद्वानांमध्ये चीड उत्पन्न होणे स्वाभाविकच होते. वसाहतवादी इतिहासकारांना प्रत्युत्तर देण्यासाठी आणि भारतीय समाजामध्ये राष्ट्रवादाची भावना जागृत करून या समाजाची पुनर्रचना करण्यासाठी देशात राष्ट्रवादी इतिहास लेखकांचा एक वर्ग तयार झाला.

१.४.१ अर्थ :

राष्ट्रवादी इतिहासलेखन दृष्टीकोन राष्ट्रीय अस्मितेच्या दृष्टीकोनातून इतिहासाच्या व्याख्या आणि अभ्यासाशी संबंधित आहे. हा दृष्टीकोन विशिष्ट राष्ट्र किंवा वांशिक गटाच्या सांस्कृतिक, राजकीय आणि सामाजिक उपलब्धी आणि आकांक्षा यावर जोर देतो. हा दृष्टीकोन राष्ट्रांचा गौरवशाली भूतकाळ, सांस्कृतिक वारसा, स्वातंत्र्यासाठीचे संघर्ष आणि उपलब्धी यांना अधोरेखित करून लोकांमध्ये अभिमान आणि एकतेची भावना वाढवणारी ऐतिहासिक कथा तयार करण्याचा प्रयत्न करतो. राष्ट्रवादी इतिहासलेखनात अनेकदा ऐतिहासिक घटना आणि व्यक्तिरेखा अशा रीतीने चित्रित केल्या जातात ज्या राष्ट्रीय अस्मितेच्या केंद्रस्थानी असलेल्या आदर्श आणि मूल्यांना बळकटी देतात, ज्याचा उद्देश देशभक्ती आणि आपुलकीची सामूहिक भावना मजबूत करणे आहे.

१.४.२ राष्ट्रवादी दृष्टिकोनाची वैशिष्ट्ये :

भारतीय इतिहासाच्या राष्ट्रवादी दृष्टिकोनामध्ये अनेक विशिष्ट वैशिष्ट्ये समाविष्ट आहेत जी भारताच्या राष्ट्रीय ओळख आणि ऐतिहासिक कथनाशी अविभाज्य सांस्कृतिक, राजकीय आणि सामाजिक घटकांवर जोर देतात :

१) सांस्कृतिक अभिमान आणि ओळख :

भारतीय इतिहासाचा राष्ट्रवादी दृष्टीकोन सांस्कृतिक अभिमान आणि ओळखीच्या खोल भावनेद्वारे दर्शविला जातो. राष्ट्रवादी इतिहासकारांनी भारताचा समृद्ध सांस्कृतिक वारसा अधोरेखित करण्याचा प्रयत्न केला तसेच कला, साहित्य, तत्त्वज्ञान आणि विज्ञानातील उपलब्धींवर भर देऊन सकारात्मक आणि पुष्टी देणारी धारणा वाढवली.

२) वसाहतविरोधी दृष्टीकोन :

राष्ट्रवादी दृष्टिकोनाची मध्यवर्ती कथावस्तू म्हणजे वसाहतविरोधी दृष्टीकोन. राष्ट्रवादी इतिहासकारांनी वसाहतवादी इतिहासलेखनावर टीका केली, त्याचे पूर्वाग्रह, विकृती आणि युरोपकेंद्रित प्रवृत्ती उघडकीस आणल्या. त्यांनी वसाहती प्रभावापासून मुक्त, भारताच्या भूतकाळातील कथनाला आकार देण्यासाठी वारसा पुन्हा मिळवण्याचा प्रयत्न केला.

३) प्राचीन गौरवांवर लक्ष :

राष्ट्रवादी इतिहासकारांनी प्राचीन भारताच्या वैभवावर भर दिला, त्यास सभ्यतेचा सुवर्णकाळ म्हणून चित्रित केले. भारताच्या कथित मागासलेपणाच्या औपनिवेशिक कथेचा प्रतिकार करण्यासाठी सिंधू संस्कृती, वैदिक काळ आणि गुप्त साम्राज्याच्या उपलब्धींवर प्रकाश टाकण्यात आला.

४) स्वातंत्र्य संग्रामाची भूमिका :

राष्ट्रवादी दृष्टीकोन भारतीय स्वातंत्र्यलढ्याशी ऐतिहासिक कथनकांशी जवळून संबंध ठेवतो. प्रतिकार, बलिदान आणि महात्मा गांधी व जवाहरलाल नेहरू यासारख्या नेत्यांच्या सामूहिक प्रयत्नांच्या कथा या दृष्टीकोनात केंद्रस्थानी आहेत आणि इतिहासाला राष्ट्रीय मुक्तीच्या दिशेने एक निरंतरता म्हणून प्रतिपादित करते.

५) विविधतेत एकता :

राष्ट्रवादी इतिहासकारांनी भारतीय समाजाच्या सर्वसमावेशक स्वरूपावर भर देत विविधतेतील एकता या विषयावर प्रकाश टाकला. या कथनाने जात, धर्म आणि भाषेवर आधारित विभाजनांवर जोर देण्याच्या वसाहतींच्या प्रयत्नांचा प्रतिकार केला, एकसंध आणि वैविध्यपूर्ण राष्ट्राच्या कल्पनेला चालना दिली.

६) मध्ययुगीन कालखंडाची पुनर्व्याख्या :

राष्ट्रवादी दृष्टिकोनाने मध्ययुगीन कालखंडाची पुनर्व्याख्या करण्याचा प्रयत्न केला, ज्यात परकीय आक्रमणांनी चिन्हांकित केलेल्या अंधारलेल्या काळातील वसाहतवादी चित्रणांना आव्हान दिले. इतिहासकार जसे आर.सी. मजुमदार यांनी सांस्कृतिक समन्वय आणि भारतीय सभ्यतेच्या लवचिकतेवर प्रकाश टाकत स्थानिक लवचिकता आणि सातत्य यावर जोर दिला.

७) स्वातंत्र्योत्तर राष्ट्र–बांधणी :

स्वातंत्र्यानंतरच्या काळात राष्ट्रवादी दृष्टिकोनाने सामायिक इतिहास आणि ओळखीची भावना वाढवून राष्ट्र–निर्माणाच्या प्रयत्नांमध्ये योगदान दिले. स्वतंत्र आणि सार्वभौम भारताच्या समान छत्राखाली विविध समुदायांना एकत्र करण्यासाठी ऐतिहासिक कथा तयार केल्या.

८) लोकपरंपरांचा समावेश :

राष्ट्रवादी इतिहासकारांनी लोक परंपरा आणि मौखिक इतिहासाचे महत्त्व ओळखले आणि त्यांचा व्यापक ऐतिहासिक कथनात समावेश केला. या समावेशाचा उद्देश भारतीय इतिहासाची अधिक समग्र समज प्रदान करून सर्वसामान्य लोकांचे विविध आवाज आणि अनुभव कैद करणे हा आहे.

९) आर्थिक स्वावलंबन :

भारताच्या ऐतिहासिक आर्थिक पराक्रमापासून प्रेरणा घेऊन राष्ट्रवादी दृष्टिकोनाने अनेकदा आर्थिक स्वावलंबनाच्या गरजेवर भर दिला. या दृष्टीकोनातून पूर्व–वसाहतिक आर्थिक पद्धतींवर उभारणी करण्याचा आणि राष्ट्रीय विकासाचा मुख्य घटक म्हणून स्वयंपूर्णतेला प्रोत्साहन देण्याचा प्रयत्न केला.

१०) सामाजिक सुधारणा :

राष्ट्रवादी इतिहासकारांनी अस्पृश्यता, जातीय भेदभाव आणि लैंगिक असमानता यासारख्या मुद्यांवर लक्ष वेधण्यासाठी ऐतिहासिक चळवळींकडे लक्ष वेधून सामाजिक सुधारणांना चालना दिली. या दृष्टीकोनाने स्वातंत्र्यलढ्याला केवळ राजकीयच नव्हे तर सामाजिक आणि सांस्कृतिक परिवर्तन म्हणूनही समोर आणले.

१.४.३ राष्ट्रवादी इतिहासकार आणि त्यांचे योगदान :

बाळ गंगाधर टिळक, वि.दा. सावरकर, राजनारायण बोस, चंद्रनाथ बसू, के.पी. जयस्वाल, बंकिमचंद्र चटर्जी, ए.सी. दास, राजेंद्रलाल मिश्रा, रोमेशचंद्र दत्त, रामकृष्ण भांडारकर, रायचौधरी, आर. सी. मुजुमदार, सुरेंद्रनाथ बॅनर्जी, सी.वाय. चिंतामणी, मेजर बसू, हिरेन मुखर्जी, डी.डी. कोसंबी इत्यादी राष्ट्रवादी इतिहासकार होत.राष्ट्रवादी इतिहासकारांपैकी जयस्वालांचा'हिंदू पॉलिटी', रमेशचंद्र मुजुमदारांचा 'हिस्ट्री अँड कल्चर ऑफ इंडियन पीपल', सावरकरांचा '१९५७ चे स्वातंत्र्यसमर' हे ग्रंथ उल्लेखनीय आहेत. भारतातील राष्ट्रवादी इतिहास लेखनामध्ये अनेक लेखकांनी योगदान दिले आहे. ते पुढील मुद्यांच्या आधारे जाणून घेता येईल :

अ) आर. सी. मुजुमदार :

इ.स.१८८८ मध्ये कलकत्ता येथे डॉ. रमेशचंद्र मुजुमदार यांचा जन्म झाला. त्यांचे सर्व शिक्षण कलकत्ता येथेच झाले. कलकत्ता विद्यापीठामध्ये ते इतिहासाचे प्राध्यापक म्हणून काम करू लागले. पुढे ते ढाक्का विद्यापीठाचे

कुलगुरु बनले. भारतीय विद्या भवनाचा इतिहास आणि संस्कृती या प्रकल्पाचे अकरा खंड प्रकाशित झाले. आर. सी. मुजुमदार हे या प्रकल्पाचे प्रमुख संपादक होते. त्यांनी इतिहासाशिवाय इतर वेगवेगळ्या विषयांवर विपुल अध्ययन व लिखाण केले. तसेच इतिहासातील बऱ्याच कालखंडावर विस्तृत लेखन केले. प्राचीन भारताचा इतिहास हा जरी त्यांच्या अभ्यासाचा विषय असला तरी मुजुमदारांना भारतीय संस्कृतीचे गाढे अभ्यासक, संशोधक आणि इतिहासकार मानले जाते. याशिवाय इतरही विषयांचे लिखाण त्यांनी केले आहे. ज्वलंत राष्ट्राभिमान हे त्यांच्या इतिहास लेखनाचे मर्म होते. इ.स. १८५७ च्या उठावाला त्यांनी असंतुष्ट शिपायांचे बंड म्हटले आहे. आर. सी. मुजुमदारांनी प्राचीन भारताचे समाजजीवन, इ.स. १८५७ चे शिपायांचे बंड, राष्ट्रीय आंदोलन, प्राचीन भारत, आधुनिक भारतातील इतिहास लेखनशास्त्र अशा वेगवेगळ्या विषयांवर लिखाण केले आहे. आर.सी. मुजुमदारांचे लिखाण वस्तूनिष्ठ, भारदस्त, दृढवादी असूनही अत्यंत सटीक वाटते. आर.सी. मुजुमदार हे सर जदुनाथ सरकार यांचे शिष्य होते. आर.सी.मुजुमदार यांच्या इतिहास संशोधनाची वैशिष्ट्ये पुढील मुद्यांच्या आधारे जाणून घेता येतील :

१) प्राचीन भारताचा सखोल अभ्यास :

डॉ. मुजुमदार हे प्राचीन भारताच्या इतिहासातील गाढे अभ्यासक होते. त्यांचा प्राचीन भारताचा इतिहास हा ग्रंथ खूपच प्रसिद्ध आहे. प्राचीन भारताच्या इतिहास लेखनात त्यांचा व्यक्तिनिष्ठ दृष्टिकोन कोठेच आढळत नाही. मात्र मध्ययुगीन भारताच्या इतिहासात त्यांचा व्यक्तिनिष्ठ दृष्टिकोन अत्यंत प्रभावी बनल्याचे दिसते. त्यांची विश्लेषण शक्ती अतिशय प्रखर, स्वयंभू आणि स्पष्ट होती. स्पष्टोक्ती हा त्यांचा गुणधर्म होता. स्वतंत्रपणा त्यांच्या लिखाणात जाणवत होता. मुजुमदारांच्या इतिहास लेखनात तत्त्वज्ञानाचा प्रभाव जाणवत नाही. त्यामुळे सर्वसामान्यांना मजा आणि रोमांचकारी अनुभूती वाटत नाही. त्यांची ज्ञानसाधनेमधील परिपूर्णता, अनुभव समृद्धी, विशाल व व्यापक दृष्टिकोन स्पष्ट, परिपूर्ण व स्वतंत्र मतप्रणाली आणि ते मांडण्याचे धाडस यामुळे मुजुमदारांना बौद्धिक विश्वास मान्यता आणि गौरव संपादन झाला. त्यांनी मोठ्या कष्टाने, जिद्दीने आणि चिकाटीने भारतीय विद्याभवनचा प्रकल्प पूर्ण केला. स्वतंत्र भारताच्या इतिहासामध्ये हा पहिलाच प्रकल्प आणि प्रयत्न होता त्यामुळे मुजुमदारांना प्रसिद्धीने अत्युच्च शिखरावर नेले.

२) साम्राज्यवादी लेखनास विरोध :

इतिहास लेखनात असणारी साम्राज्यवादी विचारसरणी मुजुमदारांना दूर करायची होती, असे ते एके ठिकाणी म्हणतात. ब्रिटिश इतिहासकारांनी इतिहास लेखनात साम्राज्यवादी विचारसरणी आणि साम्राज्यवादी लेखनात सत्यता कमी असते, पुराव्यांमधील सत्य पूर्ण सांगितले जात नाही, त्यामुळे पुराव्यांचे विकृतीकरण होते असे म्हटले आहे. त्यांच्या मते, सत्य शोधनाची आंतरिक तळमळ म्हणजेच इतिहास होय. सर जदुनाथ सरकारांच्यामुळे बंगालमध्ये इतिहास संशोधनाचे वातावरण निर्माण झाले. आर.सी. मुजुमदार हे देखील त्याच परंपरेतील इतिहासकार होते. ते इतिहासास स्वतंत्र आणि परिपूर्ण विद्याशाखा बनवू इच्छित होते. इतिहासाला पूर्णपणे शास्त्रीय बनवायला हवे असे त्यांना वाटते. त्यांच्या मते, इतिहासाला शास्त्रासारखा साचेबद्धपणा येणार नाही कारण, इतिहासात मानवाचा अभ्यास केला जातो. इतिहासात स्थिर, चल समीकरणे असा प्रकार नसतो कारण यातील सर्व चल अस्थिर असतात.

३) सत्य संशोधन :

डॉ. आर. सी. मुजुमदारांना सत्य शोधण्याचा ध्यास लागला होता. त्यांच्या मते, काही लोकांना सत्य आवडते, तर काहींना आवडत नाही. याशिवाय समोर आलेले सत्य हे प्रचलित मत प्रवाहास जुळणारे असते किंवा प्रचलित

प्रवाहाच्या विरूद्धही असते. डॉ.आर.सी. मुजुमदार यांनी 'इंडिया ॲन्ड द वर्ल्ड' या ग्रंथात पश्चिम आशियाशी भारताचे असणारे संबंध इ.स.पूर्व हजारो वर्षापासून असावेत असे त्यांना वाटते असे त्यांनी लिहिले आहे. त्यासाठी पुरावा म्हणून ते मेसेपोटेमिया, इजिप्त, पॅलेस्टाईन या ठिकाणचे पुरावे सादर करतात. पश्चिम आशियातील इतर देशांशी भारताचे व्यापारी संबंध होते. व्यापारामध्ये पर्शियन आखात, तांबडा समुद्र, दक्षिण भारताची किनारपट्टी वापरली जात होती. भारतीय बनावटीच्या काही पदार्थांची नावे हिब्रु भाषेतील काही पदार्थांना आहेत. दक्षिण भारताच्या किनारपट्टीवर त्याकाळी ओफीर हे बंदर असावे. मोहेंजोदाडोचे पश्चिम आशियाशी व्यापारी संबंध होते. इ.स.पूर्व ३ हजार वर्षापूर्वी हे संबंध होते. मात्र, या काळातील भाषाशास्त्रीय आणि पुरातत्त्वीय पुरावे काहीच माहिती सांगत नाहीत यावरून आर.सी. मुजुमदार हे फक्त सत्य मांडतात हे तर दिसतेच; परंतु त्याचबरोबर ते इतिहासाला दिशा दाखविण्याचे कार्य करतात.

४) इस्लामी आक्रमकांची चर्चा :

डॉ. आर. सी. मुजुमदार यांनी प्राचीन भारताच्या विशेषकरून दक्षिण भारताच्या पश्चिम आशियाई व्यापारी आणि आर्थिक संबंधाबाबत दाखला आणि पुरावा देऊन वर्णन केले आहे. शिवाय त्यांनी काढलेले अनुमान आणि निष्कर्ष तसेच त्यांनी केलेली विधाने यांना नंतरच्या काळात सापडलेल्या पुराव्यांमुळे भक्कम पुष्टी मिळाली आहे. मुसलमानी आक्रमणामुळे आर्यावर्त या भावनेला धक्का बसला आणि तडे गेले. म्हणूनच अन्य आक्रम कांमध्ये इस्लामी आक्रमक कसे वेगळ्या प्रकारचे होते हे दाखवून देतात. इतिहास आणि संस्कृती या भारतीय विद्याभवनाच्या प्रकल्पावर आर्यावर्त संकल्पनेचा प्रभाव दिसतो. त्यामुळे या प्रकल्पावर लेखन करण्यासाठी अनेक लेखकांनी नकार दिला. त्र्यंबक शंकर शेजवलकर या नामवंत इतिहासकारानेही विद्याभवनाच्या प्रकल्पास कडवा विरोध केला.

५) भारतीय इतिहास लेखनातील कूट प्रश्नांची चर्चा :

हेरास व्याख्यानामध्ये डॉ. मुजुमदारांनी भारतीय इतिहास लेखनशास्त्र कसकसे विकसित होत गेले, त्यात कोणते कूट प्रश्न आहेत याचे मार्मिक विवेचन व विश्लेषण केले आहे. त्यातही मुजुमदारांचा हट्टी दृष्टिकोन दिसून येतो. सध्याच्या काळात हिंदू-मुस्लिम संस्कृतीचे मिश्रण होऊन तयार झालेली आताची भारतीय संस्कृती ही संकल्पना मुजुमदारांना मान्य नाही. त्यावर मत व्यक्त करताना ते म्हणतात, सध्याच्या राजकारणाचा आणि महात्मा गांधींच्या अहिंसेच्या तत्त्वांचा त्यावर प्रभाव पडलेला आहे.

ब) डॉ. के. पी. जयस्वाल :

डॉ. काशी प्रसाद जयस्वाल हे विद्वान म्हणून प्रसिद्ध आहेत. प्राचीन भारताचा इतिहास व राज्यपद्धती या क्षेत्रात त्यांनी मौल्यवान संशोधन केले आहे. तसेच प्राचीन भारताच्या संशोधन क्षेत्रात त्यांनी नवे दालन उघडले व भारतात राष्ट्रवादी कल्पनेचा प्रसार केला. वकिल असूनही त्यांनी इतिहास संशोधन क्षेत्रात भरीव कामगिरी केली आहे. ब्रिटिश इतिहास लेखनामध्ये भारतीय संस्कृतीला हलक्या प्रतीचे मानून युरोपीय संस्कृतीचा मोठेपणा सिद्ध करण्याचा प्रयत्न केला जात होता. तसेच धार्मिक क्षेत्रात ख्रिश्चन मिशनऱ्यांनी हिंदू धर्म, हिंदू समाज, चालीरीती यावर पद्धतशीरपणे हल्ला चढविला होता. ब्रिटिशांनी आणि पाश्चात्य इतिहासकारांनी भारतीयांचा इतिहास विकृतपणे मांडला. डॉ. के.पी. जयस्वाल यांनी या विकृतपणास सर्वात प्रथम आव्हान दिले. के.पी. जयस्वालांबरोबरच, स्वामी दयानंद, स्वामी विवेकानंद, स्वातंत्र्यवीर सावरकर, श्रीमती ॲनी बेझंट यांनी अशाच प्रकारचे लेखन केले. त्यांच्या लेखनामुळे भारतीय स्वातंत्र्य चळवळीला वेगळे स्वरुप प्राप्त झाले. काशी प्रसाद जयस्वाल यांचे प्राच्य विद्या शिलालेखशास्त्र, नाणक शास्त्र या शाखांशी इतिहास लेखन संबंधित होते.

१) प्राच्यविद्या :

प्राच्यविद्या शाखेमध्ये जयस्वाल यांनी भरपूर लिखाण केले. मॉडर्न रिव्ह्यू या नियतकालिकामधून इ.स. १९१३ साली जयस्वाल यांनी "An Introduction to Hindu Polity" हा लेख लिहिला. "A Constitutional History of India in Hindu times" या नावाचा ग्रंथ त्यांनी १९२४ साली प्रसिद्ध केला. 'कलकत्ता विकली नोटस्' या नियतकालिकामधून इ.स. १९११ ते १३ या काळात हिंदू लॉ या विषयावर लेख लिहिले होते. टागोर कायदा व्याख्यानमालेमध्ये इ.स. १९१७ साली कलकत्ता विद्यापीठात मनू आणि याज्ञवल्क्य या विषयावर १२ व्याख्याने दिली. प्राचीन भारताचा राजकीय इतिहास व घटनांचा अनुक्रम ठरविणे हा जयस्वाल यांचा संशोधन विषय होता व त्यावर त्यांनी संशोधन कार्य सुरू केले. 'जर्नल ऑफ दि बिहार रिसर्च सोसायटी' या नियतकालिकामधून जयस्वाल यांनी आपले वेगवेगळ्या विषयांवरील संशोधनपर लिखाण प्रसिद्ध केले यात १) कॉन्ट्रिब्यूशन्स टू दि हिस्ट्री ऑफ मिथिला २) क्रोनॉलॉजिकल समरी इन पुराणिक क्रॉनिकल्स ॲण्ड दि कलियुग एरा ३) साईसुंक ॲण्ड मौर्यन क्रोनॉलॉजी ॲण्ड दि डेट ऑफ दि बुद्धाज निर्वाण ४) दि एम्पायर ऑफ बिंदुसार ५) दि रिव्हाईज्ड डेट ऑन दि ब्रॅम्हिण एम्पायर ६) दि स्टॅच्यू ऑफ वेम कॅडफॅशिस ॲण्ड कुशान क्रोनॉलॉजी ७) ऑन दि रुल ऑफ पुण्यमित्र शुंग ८) हिस्ट्री ऑफ इंडिया १५०-३५० AD ९) क्रोनॉलॉजी हिस्ट्री ऑफ नेपाळ ६०० BC ते ८८० AD १०) चंद्रगुप्त विक्रमादित्य द्वितीय आणि त्याचे पूर्वसूरी ११) ए हिंदू टेक्स्ट ऑन पेंटिंग इत्यादींचा समावेश होतो.

२) हिंदू पॉलिटी :

हिंदू पॉलिटी हा ग्रंथ काशी प्रसाद जयस्वाल यांनी दोन भागात विभागला आहे. भारतीय प्रजासत्ताकाची माहिती पहिल्या भागामध्ये आहे तर दुसऱ्या भागात राजेशाही व्यवस्थेचे वर्णन आहे. त्यामध्ये इ.स. चौथ्या शतकापासून ते गुप्त कालखंडापर्यंतचे वर्णन आढळते. ग्रंथामध्ये सुरुवातीलाच लेखकाने ग्रंथासाठी वापरलेल्या संदर्भ-साधनांची सविस्तरपणे चर्चा केली आहे. या ग्रंथामध्ये सभा आणि समिती या वैदिक काळातील संस्थांविषयी वर्णन आहे. लेखकाने सभा ही संस्था सार्वभौम होती असा दावा केला आहे. हिंदुच्या राज्यपद्धतीत प्रतिनिधित्वाचे तत्त्व मान्य केलेले होते. प्रतिनिधित्वाच्या तत्त्वाला सामान्य जनताही मान देत होती. जयस्वाल यांनी समितीच्या अधिकारांची व कार्य पद्धतीची विस्तृत चर्चा केली आहे.

क) डॉ. ए. एस. आळतेकर :

डॉ. ए. एस. आळतेकर यांचा जन्म २५ नोव्हेंबर १८९८ साली झाला. आळतेकर हे जेवढे इतिहासकार म्हणून प्रसिद्ध आहेत, त्यापेक्षा प्राच्यविद्यापंडित म्हणून ते ओळखले जातात. कोल्हापूर जवळील कागल संस्थानात जन्म झालेल्या आळतेकरांनी एम. ए. ची पदवी प्रथम श्रेणीत संपादित केली. पुढे त्यांनी पी. एच. डी. पदवीसाठी राष्ट्रकुट घराण्याच्या इतिहासाचा सखोल अभ्यास केला. बनारस विश्वविद्यालयात ते प्राध्यापक झाले. १९४९ साली ते पाटणा येथे प्राचीन इतिहासाचे प्रमुख म्हणून त्यांची नेमणूक झाली. तेथील सेवाकाळ पूर्ण झाल्यानंतर ते के.पी. जयस्वाल संशोधन संस्थेचे संचालक बनले. त्यांनी प्राचीन स्थानाची उत्खनने पार पाडली व प्राचीन भारताच्या इतिहासात मोलाची भर टाकली.

१) डॉ.ए. एस. आळतेकरांचे लेखन :

डॉ. ए.एस. आळतेकर हे भारतीय नाणकशास्त्र मंडळाचे ते अध्यक्ष झाले; परंतु परिषदेच्या अगोदर त्यांचे निधन झाल्याने ते अध्यक्ष म्हणून उपस्थित राहू शकले नाहीत. आळतेकरांचे संशोधन हे चौफेर स्वरुपाचे होते. त्यांनी प्राचीन भारताचे अत्यंत सखोल आणि सातत्याने संशोधन व अध्यापन केले. ए. एस. आळतेकरांचे लेखन

साहित्य पुढीलप्रमाणे आहे १) पोझिशन ऑफ हिंदू विमेन इन हिंदू सिव्हीलायझेशन २) द एज ऑफ वाकाटकाज् अॅण्ड गुप्ताज् ३) स्टेट अॅण्ड गव्हर्नमेंट इन एन्शीयन्ट इंडीया ४) एज्युकेशन इन इन्शट इंडिया ५) कॅटलॉग्ज ऑफ गुप्त गोल्ड कॉईन्स इन द बयाना होर्ड ६) द कॉपर्स ऑफ गुप्त कॉईन्स ७) शिलाहारांचा इतिहास.

२) डॉ. आळतेकरांची लेखन वैशिष्ट्ये :

डॉ. आळतेकर हे इतिहासाचे थोर अभ्यासक होते. त्यांनी प्राचीन भारताचे महत्त्वपूर्ण संशोधन केले व त्यातून मौलिक लेखन केले. त्यांच्या सर्व ग्रंथातून प्राचीन भारताचे यथार्थ चित्रण अनुभवायला मिळते. भारताला संपन्न इतिहास नाही, असे म्हणणाऱ्या टिकाकारांची तोंडे आळतेकरांनी बंद केली. त्यांनी आपल्या संशोधनकार्याचा वापर लेखनात अतिशय चपखलपणे केलेला आहे. फक्त प्राचीन वैदिक वाङ्मयावर फारसे अवलंबून न रहाता त्यांनी आपले खरे संशोधन जगाच्या नजरेसमोर आणले. शिलालेख, कोरीव लेख, ताम्रपट, नाणी, वास्तूशिल्प कला, चित्रकला, दैनंदिन उपयोगाच्या वस्तू, विविध अवजारे, उपकरणे, लोकसाहित्य, भूगोल, परकीय प्रवाशांच्या डायऱ्या या सर्व साधनांची छाननी केली व त्याची विश्वसनीयता पडताळून पाहिली व त्यानंतर या सामग्रीचा लेखनासाठी वापर केला.

आळतेकरांच्या लेखनाचे वैशिष्ट्य म्हणजे संमतपणा, समतोलपणा. त्यांनी कोणत्याही गोष्टींचा आग्रह व दुराग्रह स्वीकारला नाही. त्यांनी लेखन करताना ते एकांगी होऊ नये याचा प्रयत्न केल्याचे दिसते. भारताचा इतिहास आणि संस्कृतीपट त्यांनी विशाल स्वरुपात मांडून दाखवलेला आहे. कालाप्रमाणे, वंशाच्या वृद्धीप्रमाणे, सलग असा इतिहास त्यांनी सादर केला. त्यांच्यामते पुराणे, महाकाव्ये, वैदिक वाङ्मय हा इतिहास नसून ते इतिहासाचे साधनसाहित्य आहे असे प्रतिपादन केले. आपणच आपला इतिहास लिहिला पाहिजे व जगासमोर मांडला पाहिजे, असे मत आळतेकरांनी व्यक्त केलेले आहे.

ड) राधा कुमुद मुखर्जी :

बंगालमधील एका प्रतिष्ठित कुटुंबात जन्माला आलेल्या राधा कुमुद यांचा पिंडही राष्ट्रवादी होता. 'The History of India Shipping and Maritime Activity from the earliest Times', 'Local self Government in Ancient India', 'Acient Indian Education', 'The Fundamental unity of India', 'The Gupta Empire' हे त्यांच्या अनेक ग्रंथांपैकी महत्त्वाचे ग्रंथ होत. प्राचीन भारतातील विद्याध्ययनाची उत्क्रांती ते उलगडून दाखवितात. त्याचप्रमाणे त्यांनी प्राचीन भारतावर विपुल लिखाण केले असून विन्सेंट स्मिथ, ए.बी.कीथ सारख्या सुप्रसिद्ध इंग्रज लेखकांनी देखील त्यांच्या लेखनाची प्रशंसा केली आहे.

इ) डॉ. रामकृष्ण गोपाळ भांडारकर :

१९ व्या शतकाच्या मध्यानंतर प्राचीन भारतीय इतिहासाचा शोध घेण्यास जे आंग्लशिक्षित तरुण पुढे सरसावले, त्यात भांडारकरांचे नाव अग्रगण्य आहे. ह्या प्रज्ञावंताने सारी हयात इतिहास संशोधनात व लिखाणात व्यतीत केली. 'The Early History of the Deccan' आणि 'A peep into the Early History of India' हे त्यांचे प्रसिद्ध ग्रंथ आहेत. दख्खनच्या इतिहासात राजकीय घडामोडींबरोबर आर्थिक, धार्मिक, सांस्कृतिक स्थितीचे वर्णनही आढळते. युरोपातील रांकेप्रणित शास्त्रीय इतिहासलेखन पद्धतीचे ते खंदे पुरस्कर्ते असून पूर्वग्रहाने केलेले इतिहासलेखन ते त्याज्य मानतात. पुण्यात उभी असलेली भांडारकर ओरिएन्टल रिसर्च इन्स्टीटयूट' ही संस्था त्यांच्या मौलिक कार्याचे स्मारक आहे. या संस्थेने इतिहासकारांच्या भारतीय तसेच परकीय संशोधकांच्या पिढयांना प्रेरणा दिली आहे.

१.४.४ राष्ट्रवादी दृष्टिकोनाचे महत्त्व :

भारतीय इतिहासातील राष्ट्रवादी दृष्टीकोन अनेक प्रमुख घटकांमुळे महत्त्वपूर्ण आहे :

१) राष्ट्रीय ओळख वाढवणे :

सामायिक वारशाच्या झेंड्याखाली विविध समुदायांना एकत्रित करणाऱ्या सांस्कृतिक, ऐतिहासिक आणि सामाजिक घटकांना अधोरेखित करून भारतीयांमध्ये राष्ट्रीय अस्मितेची सामूहिक भावना निर्माण करण्यात आणि मजबूत करण्यात राष्ट्रवादी दृष्टीकोन महत्त्वपूर्ण भूमिका बजावतो.

२) प्रेरणा आणि एकता :

राष्ट्रवादी दृष्टीकोन भारताच्या स्वातंत्र्य चळवळीदरम्यान केलेल्या संघर्ष आणि बलिदानाचे स्मरण करतो, भविष्यातील पिढ्यांसाठी प्रेरणा आणि एकतेचा स्त्रोत म्हणून काम करतो, देशभक्ती आणि राष्ट्रासाठी समर्पणाची भावना वाढवतो.

३) सांस्कृतिक वारशाचे जतन :

भारताचा समृद्ध सांस्कृतिक वारसा, उपलब्धी आणि जागतिक सभ्यतेतील योगदान यावर जोर देऊन, हा दृष्टीकोन देशी परंपरा, भाषा, कला आणि तत्त्वज्ञान यांचे जतन आणि संवर्धन करण्यास मदत करतो.

४) स्वातंत्र्य चळवळ समजून घेणे :

राष्ट्रवादी दृष्टीकोन भारताच्या स्वातंत्र्य चळवळीच्या बहुआयामी स्वरूपाबाबत अंतर्दृष्टी प्रदान करतो तसेच ज्यांनी एकत्रितपणे वसाहतवादी राजवटीपासून मुक्तीसाठी कार्य केले अशा विचारधारा, नेते आणि चळवळींची विविधता दर्शवितो.

५) वसाहतवादी प्रभावाचे चिकित्सक मूल्यांकन :

ब्रिटीश वसाहतवादाच्या प्रतिकूल परिणामांचे चिकित्सक मूल्यांकन करणे, आर्थिक शोषण, सांस्कृतिक दडपशाही आणि सामाजिक अन्याय यावर प्रकाश टाकणे, भारताच्या वसाहतवादी भूतकाळाचे सखोल आकलन होण्यास प्रोत्साहन देणे यादृष्टीने हा दृष्टिकोन महत्वाचा आहे.

६) राष्ट्रवाद आणि देशभक्तीचा प्रचार :

राष्ट्रीय नायक, सांस्कृतिक कामगिरी आणि स्वातंत्र्याचा शोध साजरे करणाऱ्या कथांद्वारे, राष्ट्रवादी दृष्टीकोन राष्ट्रवाद आणि देशभक्तीची भावना निर्माण करतो, नागरी जबाबदारी आणि देशाचा अभिमान वाढवतो.

७) उपेक्षित आवाजांचे सक्षमीकरण :

राष्ट्रवादी दृष्टीकोन समाजातील उपेक्षित घटकांच्या योगदानावरही प्रकाश टाकतो; स्त्रिया, कनिष्ठ जाती आणि अल्पसंख्याक समुदायांचा समावेश करून, भारताच्या इतिहासाला आकार देण्यामध्ये त्यांची भूमिका मान्य करणारी अधिक सर्वसमावेशक धारणा सादर करतो.

८) विविधतेत लवचिकता आणि एकता :

विविध ऐतिहासिक आव्हानांमध्ये भारताची वैविध्यपूर्ण सांस्कृतिक परंपरा टिकवून ठेवण्याची लवचिकता दाखवून, हा दृष्टीकोन विविधतेतील एकतेवर भर देतो, विविध समुदायांमध्ये सहिष्णुता आणि समजूतदारपणाला चालना देतो.

९) ऐतिहासिक चेतनेला आकार देणे :

राष्ट्रवादी दृष्टीकोन राष्ट्राच्या ऐतिहासिक चेतनेला आकार देण्यासाठी, भारताचा भूतकाळ समजून घेण्यासाठी आणि त्याचा अर्थ लावण्यासाठी, राष्ट्राच्या वर्तमान आणि भविष्यातील मार्गांवर प्रभाव टाकण्यासाठी एक चौकट प्रदान करतो.

१०) शैक्षणिक आणि सामाजिक प्रभाव :

राष्ट्रवादी दृष्टीकोनाचा शैक्षणिक अभ्यासक्रम, सामाजिक मूल्ये आणि सांस्कृतिक प्रवचनांवर महत्त्वपूर्ण प्रभाव पडला, ज्यामुळे भारतीय स्वतःला कसे पाहतात, त्यांचा इतिहास आणि जागतिक संदर्भात त्यांची भूमिका प्रभावित करते.

१.४.५ राष्ट्रवादी दृष्टिकोनाच्या मर्यादा :

भारतीय इतिहासाकडे पाहणाऱ्या राष्ट्रवादी दृष्टीकोनाचे गुण असले तरी त्याला अनेक मर्यादा आहेत :

१) निवडक व्याख्या :

प्राथमिक टीकांपैकी एक म्हणजे ऐतिहासिक घटनांचे निवडक अर्थ लावण्याची प्रवृत्ती, अनेकदा भारताच्या भूतकाळातील काही पैलूंचा गौरव करते आणि राष्ट्रवादाच्या आदर्श कथनाला आव्हान देणाऱ्या इतरांना दुर्लक्षित करते किंवा कमी लेखते.

२) विविध दृष्टीकोनांकडे दुर्लक्ष :

राष्ट्रवादी दृष्टीकोन भारताच्या ऐतिहासिक अनुभवांच्या विविधतेकडे दुर्लक्ष करतो, उपेक्षित गट, प्रदेश किंवा समुदायांचे आवाज, संघर्ष आणि योगदान यांचे पुरेसे प्रतिनिधित्व करण्यात अयशस्वी होतो, ज्यामुळे राष्ट्राच्या इतिहासाचे एक विकृत किंवा अपूर्ण चित्र सादर केले जाते.

३) गुंतागुंतीचे अतिसरलीकरण :

ऐतिहासिक संदर्भांमध्ये अस्तित्वात असलेल्या सूक्ष्म गुंतागुंत, संघर्ष किंवा वैविध्यपूर्ण दृष्टिकोनांकडे दुर्लक्ष करून, राष्ट्रवादी विचारसरणींशी संरेखित असलेल्या धारणेत बसण्यासाठी जटिल ऐतिहासिक घटना किंवा सामाजिक-सांस्कृतिक वास्तविकता यांना प्राधान्य दिली जाते.

४) विरोधाभासी कथा वगळणे :

प्रबळ राष्ट्रवादी चर्चेस आव्हान देणाऱ्या कथनाला हा दृष्टिकोन बाजूला ठेवतो किंवा बदनाम करतो, ज्यामुळे भारताच्या इतिहासाची अधिक व्यापक समज देऊ शकणारे असहमत किंवा विरोधाभासी दृष्टीकोन वगळले जातात.

५) राजकीय साधनीकरण :

राष्ट्रवादी इतिहासलेखन हे राजकीयदृष्ट्या साधन बनले जाते, सरकार किंवा राष्ट्रवादी गटांद्वारे एखाद्या विशिष्ट विषयपत्रिकेला चालना देण्यासाठी, जनमताला आकार देण्यासाठी किंवा राजकीय विचारधारा मजबूत करण्यासाठी एक साधन म्हणून वापरले जाते, संभाव्यतः पक्षपाती ऐतिहासिक अर्थ लावला जातो.

६) वसाहतपूर्व आणि स्वातंत्र्योत्तर इतिहासाकडे दुर्लक्ष :

राष्ट्रवादी इतिहासलेखन भारताच्या स्वातंत्र्याच्या लढ्यावर आणि त्याच्या प्राचीन सांस्कृतिक वारशावर जास्त लक्ष केंद्रित करते, त्यामुळे कधीकधी पूर्व-वसाहतिक इतिहासाची खोली आणि समृद्धता किंवा स्वातंत्र्योत्तर घडामोडींच्या गुंतागुंतांकडे दुर्लक्ष होते.

७) राष्ट्रीय नायकांवर जास्त भर :

राष्ट्रीय नायकांचा उत्सव साजरा करणे महत्त्वाचे असले तरी, या आकडेवारीवर जास्त लक्ष केंद्रित केल्याने भारताच्या इतिहासाला आकार देण्यासाठी विविध व्यक्ती, गट आणि चळवळींच्या सामूहिक प्रयत्नांकडे आणि योगदानाकडे दुर्लक्ष होते.

८) वंशकेंद्री विश्लेषणाची संभाव्यता :

राष्ट्रवादी इतिहासलेखन अनवधानाने वांशिक-सांस्कृतिक प्रवृत्तींना चालना देते, विशिष्ट वांशिक-सांस्कृतिक ओळखीस प्रबळ कथन म्हणून चालना देते, ज्यामुळे भारतीय समाजातील अंतर्निहित बहुलता आणि विविधता दुर्लक्षित होते.

९) प्रादेशिक आणि स्थानिक इतिहासाकडे दुर्लक्ष :

राष्ट्रवादी इतिहासलेखन भारतातील विशिष्ट प्रादेशिक आणि स्थानिक इतिहास, भाषा, परंपरा आणि ओळख यांच्याकडे दुर्लक्ष करते, एकसंध किंवा केंद्रीकृत कथनात योगदान देते जे सबल्टर्न इतिहासाच्या समृद्धतेकडे दुर्लक्ष करते.

१०) ऐतिहासिक परिसंवादाची स्तब्धता :

विशिष्ट राष्ट्रीय चौकटीचे काटेकोरपणे पालन केल्याने, शैक्षणिक वादविवाद रोखण्याचा, पर्यायी व्याख्यांच्या शोधात अडथळा आणण्याचा आणि भारतातील ऐतिहासिक परिसंवादाच्या उत्क्रांतीमध्ये अडथळा निर्माण होण्याचा धोका असतो.

१.५ मार्क्सवादी दृष्टीकोन :

मानवी जीवनाच्या वाटचालीचा अभ्यास करण्यासाठी अनेक ऐतिहासिक परंपरा उदयाला आल्या होत्या. या ऐतिहासिक परंपरामध्ये मार्क्सवादी इतिहास लेखन परंपरेला अनन्यसाधारण महत्त्व आहे. कारण या परंपरेने मानवाच्या व समाजाच्या मूलभूत अंगाचा विचार केला होता. या मार्क्सवादी इतिहास लेखन परंपरेचा जनक कार्ल मार्क्स मानला जातो. मार्क्सने समाजाचा भौतिकवादी तत्त्वातून अभ्यास करुन विविध घटकांची मांडणी केली होती. युरोपियन मार्क्सवादी इतिहास लेखन परंपरेचा अभ्यास खालील मुद्यांच्या आधारे मांडता येईल :

१.५.१ अर्थ :

इतिहासाचा मार्क्सवादी दृष्टीकोन ही एक अशी चौकट आहे जी ऐतिहासिक घटनांचे आणि सामाजिक बदलांचे वर्गसंघर्ष व भौतिक परिस्थितीच्या दृष्टीकोनातून अर्थ लावते. कार्ल मार्क्स आणि फ्रेडरिक एंगेल्सच्या सिद्धांतांमध्ये रुजलेला, हा दृष्टीकोन संपूर्ण इतिहासात विविध सामाजिक-आर्थिक वर्ग, विशेषतः पीडित आणि शासक वर्ग यांच्यातील संघर्ष आणि गतिशीलता यावर लक्ष केंद्रित करून मानवी समाजाच्या उत्क्रांतीचे परीक्षण करतो. हे असे प्रतिपादन करते की ऐतिहासिक प्रगती आर्थिक संसाधनांवर नियंत्रण ठेवण्याच्या संघर्षाद्वारे चालविली जाते, जिथे उत्पादन पद्धती आणि वर्ग संबंधांमधील बदल सामाजिक परिवर्तन, क्रांती आणि नवीन सामाजिक व्यवस्थांचा उदय घडवून आणतात.

१.५.२ मार्क्सवादी दृष्टिकोनाची वैशिष्ट्ये :

भारतीय इतिहासाच्या मार्क्सवादी दृष्टिकोनाची वैशिष्ट्ये पुढील मुद्यांच्या आधारे जाणून घेता येतील :

१) वर्गसंघर्ष मध्यवर्ती :

भारतीय इतिहासाचा मार्क्सवादी दृष्टिकोन वर्गसंघर्षाला त्याच्या विश्लेषणाच्या केंद्रस्थानी ठेवतो. विविध सामाजिक वर्गांमधील संघर्ष, विशेषत: शासक वर्ग (बुर्जुआ) आणि कामगार वर्ग (सर्वहारा) यांच्यातील संघर्षाचा परिणाम म्हणून तो ऐतिहासिक घडामोडींचे स्पष्टीकरण देतो.

२) भौतिकवादी अन्वयार्थ :

मार्क्सवादी इतिहासकार इतिहासाचे भौतिकवादी अन्वयार्थ स्वीकारतात, सामाजिक संरचना आणि ऐतिहासिक बदलांना आकार देण्यासाठी आर्थिक घटकांच्या भूमिकेवर जोर देतात. ते प्राथमिक निर्धारक म्हणून आर्थिक पायावर लक्ष केंद्रित करून उत्पादनाच्या पद्धती आणि सामाजिक संबंधांवर त्यांचा प्रभाव यांचे विश्लेषण करतात.

३) वसाहतवाद आणि भांडवलवाद :

मार्क्सवादी इतिहासकार भारतीय समाजावरील वसाहतवादाचा प्रभाव तपासतात, ते भांडवलशाहीकडे विकासाचा टप्पा म्हणून पाहतात. वासाहतिक राजवटीने शाही शक्तींच्या फायद्यासाठी भारतीय संसाधनांचे शोषण कसे सुलभ केले आणि सामाजिक-आर्थिक परिदृश्य कसे बदलले मार्क्सवादी इतिहासकार याबाबत विश्लेषण करतात .

४) जात आणि वर्ग परस्परसंबंध :

मार्क्सवादी दृष्टीकोन भारतीय समाजातील जातीचे महत्त्व मान्य करतो परंतु वर्ग विभाजनांना छेदणारा सामाजिक स्तरीकरणाचा एक प्रकार म्हणून त्याचा अर्थ लावतो. जातीचे सामाजिक आणि सांस्कृतिक महत्त्व ओळखताना, मार्क्सवादी इतिहासकार आर्थिक संरचना आणि शोषणाशी त्याचा संबंध अधोरेखित करतात.

५) विचारसरणीची भूमिका :

मार्क्सवादी इतिहासकार ऐतिहासिक घटनांना आकार देण्यासाठी विचारधारेच्या भूमिकेवर जोर देतात. धार्मिक, सांस्कृतिक आणि राजकीय विचारधारा शासक वर्गाच्या हिताची सेवा कशी करतात, विद्यमान सामाजिक व्यवस्था आणि आर्थिक संबंध राखण्यात योगदान देतात मार्क्सवादी इतिहासकार याचे विश्लेषण करतात.

६) शेतकरी आणि कामगार चळवळी :

मार्क्सवादी दृष्टिकोन ऐतिहासिक बदलाचे महत्त्वपूर्ण घटक म्हणून शेतकरी आणि कामगार चळवळींचा अभ्यास करण्यावर जोरदार भर देतो. नीळ कामगारांचा विद्रोह, दख्खन दंगल आणि कामगार संघर्ष यासारख्या चळवळी शोषणाविरुद्धच्या वर्गसंघर्षाच्या दृष्टीकोनातून तपासल्या जातात.

७) राष्ट्रीय बुर्जुआ वर्गावर टीका :

मार्क्सवादी इतिहासकार भारतीय स्वातंत्र्य चळवळीतील राष्ट्रीय बुर्जुआ वर्गाच्या भूमिकेचे समीक्षेने मूल्यांकन करतात. त्यांचा असा युक्तिवाद आहे की भारतीय भांडवलदार वर्गाने, वसाहतवादी राजवटीविरुद्धच्या लढ्याचे नेतृत्व करूनही, शेवटी साम्राज्यवादाशी तडजोड केली आणि शोषणात्मक संरचना कायम ठेवण्यास हातभार लावला.

८) साम्राज्यवाद आणि अवलंबित्व :

मार्क्सवादी दृष्टीकोन जागतिक साम्राज्यवादाच्या संदर्भात भारताच्या स्वातंत्र्योत्तर विकासाचे विश्लेषण करतो. तो अधोरेखित करतो की आर्थिक धोरणे ही अनेकदा जागतिक भांडवलशाही हितसंबंधांशी सरेखित, भारत आणि अधिक विकसित राष्ट्रांमधील आश्रित आणि असमान संबंधात योगदान देतात.

९) पूर्व-वसाहतिक संदर्भात ऐतिहासिक भौतिकवाद :

मार्क्सवादी इतिहासकारांनी ऐतिहासिक भौतिकवादाचा विस्तार पूर्व-वसाहतिक भारताच्या अभ्यासापर्यंत केला आहे. उत्पादन पद्धती आणि वर्ग संबंधांचा सामाजिक संरचनांवर कसा प्रभाव पडतो याचे ते परीक्षण करतात. यामध्ये ऐतिहासिक भौतिकवादी चौकटीत सामंती संबंध, कृषी व्यवस्था आणि व्यापार नेटवर्कचे विश्लेषण करणे समाविष्ट आहे.

१०) क्रांतिकारी बदलास समर्थन :

भारतीय इतिहासाचा मार्क्सवादी दृष्टिकोन क्रांतिकारी बदलास आवाहन करतो. यात भांडवलशाही संरचना उलथून टाकून समाजाच्या परिवर्तनाची कल्पना केली जाते, कामगार वर्गाच्या हितांना प्राधान्य देणारी आणि शोषण दूर करणारी समाजवादी व्यवस्था आवश्यक मानली जाते.

१.५.३ प्रख्यात मार्क्सवादी इतिहासकार आणि त्यांचे योगदान :

मार्क्सवादी इतिहास लेखनातील विविध संशोधकांचे योगदान पुढील मुद्यांच्या आधारे जाणून घेता येईल :

अ) रोमिला थापर :

आधुनिक काळातील एक श्रेष्ठ इतिहासकार म्हणून डॉ. रोमिला थापर यांचे योगदान अत्यंत मोलाचे आहे. अशोकावरील त्यांचा ग्रंथ प्रमाणभूत मानला जातो. डॉ. रोमिला थापर यांनी अनेक संशोधनपर लेख लिहिले. पाश्चात्य देशातील इतिहास संशोधनातील नव्या विचारांचे शोध त्यांनी भारतात आणले. भारतातील त्या श्रेष्ठ इतिहासकार आहेतच तसेच, त्यांनी लंडन विद्यापीठातही अध्ययन केले आहे. जगातील अनेक मान्यवर विद्यापीठात त्या अभ्यागत प्राध्यापिका होत्या. मार्क्सवादी दृष्टिकोनातून त्यांनी केलेले इतिहासाचे लेखन अत्यंत मूलभूत मानले जाते. इतिहासात जे नवीन विचारप्रवाह आले त्यामध्ये रोमिला थापर यांचे महत्त्वाचे योगदान आहे. आधुनिक काळातील एक महत्त्वाचा इतिहासकार म्हणून त्यांचा लौकिक आहे. रोमिला थापर यांचे इतिहास संशोधन आणि लेखन पुढील मुद्यांच्या आधारे जाणून घेता येईल :

१) सेक्युलॅरिझम – दि इम्पॉर्टन्स ऑफ डूगाक्रसी :

'सेक्युलॅरिझम – दि इम्पॉर्टन्स ऑफ डूगाक्रसी' या ग्रंथात त्यांनी सेक्युलॅरिझम नीतीचे महत्त्वपूर्ण लिखाण केले. आधुनिक काळात सेक्युलॅरिझम हा शब्द भारतातच नव्हे, तर सर्व जगभर महत्त्वपूर्ण ठरला आहे. भारतातील धर्मनिरपेक्षतेबाबत त्यांचे विचार असे आहेत: भारतातील धर्मनिरपेक्षता म्हणजे ऐतिहासिक बदलांची एक झलक आहे. युरोपात एकच धर्म असल्यामुळे धर्मनिरपेक्षता सहज शक्य आहे; परंतु भारतात विविध धर्म–पंथ असल्यामुळे धर्मनिरपेक्षता राबविणे कठीण आहे.

२) अशोका अँड दि डीक्लाइन ऑफ मौर्याज :

'अशोका अँड दि डीक्लाइन ऑफ मौर्याज' या ग्रंथामुळे रोमिला थापर यांच्या तेजस्वी विद्वत्तापूर्ण व्यक्तिमत्त्वाची भारतीय अभ्यासकांना प्रचिती आली. मौर्यांचा इतिहास समजून घेण्यास त्याचा खूप उपयोग होतो. अशोकाचे धम्मविषयक धोरण, तसेच मौर्यांचा संपूर्ण राजकीय, सामाजिक इतिहास त्यात प्रकट होतो. मौर्य साम्राज्याच्या अस्ताची कारणे देताना त्या म्हणतात की मौर्यांची प्रशासन व्यवस्था केंद्रीभूत होती त्यामुळे योग्य प्रशासन चालविणे हे राजाचे कौशल्य होते. अशोकानंतर तसा कुशल शासक निर्माण झाला नाही त्यामुळे प्रशासन व्यवस्था कोलमडून पडली.

३) एन्शन्ट इंडियन सोशल हिस्ट्री :

'एन्शन्ट इंडियन सोशल हिस्ट्री' या आपल्या ग्रंथात त्यांनी हिंदू व बौद्ध परंपरेतील समाज व कायदा, सामाजिक व धार्मिक पद्धती यांचा तुलनात्मक अभ्यास केला आहे. नैतिक, धार्मिक, सामाजिक विरोध, अहिंसा, जातिव्यवस्था ब्राह्मणांची एकाधिकारशाही असलेली शिक्षण व्यवस्था प्राचीन भारतीय सामाजिक गतिक्षमता इ. आशयला प्रकाशित करणारे त्यांचे निबंध यात आहेत.

४) हिस्ट्री ऑफ इंडिया :

'हिस्ट्री ऑफ इंडिया' या ग्रंथातून भारताचा सार्थ इतिहास जास्तीतजास्त वाचकांपर्यंत पाहोचविण्याचा त्यांनी प्रयत्न केला आहे. त्यांच्या विचारांची नवी दृष्टी यात दिसून येते. इ.स.पू. ५००० वर्षापासूनचा इतिहास त्यात आहे. भारतीय जीवनाचे अनेक पैलू यात आहेत. भारताच्या राजकीय इतिहासाच्या चौकटीत त्यांना आर्थिक, धार्मिक, साहित्यिक, कला सांस्कृतिक इ. बाबींचे अंतरंग रेखाटण्याचा त्यांनी केलेला प्रयत्न महत्त्वपूर्ण आहे.

५) फ्रॉम लिनेंज टू स्टेट :

'फ्रॉम लिनेंज टू स्टेट' या ग्रंथातून त्यांनी गंगेच्या खोऱ्यात राज्यनिर्मितीची प्रक्रिया कशी सुरु झाली, याचे सविस्तर विवेचन केले आहे. राज्यनिर्मितीच्या प्रक्रियेचे बुद्धीवादी दृष्टिकोनातून त्यांनी केलेले विवेचन अत्यंत महत्त्वपूर्ण आहे.

६) इन्टरप्रिटेशन ऑफ अर्ली इंडिया :

'इन्टरप्रिटेशन ऑफ अर्ली इंडिया' या ग्रंथातून रोमिला थापर यांनी आर्य वंशीय सिद्धांताला खूपच विरोध केला आहे. भाषाशास्त्र व मानववंशशास्त्र यांचा आधार घेऊन त्यांनी आपली मते पटवून देण्याचा प्रयत्न केला आहे. प्राचीन काळातील नागरीकरणाच्या प्रक्रियेचीही माहिती त्यांनी दिली आहे.

ब) डी.डी.कोसंबी :

बौद्ध धर्माचे गाढे अभ्यासक प्रा. धर्मानंद कोसंबी यांचे चिरंजीव दामोदर कोसंबी हे आपल्या वडीलांप्रमाणेच अतिशय बुद्धिमान होते. प्राच्यविद्या आणि गणित हे त्यांचे मुख्य विषय होते. त्यांचे शिक्षण अमेरिकेतील हॅवर्डस विद्यापीठात झाले. विलक्षण बुद्धिमत्ता असलेल्या दामोदर कोसंबी यांना गणित विषयातील रामानुजन पारितोषिक मिळाले. पुढे त्यांना भाभा पारितोषिक मिळाले. त्यांनी काही वर्ष अमेरिकेत अध्यापन केले. प्रिन्स्टन व शिकागो येथे त्यांनी प्रगत अभ्यासाचे अध्यापन केले. आईनस्टाईन व व्हेल्बेन यासारख्या विचारवंताबरोबर त्यानी शास्त्रीय विचारावर चर्चा केली. रशिया आणि चीन या देशातील विद्यापीठात त्यांनी व्याख्याने दिली. अणुऊर्जेचा वापर शांततेसाठी कसा करता येईल या विषयावर रशिया येथे दिलेले व्याख्यान विशेष गाजले. नाणकशास्त्र हे एक शास्त्र आहे, असे मानून त्यांनी नाणकशास्त्राचा विशेष अभ्यास केला. सुक्ष्म पाषाणांचा त्यांचा फार मोठा संग्रह होता. त्यांनी कार्ला येथील ब्राम्ही लिपीचा शोध घेतला, पूर्वाश्म संस्कृतीचे अनेक अवशेष व त्यासंबंधी तार्किक अनुमाने यावरुन त्यांचे पुरातत्वाचे ज्ञान किती प्रचंड होते याचा अंदाज येतो.

१) ग्रंथसंपदा :

दामोदर कोसंबी यांनी इतिहास विषयात फार मोलाची भर टाकलेली आहे. त्यात १) इंट्रोडक्शन टू द स्टडी ऑफ इंडियन हिस्ट्री, २) एन्शंट इंडिया, ३) द मिथ अॅण्ड रियालिटी हे ग्रंथ आहेत.

२) इतिहास लेखनाची वैशिष्ट्ये :

कोसंबी यांच्या 'स्टडी ऑफ इंडियन हिस्ट्री' या ग्रंथाने फार मोठे वादळ निर्माण केले. ह्या ग्रंथाने इतिहास संशोधनाचा रोख उत्पादन तंत्राकडे वळला. एका विशिष्ट विकास पातळीवर उत्पादन तंत्राच्या सामाजिक, आर्थिक व राजकीय प्रभाव असण्याचे नवे तंत्र कोसंबी यांनी शोधले. मार्क्सवादाच्या प्रभावामुळे ते भारावलेले होते. पण त्यांनी मांडलेल्या नव्या पद्धतीचा व आकलनाचा मोठा प्रभावी वापर करुन दाखवला. त्यांनी आपल्या लिखाणात ऐतिहासिक भौतिकवादाचा वापर चाकोरीबद्ध असा कधीच केला नाही. ऐतिहासिक वास्तवता दाखविण्याचा प्रयत्न आपल्या लेखनाद्वारे केला. प्राचीन भारताचा इतिहास व संस्कृती यांचे त्यांनी फार वेगळ्या प्रकारे विश्लेषण केलेले आहे. त्यात कोसंबीनी नवनवीन कल्पनांची भर घातली. त्यांच्या काही कल्पना क्रांतीकारी स्वरुपाच्या आहेत. त्यांची बौद्धिक उंची प्रचंड मोठी आहे. सिंधु संस्कृतीतील लोकांनी मेसेपोटोनियन लोकांप्रमाणे अतिरिक्त उत्पादन का घेतले नाही ? गुप्तांनी संस्कृत वाङ्मयाचा मोठा विकास केला तसा मौर्यांनी शक्य असूनही का केला नाही. बौद्ध, जैन धर्म तसेच अनेक संप्रदाय एकाच वेळेस उदयाला आले व ते मगध साम्राज्यात का व कसे ? या धर्माचा उदय व मगध साम्राज्याचा विस्तार यांचा नेमका काय संबंध आहे ? असे अनेक प्रश्न त्यांनी विचारात घेतले व त्यांनी भारतीय विद्याभवनाने प्रकाशित केलेल्या विविध कालखंडाच्या इतिहास प्रकल्पाला 'आर्यावर्त' भावनेने लिहिलेला इतिहास असे संबोधलेले आहे.

दामोदर धर्मानंद कोसंबी यांना मार्क्सवादी इतिहासकार म्हणून ओळखले जाते. पण त्यांनी मार्क्सवादी विचार भोळेभाबडेपणाने जसे आहेत तसे स्वीकारले नाहीत. प्राचीन भारताचा इतिहास व संस्कृती यांचे नव्या पद्धतीने विश्लेषण करुन मार्क्सवादी अभ्यास पद्धतीचा प्रभावी वापर केला. जातीयवाद व जमातवाद त्यांना मान्य नव्हता. नाणेशास्त्र, पुरातत्वशास्त्र, मानववंशशास्त्र, समाजशास्त्र, राज्यशास्त्र, संख्याशास्त्र यांचा उपयोग विश्लेषण पद्धतीसाठी केला. इतिहास व ऐतिहासिक घटनांचे बहुविध अंगाने विश्लेषण केले. दामोदर धर्मानंद कोसंबी यांचे इतिहासातील योगदान अत्यंत महत्त्वपूर्ण आहे.

क) डॉ. राम शरण शर्मा :

प्राचीन भारताच्या सामाजिक व आर्थिक इतिहासाचे मार्क्स प्रणित भौतिकवादी सिद्धांताच्या आधारे चिकित्सक विश्लेषण करणारे व्यासंगी संशोधक व लेखक म्हणून डॉ. शर्मा सुप्रसिद्ध आहेत. त्यांच्या लिखणात 1) 'Shudras in Ancient India', 2) 'Indian Feudalism', 3) 'Light on Early Indian Society and Economy', 4) 'Urban Decay in India', 5) 'Material Culture and Social Formation in Ancient India' ह्या ग्रंथांचा अंतर्भाव आहे. ह्या शिवाय त्यांचे अनेक संशोधनपर लेख प्रकाशित झाले आहेत. 'Shudras in Ancient India' ह्या वाङ्मयीन साधनांच्या आधारे लिहिलेल्या पहिल्या अभ्यासपूर्ण ग्रंथात सामाजामधील निम्न स्तरावरील जातींचे वरिष्ठ समाजघटकांशी असलेले संबंध व उत्पादन प्रक्रियंतील स्थान याचे विवेचन ते करतात. 'Indian Feudalism ह्या ग्रंथात ते भारतात झालेल्या संरजामशाही व्यवस्थेच्या उदयाचे पुरातत्त्वीय साधनांच्या कोरीव लेख, ताम्रपट, वतनपत्रे इत्यादीच्या आधारे चिकित्सक विश्लेषण करतात. 'Material culture and social formation in Ancient India' हा ग्रंथ म्हणजे प्राचीन भारताच्या सामाजिक व सांस्कृतिक व्यवस्थेवरील भौतिकवादी भाष्य आहे. अशा प्रकारे त्यांच्या मार्क्सवादी विचारप्रणालीला प्रत्यय त्यांच्या लिखाणात स्पष्टपणे येतो.

ड) डॉ. इर्फान हबीब :

२० व्या शतकाच्या उत्तरार्धात अलीगढ विद्यापिठात मार्क्सवादी विचारधारणेच्या आधारे भारतीय इतिहासाचे भाष्य करणारा एक गट संघटित झाला, त्या गटातील एक अग्रगण्य इतिहासकार डॉ. इर्फान हबीब हे आहेत.

डॉ. इर्फान हबीब यांचे इतिहास लेखन :

१) 'Interpreting Indian History' ह्या ग्रंथात इतिहासलेखनाची उद्दिष्टे काय असावीत याचे विवेचन करताना, राजकीय घडामोडींपेक्षा सामाजिक इतिहासाचे विवेचन व त्याचा अन्वयार्थ लावणे महत्त्वाचे असते यावर डॉ. हबीब भर देतात.

२) 'Caste and money in India History' ह्या ग्रंथात आर्थिक हेतुमूलकतेच्या सिद्धांताच्या आधारे जातीव्यवस्थेच्या उदयाचे ते विवेचन करतात.

३) 'Agrarian system in Mughal India' ह्या अभ्यासपूर्ण ग्रंथात जास्तीत जास्त महसूल गोळा करण्याच्या मुघल शासनाच्या धोरणामुळे शेतकरी वर्गात दारिद्र्य वाढले; व त्या असंतोषातून उठावांचा प्रादूर्भाव झाला. औरंगजेबाच्या शासनकाळात जे अनेक उठाव झाले, त्यामागे धार्मिक आत्याचाराचे कारण नसून ती आर्थिक शोषणाविरुद्धची प्रतिक्रिया होती असे प्रतिपादन डॉ. हबीब करतात.

४) 'Cambridge Economic History of India' (१२००-१७५०) हा डॉ. तपन चौधरी यांच्या सहकार्याने डॉ. इर्फान यांनी संपादित केलेला ग्रंथ होय. मध्ययुगीन अर्थव्यवस्थेच्या विविध घटकांचे तपशिलात विवेचन ह्या मौलिक ग्रंथात केलेले आढळते.

५) 'Problems of marxist Historiography' ह्यात ते काहीसे नवमार्क्सवादाकडे वळताना दिसतात. मध्ययुगीन भारतीय आर्थिक व्यवहारांचा सखोल अभ्यास करणारे ज्येष्ठ मार्क्सवादी इतिहासकार म्हणून देशातच नव्हे तर देशाबाहेरही ते ख्यातनाम आहेत.

इ) डॉ. बिपन चंद्र :

भारतातील मार्क्सवादी इतिहासकारांत आधुनिक भारताचे व विशेषतः भारतीय राष्ट्रीय चळवळीचे भाष्यकार म्हणून डॉ. बिपन चंद्र सुप्रिसद्ध आहेत.

डॉ. बिपन चंद्र यांचे इतिहास लेखन :

१) आपल्या 'Rise and Growth of Economic Nationalism' ह्या ग्रंथात स्वदेशी चळवळीपूर्वीच्या राष्ट्रवादी विचारामागील आर्थिक व वैचारीक प्रेरणांचे विवेचन ते करतात.

२) 'Nationalism and colonialism in India' ह्या ग्रंथात ब्रिटिश शासनकाळात उदयाला आलेला भारतीय भांडवलदार वर्ग परकीय शासनाला धाजीण नव्हता, परकीय शासकांनी त्यांना उत्तेजन न दिल्यामुळे व आर्थिक धोरणात दुय्यम स्थान दिल्यामुळे तो वर्ग असंतुष्ट राहिला, त्यामुळे त्या वर्गाने स्वदेशी चळवळीला पाठिंबा दिला असा निष्कर्ष ते काढतात.

३) 'Communalism in India' ह्या ग्रंथात जमातवादाच्या उद्‌भवाची व विकासाची ते कारणीमीमांसा ते करतात.

१.५.४ मार्क्सवादी दृष्टिकोनाचे महत्त्व :

भारतीय इतिहासातील मार्क्सवादी दृष्टिकोनाचे महत्त्व पुढील मुद्यांच्या आधारे जाणून घेता येईल :

१) वर्ग विश्लेषण :

भारतीय इतिहासाचा मार्क्सवादी दृष्टीकोन हा वर्गीय विश्लेषणावर भर देण्यासाठी, सामाजिक आणि आर्थिक संरचनांच्या दृष्टीकोनातून ऐतिहासिक घडामोडी समजून घेण्यासाठी एक चौकट प्रदान करण्यासाठी महत्त्वपूर्ण आहे. हा दृष्टीकोन भारतीय समाजाला आकार देणारी अंतर्निहित शक्तीची गतिशीलता आणि वर्गसंघर्ष उलगडण्यास मदत करतो.

२) वसाहतवादावर टीका :

मार्क्सवादी दृष्टीकोन भांडवलशाहीच्या विकासाचा एक टप्पा म्हणून वसाहतवादाचे चिकित्सक परीक्षण करतो. हा दृष्टीकोन वासाहतिक शोषण आणि आर्थिक धोरणांनी भारताच्या सामाजिक-आर्थिक परिदृश्यावर कसा प्रभाव टाकला आणि राष्ट्रावर कायमस्वरूपी प्रभाव टाकला हे समजून घेण्यास मदत करतो.

३) जात आणि वर्गाची परस्परविभाजनता :

भारतीय इतिहासातील मार्क्सवादी विश्लेषण जात आणि वर्ग यांच्या परस्परविभाजनाला मान्यता देते, हे मान्य करते की दोन्ही घटक सामाजिक संरचनांना आकार देण्यासाठी एकमेकांशी जोडलेले आहेत. हा दृष्टीकोन वर्ग-व्याख्याच्या पलीकडे जाऊन भारतीय समाजाच्या जटिलतेची अधिक सूक्ष्म समज प्रदान करतो.

४) कष्टकऱ्यांच्या चळवळी :

मार्क्सवादी दृष्टीकोन इतिहासातील परिवर्तनकारी घटक म्हणून शेतकरी आणि कामगार चळवळींचा अभ्यास करण्यास महत्त्व देतो. हा जोर उपेक्षित गटांच्या संघर्षांवर प्रकाश टाकतो, दडपशाही संरचनांना आव्हान देण्यासाठी आणि सामाजिक व आर्थिक न्यायाचा पाठपुरावा करण्यात त्यांची भूमिका अधोरेखित करतो.

५) साम्राज्यवाद आणि अवलंबित्व सिद्धांत :

मार्क्सवादी दृष्टिकोन भारतावर साम्राज्यवादाच्या प्रभावाचे विश्लेषण करण्यास मदत करतो, जागतिक भांडवलशाहीच्या चौकटीत त्याची संकल्पना करतो. हा दृष्टीकोन अवलंबित्व सिद्धांताला हातभार लावतो, हे

स्पष्ट करतो की शाही शक्तींद्वारे कायम केलेली आर्थिक धोरणे भारताच्या विकासाच्या मार्गावर कसा प्रभाव टाकतात.

६) **भांडवलशाहीची चिकित्सा :**
मार्क्सवाद हा भारतीय स्वातंत्र्य चळवळीच्या संदर्भात भांडवलदार/बुर्जुआ वर्गाच्या भूमिकेवर टीका करतो. म ार्क्सवाद हा राष्ट्रीय भांडवलदारांनी केलेल्या तडजोडींवर प्रश्नचिन्ह उभे करतो आणि भांडवलदारांच्या नेतृत्वाखालील मुक्तिसंग्रामाच्या मर्यादा अधोरेखित करतो.

७) **भारतीय संदर्भात ऐतिहासिक भौतिकवाद :**
भारतीय इतिहासाच्या अभ्यासासाठी ऐतिहासिक भौतिकवादाचा वापर करून, मार्क्सवादी दृष्टिकोन उत्पादन पद्धती आणि वर्ग संबंधांनी सामाजिक संरचनांवर कसा प्रभाव पाडला हे तपासतो. ही पद्धत ऐतिहासिक घटनांना आकार देणारे आर्थिक निर्धारक शोधण्यात मदत करते.

८) **क्रांतिकारी बदल :**
क्रांतिकारी बदलाच्या आवाहनासाठी मार्क्सवादी दृष्टीकोन महत्त्वपूर्ण आहे. भांडवलशाही संरचनेचे उच्चाटन करण्यासाठी पाठपुरावा करून, तो समाजवादी समाजाची कल्पना करण्यासाठी एक सैद्धांतिक आधार प्रदान करतो. ज्यामध्ये वर्ग असमानता कमी केली जाते आणि उत्पादनाची साधने एकत्रितपणे सर्वांच्या मालकीची असतात.

९) **सामाजिक–आर्थिक असमानतेवर भर :**
मार्क्सवादी दृष्टीकोन ऐतिहासिक घडामोडींमध्ये मुख्य घटक म्हणून सामाजिक–आर्थिक असमानतेकडे लक्ष वेधतो. आर्थिक विषमता सामाजिक तणाव आणि क्रांतींमध्ये कसे योगदान देते, संसाधनांच्या समान वितरणाच्या गरजेवर कसा जोर देते हे तो अधोरेखित करतो.

१०) **समकालीन समस्यांशी प्रासंगिकता :**
मार्क्सवादी दृष्टीकोन आर्थिक असमानता, सामाजिक न्याय आणि जागतिकीकरण यासारख्या समकालीन समस्यांशी संबंधित आहे. या आव्हानांच्या ऐतिहासिक मुळांमध्ये अंतर्दृष्टी देऊन, ते भारतातील आणि त्यापलीकडे चालू असलेल्या सामाजिक–आर्थिक संघर्षांना समजून घेण्यासाठी आणि संबोधित करण्यासाठी एक चौकट प्रदान करते.

१.५.५ मार्क्सवादी दृष्टिकोनाच्या मर्यादा :

भारतीय इतिहासातील मार्क्सवादी दृष्टिकोनाच्या प्रमुख मर्यादा पुढीलप्रमाणे आहेत :

१) **आर्थिक निर्धारवाद :**
मार्क्सवादी इतिहासलेखनाची एक टीका म्हणजे त्याचा आर्थिक निर्धारवादाकडे असणारा कल होय. ऐतिहासिक बदलाचे प्राथमिक माध्यम म्हणून आर्थिक घटकांवर भर दिल्याने काहीवेळा इतर सामाजिक, सांस्कृतिक आणि राजकीय घटकांच्या गुंतागुंतीकडे दुर्लक्ष होते. समीक्षकांचा असा युक्तिवाद आहे की ऐतिहासिक घटनांना केवळ आर्थिक गतिशीलतेपर्यंत कमी केल्याने इतर महत्त्वपूर्ण शक्तींच्या प्रभावाला अधिक सोपे आणि कमी लेखले जावू शकते.

२) **वर्ग घटवाद :**
मार्क्सवादी इतिहासलेखन अनेकदा ऐतिहासिक विश्लेषणाचा मध्यवर्ती अक्ष म्हणून वर्गसंघर्षाला प्राधान्य देते. वर्ग विश्लेषण महत्त्वाचे असले तरी, ते इतर महत्त्वाच्या सामाजिक ओळखी आणि दडपशाहीचे प्रकार, जसे की लिंगभाव, जात, वंश आणि वांशिकतेकडे दुर्लक्ष करते. अनेक प्रकारच्या दडपशाहीच्या परस्परांना छेद देणाऱ्या

स्वरूपाचा लेखाजोखा ठेवण्यात अयशस्वी झाल्यास ऐतिहासिक प्रक्रिया आणि सत्ता संबंधांची अपूर्ण समज निर्माण होऊ शकते.

३) हेतुदर्शक दृष्टीकोन :

मार्क्सवादी इतिहासलेखनाचा हेतुदर्शक दृष्टीकोन असू शकतो, याचा अर्थ ते इतिहासाकडे अपरिहार्यपणे पूर्वनिर्धारित उद्देशाने, म्हणजे कम्युनिस्ट समाजाच्या स्थापनेकडे प्रगती म्हणून पाहतात. हा हेतुदर्शक दृष्टीकोन आकस्मिकता, बहुविध शक्यता आणि ऐतिहासिक कृत्यांच्या योगदानाकडे दुर्लक्ष करतो. यामुळे ऐतिहासिक घटनांचे पक्षपाती विवेचन होते, जेथे ते वर्गसंघर्ष आणि समाजवादी क्रांतीच्या पूर्वनिर्धारित कथनात बसण्यासाठी निवडकपणे तयार केले जाते.

४) ऐतिहासिक प्रक्रियांचे अतिसरलीकरण :

मार्क्सवादी इतिहासलेखन काही वेळा जटिल ऐतिहासिक प्रक्रियांना अधिक सुलभ करते, विशेषत: जेव्हा त्यांना बुर्जुआ विरुद्ध सर्वहारा किंवा शोषक विरुद्ध शोषित अशा दुहेरी विरोधांद्वारे कमी करते. ऐतिहासिक घटना आणि परिवर्तने बहुआयामी असतात आणि अनेक घटकांनी प्रभावित होतात. ऐतिहासिक घटनांची अति-कपात ही बारकावे, स्थानिक भिन्नता आणि विविध सामाजिक शक्तींच्या परस्परसंवादाकडे दुर्लक्ष करते.

५) राजकीय पक्षांच्या महत्वकांक्षा :

मार्क्सवादी इतिहासलेखन हे राजकीय पक्षांच्या महत्वकांक्षा आणि वैचारिक वचनबद्धतेच्या प्रभावाला बळी पडते. विशिष्ट मार्क्सवादी राजकीय पक्ष किंवा संघटनांशी सरेखित झालेल्या इतिहासकारांवर पक्षाच्या विचारधारेशी जुळणारे इतिहासाचे पूर्वनिर्धारित अर्थ लावण्यासाठी दबाव येऊ शकतो. हे बौद्धिक स्वातंत्र्य आणि चिकित्सक विश्लेषण प्रतिबंधित करते, मार्क्सवादी इतिहासलेखनामधील दृष्टीकोनांची विविधता मर्यादित करते.

६) सांस्कृतिक आणि बौद्धिक इतिहासाकडे दुर्लक्ष :

सांस्कृतिक आणि बौद्धिक इतिहासाकडे सापेक्ष दुर्लक्ष केल्याबद्दल मार्क्सवादी इतिहासलेखनावर टीका केली जाते. आर्थिक आणि वर्गीय विश्लेषणावर भर दिल्याने ऐतिहासिक प्रक्रियांना आकार देणाऱ्या कल्पना, विचारधारा आणि सांस्कृतिक परिवर्तनांच्या शोधासाठी अनेकदा जागा उरते. या वगळल्यामुळे सामाजिक बदल आणि ऐतिहासिक घटनांच्या गुंतागुंतीची अपूर्ण समज निर्माण होते.

७) ऐतिहासिक अचूकता आणि पूर्वाग्रह :

इतिहासलेखनाच्या कोणत्याही विचारधारेप्रमाणे मार्क्सवादी इतिहासलेखन हे वैचारिक दृष्टीकोनांवर प्रभाव असलेल्या पक्षपाती व्याख्यांपासून मुक्त नाही. मार्क्सवादी इतिहासकार त्यांच्या राजकीय वचनबद्धतेशी जुळणाऱ्या ऐतिहासिक घटना आणि स्त्रोत यांची निवडकपणे व्याख्या करतात आणि त्यावर जोर देतात. हा पक्षपात जर गंभीरपणे तपासला नाही तर, वस्तुनिष्ठ ऐतिहासिक विश्लेषणाचे ध्येय कमी होते.

सरावासाठी प्रश्न

प्र. १. दीर्घोत्तरी प्रश्न.

१) भारतातील ऐतिहासिक चेतनेच्या उदयाविषयी माहिती सांगा.
२) प्राच्यविद्यावादी दृष्टीकोन म्हणजे काय? प्राच्यविद्यावादी दृष्टिकोनाची वैशिष्ट्ये लिहा.
३) प्राच्यविद्यावादी दृष्टिकोनाचे मुख्य इतिहासकार स्पष्ट करा.
४) प्राच्यविद्यावादी दृष्टिकोनाचे महत्त्व थोडक्यात सांगा.
५) प्राच्यविद्यावादी दृष्टिकोनाच्या मर्यादा लिहा.
६) वसाहतवादी दृष्टिकोनाचा अर्थ आणि वैशिष्ट्ये स्पष्ट करा.
७) भारतीय इतिहासाच्या वसाहतवादी दृष्टिकोनाचे इतिहासकार आणि त्यांचे योगदान स्पष्ट करा.
८) वसाहतवादी दृष्टिकोनाचे महत्त्व स्पष्ट करा.
९) वसाहतवादी दृष्टिकोनाच्या मर्यादा विशद करा.
१०) राष्ट्रवादी दृष्टिकोनाचा अर्थ आणि वैशिष्ट्ये सांगा.
११) राष्ट्रवादी इतिहासकारांचे योगदान स्पष्ट करा.
१२) राष्ट्रवादी दृष्टिकोनाचे महत्त्व विशद करा.
१३) राष्ट्रवादी दृष्टिकोनाच्या मर्यादा सांगा.
१४) मार्क्सवादी दृष्टिकोनाचा अर्थ आणि वैशिष्ट्ये स्पष्ट करा.
१५) भारतीय मार्क्सवादी इतिहासलेखनात इतिहासकारांचे योगदान लिहा.
१६) मार्क्सवादी दृष्टिकोनाचे महत्त्व विशद करा.
१७) मार्क्सवादी दृष्टिकोनाच्या मर्यादा थोडक्यात सांगा.

प्र. २. टिपा लिहा.

१) भारतातील ऐतिहासिक चेतनेचा उदय.
२) प्राच्यविद्यावादी दृष्टीकोन.
३) वसाहतवादी दृष्टीकोन.
४) राष्ट्रवादी दृष्टीकोन.
५) मार्क्सवादी दृष्टिकोन.
६) जेम्स मिल.
७) डॉ. आर. सी. मुजुमदार.
८) काशीप्रसाद जयस्वाल.
९) डी.डी. कोसंबी.

❀❀❀

प्रकरण २

इतिहास लेखनशास्त्राचे नंतरचे दृष्टिकोन

प्रस्तावना :

वास्तविकतः इतिहासाच्या माध्यमातून मानवाने गतकाळामध्ये जो विकास केलेला आहे त्याचा अभ्यास केला जातो. काही इतिहासाच्या अभ्यासकांना इतिहासलेखनशास्त्राच्या संरचनेबद्दल आणि तिच्या स्वरूपाबद्दल अनेक प्रश्न निर्माण होता. कॉलिंगवूड, बटरफिल्ड, केली, ब्रेसियच, लंगर्स, बेंटले आणि अन्य इतिहासकारांच्या लेखनातून इतिहासाचे आणि इतिहासाच्या लेखनाचे समग्र चित्रण केले गेलेले आहे. केली सारख्या इतिहासाच्या अभ्यासकांनी इतिहास लेखनशास्त्राचा जो मूलभूत पैलू सांगितलेला आहे तो पैलू गेली कित्येक वर्षे न बदलताच राहिलेला आहे. इतिहासलेखनशास्त्रावरती अन्य समकालीन घटना आणि शास्त्रांचा प्रभाव पडल्याने मोठ्या प्रमाणात बदल घडून आले. मूलतः बदलते प्रश्न आणि सामाजिक परिस्थिती यांच्या प्रभावातून काही नवीन संकल्पना आणि विचारसरणी ही इतिहास लेखनशास्त्रामध्ये समाविष्ट झाली. भारतीय इतिहास लेखनाच्या दृष्टिकोनातून बघायला गेल्यास अनेक पाश्चात्य इतिहास लेखनाच्या परंपरा या भारतीय इतिहास लेखनात समाविष्ट झाल्या. ज्यामुळे त्यांच्या आधारे भारतीय इतिहासाचा पुन्हा एकदा अभ्यास केला जाण्यास सुरुवात झाली. त्यामुळे अशाच काही पाश्चात्य विचार परंपरांची चर्चा सविस्तरपणे करणे योग्य ठरेल.

२.१ ॲनल्स दृष्टिकोन :

२० व्या शतकात इतिहासलेखन क्षेत्रामध्ये जे नवे प्रवाह रुढ झाले, त्यापैकी एक महत्त्वाचा प्रवाह ॲनल्स या नावाने ओळखला जातो. या प्रवाहाचा उगम फ्रान्समध्ये झाला. त्याचे प्रवर्तक फ्रेंच विद्यापीठात कार्यरत असलेले व्यासंगी इतिहासलेखक होते. दुसऱ्या महायुद्धानंतर केवळ युरोपमधीलच नव्हे, तर जगाच्या इतर भागातील इतिहासलेखन या प्रवाहाने प्रभावित झाल्याचे आढळून येते.

'ॲनल्स' या इंग्रजी शब्दाचा शब्दकोषीय अर्थ वार्षिक नोंदी असा असला, तर या लेखनप्रवाहाला तो अभिप्रेत नाही. इतिहासलेखन विषयीचा एक नवा दृष्टिकोन, नवी भूमिका जाणिवपूर्वक होऊन या प्रवाहाने १९२९ साली मूर्त

रुप घेतले. 'Annales d'historie economique et sociale' या शीर्षकाखालील नियतकालिकाचा पहिला अंक पॅरिस येथे १९२९ साली प्रकाशित झाला. मार्क ब्लॉच आणि लुसियन फाव्रे हे इतिहासलेखक या नियतकालिकाचे संपादक होते.

२.१.१ अर्थ :

ॲनल्स हे ऐतिहासिक नोंदी किंवा घटनांच्या कालक्रमानुसार उल्लेख करतात, विशेषत: वर्ष-दर-वर्षाच्या स्वरूपात आयोजित केले जातात. या नोंदी भूतकाळातील घटनांचे तपशीलवार इतिवृत्त प्रदान करतात, बहुतेकदा विशिष्ट क्षेत्र, प्रदेश किंवा कालावधीमधील महत्त्वपूर्ण घटना, घडामोडी किंवा टप्पे यावर लक्ष केंद्रित करतात. इतिहासकार किंवा संस्थांद्वारे नोंदवलेल्या औपचारिक लिखित नोंदी असू शकतात, कालांतराने उल्लेखनीय घटनांचे दस्तऐवजीकरण केले जाते. हे इतिहासाची प्रगती समजून घेण्यासाठी, समाजात किंवा विशिष्ट प्रदेशातील राजकीय, सामाजिक, सांस्कृतिक आणि आर्थिक बदलांबद्दल माहिती प्रदान करण्यासाठी एक मौल्यवान संसाधन म्हणून कार्य करते.

२.१.२ ॲनल्स दृष्टीकोनाची वैशिष्ट्ये :

इतिहासाकडे पाहण्याचा हा दृष्टीकोन अनेक विशिष्ट वैशिष्ट्यांद्वारे दर्शविला जातो जो इतर ऐतिहासिक पद्धतींपासून त्यास वेगळे करतो. यास ऐतिहासिक विश्लेषणवाद म्हणूनही ओळखले जाते, विशेषत: ॲनल्स दृष्टीकोनाची वैशिष्ट्ये पुढीलप्रमाणे आहेत :

१) **बहुविद्याशाखीय दृष्टीकोन :**
इतिहासातील ॲनल्स दृष्टीकोन समाजशास्त्र, भूगोल, मानववंशशास्त्र आणि अर्थशास्त्र यासारख्या विविध विषयांमधील अंतर्दृष्टी समाविष्ट करून इतिहासाचे विश्लेषण करतो. या आंतरविद्याशाखीय दृष्टीकोनाचा उद्देश ऐतिहासिक घटना आणि प्रक्रियांची अधिक व्यापक समज प्रदान करणे हा आहे.

२) **दीर्घकालीन दृष्टीकोन :**
इतिहासकार ऐतिहासिक विश्लेषणामध्ये दीर्घकालीन दृष्टीकोनाच्या महत्त्वावर जोर देतात. केवळ अल्प-मुदतीच्या घटनांवर लक्ष केंद्रित करण्याऐवजी, ते ऐतिहासिक प्रवाह आणि नमुने ओळखण्याचा आणि त्यांचे विश्लेषण करण्याचा प्रयत्न करतात जे विस्तारित कालावधीत, काहीवेळा शतकानुशतके पसरतात.

३) **संरचनात्मक इतिहास :**
ॲनल्स इतिहासकार ऐतिहासिक विश्लेषणासाठी मूलभूत म्हणून सामाजिक आणि आर्थिक दोन्ही संरचनांच्या अभ्यासावर भर देतात. यामध्ये समाजाला आकार देणाऱ्या आणि ऐतिहासिक घडामोडींवर प्रभाव टाकणाऱ्या अंतर्निहित प्रणाली आणि संस्थांचे परीक्षण करणे समाविष्ट आहे.

४) **भौगोलिक विचार :**
भूगोलाला इतिहासाच्या दृष्टिकोनामध्ये महत्त्वपूर्ण स्थान आहे. भौतिक भूदृश्ये, हवामान आणि अवकाशीय संबंध मानवी समाजांवर कसा प्रभाव टाकतात हे लक्षात घेऊन इतिहासकार ऐतिहासिक घटनांवर भौगोलिक घटकांच्या प्रभावाचा अभ्यास करतात.

५) **सामाजिक इतिहास :**
ॲनल्स इतिहासकार सामाजिक इतिहासाच्या अभ्यासाला प्राधान्य देतात, केवळ राजकीय किंवा लष्करी घटनांवर लक्ष केंद्रित करण्याऐवजी सामान्य लोकांच्या जीवनावर आणि अनुभवांवर लक्ष केंद्रित करतात. या सामाजिक इतिहासाचा दृष्टीकोन ऐतिहासिक कथांवर अधिक समावेशक आणि वैविध्यपूर्ण दृष्टीकोन प्रदान करण्याचा उद्देश आहे.

६) परिमाणवाचक विश्लेषण :

ऐतिहासिक तथ्यांचा अभ्यास करण्यासाठी ॲनल्स दृष्टिकोनामध्ये परिमाणवाचक पद्धती आणि सांख्यिकीय विश्लेषणाचा समावेश होतो. यामध्ये लोकसंख्याशास्त्रीय अभ्यास, आर्थिक प्रवाह आणि ऐतिहासिक प्रक्रियांमधील नमुने आणि सहसंबंध ओळखण्यासाठी इतर परिमाणात्मक उपायांचा समावेश आहे.

७) सूक्ष्म इतिहास :

ॲनल्स इतिहासकार बहुतेकदा सूक्ष्म इतिहासामध्ये व्यस्त असतात, ज्यामध्ये विस्तृत ऐतिहासिक अंतर्दृष्टी प्रकट करण्यासाठी विशिष्ट व्यक्ती, घटना किंवा समुदायांचा सखोल अभ्यास समाविष्ट असतो. हे सूक्ष्म-स्तरीय विश्लेषण दीर्घकालीन प्रवाहांवर सूक्ष्म-स्तरीय विवेचनास पूरक आहे.

८) सामूहिक मानसिकता :

सामूहिक मानसिकता समजून घेणे किंवा लोकांचे गट हे त्यांचे जग ज्याप्रकारे समजून घेतात आणि त्याचा अर्थ लावतात हा ॲनल्स दृष्टिकोनाचा एक प्रमुख पैलू आहे. यामध्ये सांस्कृतिक, धार्मिक आणि सामाजिक विश्वासांचे परीक्षण करणे समाविष्ट आहे जे कालांतराने समुदायांच्या वर्तनाला आकार देतात.

९) समस्या-केंद्रित दृष्टीकोन :

इतिहासकार एक समस्या-केंद्रित दृष्टीकोन स्वीकारतात, ज्यामध्ये ऐतिहासिक संशोधन पूर्वनिर्धारित श्रेणींवर आधारित कथा तयार करण्याऐवजी विशिष्ट प्रश्न किंवा समस्यांचे निराकरण करण्यासाठी निर्देशित केले जाते. हा दृष्टीकोन ऐतिहासिक विषयांचे अधिक लवचिक आणि गतिशील अन्वेषण करण्यास चालना देतो.

१०) एकूण इतिहासाची संकल्पना :

ॲनल्स दृष्टीकोन एकूण इतिहास ही संकल्पना स्वीकारतो, जी विविध ऐतिहासिक शाखा आणि दृष्टीकोन भूतकाळाच्या समग्र आकलनामध्ये एकत्रित करण्याचा प्रयत्न करते. हा दृष्टिकोन अधिक संपूर्ण ऐतिहासिक कथा तयार करण्यासाठी विविध प्रकारच्या ज्ञानाच्या संश्लेषणास प्रोत्साहित करतो.

२.१.३ ॲनल्स दृष्टीकोनाचे मुख्य इतिहासकार :

ॲनल्स प्रवाहाचा इतिहास लेखनाशास्त्रात जास्तीत जास्त उपयोग व्हावा, मानवी समाजाच्या विकासाच्या इतिहासाचे यथार्थ आकलन व्हावे या दृष्टिकोनातून ल्युसियन फाब्रे, फर्नांड बाँडेल, मार्क ब्लाँच, एमिल दरखिम या तत्त्ववेत्यांनी ॲनल्स प्रवाहात मोलाची कामगिरी केली.

१) एमिल दरखिम :

एमिल दरखिम हा मूलतः समाजशास्त्रज्ञ आणि राज्यशास्त्रज्ञ असला तरी गतकालीन समाजाचा अभ्यास करणारी ज्ञानशाखा म्हणून त्यांनी इतिहासाचा विचार केला. इतिहास व समाजशास्त्र या भिन्न ज्ञानशाखा नसून परस्परसंलग्न आणि परस्परपूरक आहेत. समाजशास्त्रात वापरात आणल्या जाणाऱ्या संशोधन पद्धती इतिहासात देखील उपयोगात आणता येत असल्याने इतिहासात काटेकोरपणा नेमकेपणा, वस्तुनिष्ठता येते असे दरखिम पहिले प्रमेय होते. दरखिमचे दुसरे प्रमेय म्हणजे कोणत्याही घटनेचे कारकत्व एकाच व्यक्तीकडे नसते. व्यक्तीच्या सभोवताली असलेली परिस्थिती घटनेला वा कृतीला जबाबदार असतात. म्हणून कोणत्याही क्षुल्लक किंवा मोठ्या घटनेतील मानवाची कृती एवढाच मर्यादित स्वरुपाचा अभ्यासविषय न मानता सभोवतालच्या परिस्थितीचे सखोल विश्लेषण केले तर घटनांचा योग्य अर्थ लावता येतो. असा दृष्टिकोन एमिल दरखिमने मांडला.

२) मार्क ब्लॉच :

मार्क ब्लॉचचा लुसियन फाब्रेशी संपर्क आल्यानंतर फाब्रेच्या विचारांचा मार्क ब्लॉचवर मोठा प्रभाव पडला. रोमन इतिहासाचा व्यासंग असलेल्या मार्क ब्लॉचने पॅरिस व बर्लिन विद्यापीठात शिक्षण घेतले. पहिल्या महायुद्धाच्या

काळात ब्लॉच सैन्यात सामील झाला. युद्ध समाप्तीनंतर त्याला स्ट्रासबर्ग विद्यापीठात प्राध्यापकाची नोकरी मिळाली व याच काळात त्याचा ल्युसियन फाब्रेशी वैचारिक संवाद सुरु झाला. या कालावधीत मार्क ब्लॉचने जे लेखन केले त्यात समाजातील चालीरीती, रुढी, परंपरा, आर्थिक रचना यांचे ऐतिहासिक महत्त्व अधोरेखित केले. मध्ययुगीन युरोपातील राजसत्ता, सरंजामशाही, भूदास पद्धतीचे स्वरुप व त्यांचा परस्परसंबंध हा ब्लॉचचा प्रमुख अध्ययन विषय होता. King & Serfs, The Royal Touch, Characteristics of French Rural History हे ग्रंथ ब्लॉचने प्रकाशित केले. The Royal Touch या ग्रंथात राजाने स्पर्श केला तर त्वचारोग बरा होतो असा समज होता. याच्या आधारे तत्कालीन समाजाच्या मानसिकतेवर, धर्मश्रद्धा, चमत्कारावर विश्वास याचे विवेचन मार्क ब्लॉचने केलेले आहे. ॲनल्स प्रवाहातील महत्त्वपूर्ण इतिहासलेखक म्हणून मार्क ब्लॉचचे नाव घेण्यात येते.

३) लुसियल फाब्रे :

द्वितीय महायुद्धाच्या काळात ॲनल्स नियतकालिकाच्या प्रकाशनाचा खंडित झालेला धागा युद्ध समाप्तीनंतर ब्लॉचचा ज्येष्ठ सहकारी लुसियन फाब्रेने उचलला. १९०२ साली इतिहासाची पदवी मिळविलेल्या फाब्रेचा हेन्री बर्कशी प्रत्यक्ष संबंध आला आणि इतिहास ही स्वायत्त ज्ञानशाखा नसून मानवी जीवनाशी निगडित इतर ज्ञानशाखांचा अभ्यास प्रत्येक इतिहासकाराने करावा. विशेषतः भौगालिक परिस्थिती व मानवी समाज परस्परांशी निगडित आहेत अशी त्याची पक्की धारणा बनली व हेच त्याच्या लेखनाचे मुख्य सूत्र बनले. १९११ साली लुसियन फाब्रेने Philip II and the French Compte हे पुस्तक प्रकाशित झाले. या पुस्तकात ॲनल्स प्रवाहाच्या दृष्टिकोनाची प्रचिती येते. Geographical Introduction to History हे लुसियन फाब्रेचे पुस्तक १९२२ साली प्रकाशित झाले. या पुस्तकात इतिहास व भूगोलाचा निकटचा संबंध असल्याचे प्रतिपादन करण्यास आलेले आहे. ॲनल्स विचारप्रवाहाचा खंदा प्रचारक म्हणून जगत्मान्य असलेल्या लुसियन फाब्रेने १९४६ ते ५६ पर्यंत ॲनल्स या नियतकालिकाचे संपादन करुन त्यात मानवी संस्कृतीचा विषय अंतर्भूत केलेला आहे.

४) फर्नांद ब्रोदेल :

ॲनल्स प्रवाहातील विशेष महत्त्वाचा इतिहासलेखक म्हणून फर्नांद ब्रोदेल याचा उल्लेख केला जातो. विस्मयजनक स्मरणशक्ती, प्रचंड आकलनशक्ती आणि कुशाग्र बुद्धिची उपजत देणगी लाभलेल्या फर्नांदचा जन्म १९०२ साली फ्रान्समधील एका लहान खेड्यात झाला. दुसऱ्या महायुद्धाच्या काळात अल्जीरीयाच्या वतीने त्याने जर्मनविरुद्धच्या लढ्यात उडी घेतली. त्यात १९४० साली तो जर्मन सैन्याच्या हाती पडला व त्याला कारावासात टाकण्यात आले. या एकाकी बंदिस्त कालावधीत केवळ स्मरणशक्तीच्या आधारे १६ व्या शतकातील स्पेनचा प्रख्यात राजा दुसरा फिलीप याच्या शासनकाळातील भूमध्य सागर नजिकच्या प्रदेशाचा एक शतकाचा इतिहास शब्दबद्ध करणारा सुमारे एक हजार पानांचा ग्रंथ त्याने कारावासातच तयार केला. एका विशाल, भव्य फलकावर भूमध्य समुद्रालगतच्या प्रदेशातील १६ व्या शतकातील समाजजीवनाचे, आर्धिक स्थितीचे, राजकीय उलाढालीचे शास्त्रीय पद्धतीने चित्रण करणारा त्याचा 'The Mediterranian and The Mediterranian world in the Age of Philip II, हा ग्रंथराज अभिजात इतिहासग्रंथ ठरला.

५) पीटर बर्क :

या ब्रिटिश इतिहासकाराने आपल्या 'The French Historical Revolution: The Annales School: 1929-1989' या १९९० साली प्रकाशित झालेल्या ग्रंथात ॲनल्स इतिहास प्रवाहाचे तीन टप्पे दिले आहेत. पहिला १९२० ते ४५ चा ब्लॉच व फाब्रेचा काळ पारंपरिक इतिहासलेखनाला आव्हान देऊन इतिहासाबाबत

अभिनव भूमिका मांडणाऱ्यांचा काळ; दुसरा काळ १९४५ ते १९६५ या दरम्यान ॲनल्सच्या इतिहासविषयक भूमिकेला दृढता आली. तिसरा काळ १९६५ नंतरचा काळ या कालावधीत ॲनल्स गटातील विविध लेखकांच्या भूमिकेतील सादृश्य लोपू लागले. हा गट फुटून काही लेखक समाजरचनेच्या सामाजिक व आर्थिक भाष्याकडे, काही सामाजिक व सांस्कृतिक भाष्याकडे तर काही राजकीय घडामोडींच्या पुनर्विचाराकडे वळले.

२.१.४ ॲनल्स दृष्टिकोनाचे महत्त्व :

ऐतिहासिक माहितीची नोंद आणि जतन करण्यासाठी ॲनल्स दृष्टिकोनाचे महत्त्व खालीलप्रमाणे आहे :

१) कालक्रमानुसार दस्तऐवजीकरण :

ॲनल्स ऐतिहासिक घटनांच्या सूक्ष्म कालक्रमानुसार नोंदी म्हणून काम करतात, महत्त्वपूर्ण घटनांचे वर्ष-दर-वर्ष खाते प्रदान करतात. ही कालानुक्रमिक मांडणी इतिहासकार आणि संशोधकांना विशिष्ट कालखंडात किंवा समाजातील ऐतिहासिक घडामोडींची सुसंगत कालगणना स्थापित करून, कालांतराने घटनांच्या प्रगतीचा शोध घेण्यास चालना देते.

२) सर्वसमावेशक ऐतिहासिक नोंदी :

या नोंदी इतिहासाच्या विविध पैलूंचे तपशीलवार आणि सर्वसमावेशक दस्तऐवजीकरण देतात; ज्यात राजकीय बदल, सामाजिक परिवर्तने, सांस्कृतिक बदल, आर्थिक चढउतार, संघर्ष, प्रगती आणि इतर उल्लेखनीय घटनांचा समावेश आहे. विशिष्ट कालखंड किंवा प्रदेशाचे व्यापक विहंगावलोकन प्रदान करून, ऐतिहासिक घटनांच्या विस्तृत श्रेणीचा समावेश करणे हे ॲनल्स दृष्टिकोनाचे उद्दिष्ट आहे.

३) ऐतिहासिक माहितीचा विश्वसनीय स्त्रोत :

ॲनल्स संकलित करणारे इतिहासकार अचूकता आणि सत्यता सुनिश्चित करण्यासाठी अधिकृत दस्तऐवज, शिलालेख, समकालीन खाती आणि अभिलेख यासारख्या विश्वसनीय स्त्रोतांवर अवलंबून असतात. परिणामी ॲनल्स दृष्टिकोन अनेकदा ऐतिहासिक माहितीचे विश्वसनीय स्त्रोत म्हणून काम करतात, भूतकाळातील घटना आणि सामाजिक गतिशीलतेबद्दल मौल्यवान माहिती प्रदान करतात.

४) सामूहिक स्मरणशक्तीचे जतन :

ऐतिहासिक स्मृती आणि सांस्कृतिक वारसा जपण्यात ॲनल्स दृष्टिकोन महत्त्वाची भूमिका बजावतात. घटनेची बारकाईने नोंद करून, ते भूतकाळ आणि वर्तमान यांच्यातील दुवा राखून, पिढ्यांपिढ्या ऐतिहासिक ज्ञानाचे प्रसारण सुनिश्चित करतात. या नोंदी समाजाची ओळख आणि वारसा जपण्यास व समजून घेण्यास हातभार लावतात.

५) ऐतिहासिक विश्लेषणासाठी संदर्भ साहित्य :

इतिहासकार, विद्वान आणि संशोधकांसाठी ॲनल्स दृष्टिकोन अपरिहार्य संदर्भ सामग्री म्हणून काम करतात. ते सखोल ऐतिहासिक विश्लेषणे, तुलनात्मक अभ्यास आणि ऐतिहासिक प्रवाहांचे तपशीलवार परीक्षण करण्यासाठी भरपूर माहिती देतात, ज्यामुळे सामाजिक बदल आणि ऐतिहासिक नमुन्यांची सखोल माहिती मिळते.

६) सामाजिक–राजकीय गतिशीलतेबाबत माहिती :

राजकीय घडामोडी, सामाजिक संरचना आणि सांस्कृतिक बदलांच्या तपशीलवार दस्तऐवजीकरणाद्वारे, ॲनल्स दृष्टिकोन एखाद्या विशिष्ट युगाच्या किंवा प्रदेशाच्या सामाजिक–राजकीय गतिशीलतेबद्दल मौल्यवान माहिती प्रदान करतात. ते इतिहासकारांना सत्ता संघर्ष, सामाजिक नियम, शासन प्रणाली आणि विविध सामाजिक गटांमधील परस्परसंवादाचे विश्लेषण करण्यास सक्षम करतात, ऐतिहासिक संदर्भांची सूक्ष्म समज देतात.

७) इतिहासलेखनात योगदान :

इतिहासलेखनाच्या विकासावर ॲनल्स दृष्टिकोनाचा महत्त्वपूर्ण प्रभाव पडला आहे, इतिहासाची नोंद आणि विश्लेषणासाठी वापरल्या जाणाऱ्या पद्धती आणि दृष्टिकोनांना ॲनल्स दृष्टिकोनाने आकार दिला आहे. त्यांनी ऐतिहासिक दस्तऐवजीकरण, सावधपणा, अचूकता आणि ऐतिहासिक लेखनातील कालक्रमानुसार चौकट यांना प्रोत्साहन देण्यासाठी मानके निश्चित केली आहेत.

८) सांस्कृतिक आणि शैक्षणिक महत्त्व :

शैक्षणिक वर्तुळाच्या पलीकडे ॲनल्स दृष्टिकोन सांस्कृतिक समृद्धी आणि शिक्षणासाठी योगदान देतात. ते शैक्षणिक संसाधने म्हणून काम करतात, सामान्य लोकांसाठी भूतकाळातील माहिती देतात. ॲनल्स ऐतिहासिक जागरूकतेची भावना देखील वाढवतात, ज्यामुळे व्यक्तींना त्यांच्या समाजाच्या ऐतिहासिक वारसाशी जोडले जाते.

९) ऐतिहासिक सातत्य आणि संदर्भित समज :

ऐतिहासिक घटनांचा सतत आणि संघटित लेखाजोखा सादर करून, ऐतिहासिक सातत्य प्रस्थापित करण्यात आणि वर्तमान समजून घेण्यासाठी संदर्भ प्रदान करण्यात मदत होते. ते समकालीन सामाजिक, राजकीय आणि सांस्कृतिक परिप्रेक्षाच्या मुळांचे सखोल आकलन सुलभ करतात.

१०) वारसा आणि दीर्घकालीन प्रभाव :

ऐतिहासिक माहितीचे संरचित, तपशीलवार आणि प्रवेश करण्यायोग्य भांडार प्रदान करून ॲनल्स दृष्टिकोन चिरस्थायी वारसा सोडतात. ते इतिहासाचा चालू अभ्यास आणि अर्थ लावण्यासाठी योगदान देतात तसेच शैक्षणिक संशोधन, विद्वत्तापूर्ण चर्चा आणि भूतकाळातील लोकांना समजून घेण्यास प्रभावित करतात.

२.१.५ ॲनल्स दृष्टिकोनाच्या मर्यादा :

ॲनल्स दृष्टिकोनाच्या मर्यादा खालीलप्रमाणे आहेत :

१) घटनेच्या निवडक नोंदी :

ॲनल्स त्यांच्या संकलकांच्या पूर्वाग्रह आणि निवडकतेच्या अधीन असतात. इतिहासकार किंवा अभ्यासक वैयक्तिक दृष्टीकोन, सांस्कृतिक कल किंवा राजकीय कार्यसूचीवर आधारित काही घटनांना इतरांपेक्षा प्राधान्य देऊ शकतात. या निवडकतेचा परिणाम महत्त्वपूर्ण घटनांना वगळण्यात किंवा उपेक्षित दृष्टीकोन दुर्लक्षित होण्यास कारणीभूत ठरू शकते, ज्यामुळे अपूर्ण ऐतिहासिक धारणा निर्माण होते.

२) संदर्भ आणि अन्वयार्थाचा अभाव :

ॲनल्स घटनांच्या कालक्रमानुसार नोंदी प्रदान करत असताना, त्यामध्ये बऱ्याचदा सर्वसमावेशक संदर्भ आणि अन्वयार्थ नसतात. अन्वयार्थात्मक विश्लेषणाच्या अनुपस्थितीमुळे नोंद केलेल्या घटनांची मूळ कारणे, परिणाम किंवा व्यापक सामाजिक परिणामांची मर्यादित समज होते तसेच सूक्ष्म समज नसलेली धारणा सादर करते.

३) मर्यादित स्त्रोतांवर अवलंबून राहणे :

ऐतिहासिक स्त्रोतांच्या उपलब्धतेवर आणि विश्वासार्हतेवर ॲनल्स दृष्टिकोन मोठ्या प्रमाणावर अवलंबून असतो. संकलकांना मर्यादित श्रेणीतील स्त्रोत किंवा पक्षपाती सामग्रीमध्ये प्रवेश असतो, ज्यामुळे नोंद केलेल्या घटनांच्या अचूकतेवर आणि व्यापकतेवर परिणाम होतो. याव्यतिरिक्त, स्त्रोतांमध्ये वैविध्यपूर्ण दृष्टीकोन किंवा आवाजांची अनुपस्थिती ऐतिहासिक कथनाची समावेशकता मर्यादित करते.

४) अयोग्यता आणि पूर्वाग्रहाची संभाव्यता :

ॲनल्समधील ऐतिहासिक नोंदींमध्ये अयोग्यता, त्रुटी किंवा पक्षपाती व्याख्या असू शकतात. इतिहासकार त्यांच्या समकालीन संदर्भांमुळे किंवा वैयक्तिक विश्वासांद्वारे प्रभावित होऊन, अनवधानाने तथ्ये विकृत करतात, ज्यामुळे नोंद केलेल्या घटनांमध्ये सदोषपणा आणि ऐतिहासिक व्यक्ती किंवा सभ्यतेचे पक्षपाती प्रतिनिधित्व होते.

५) समकालीन आकलनाचा अभाव :

ऐतिहासिक घटनांचे संभाव्य विकृतीकरण किंवा चुकीचे अर्थ लावणारे ॲनल्स अनेकदा पूर्वलक्षी पद्धतीने संकलित केले जातात. घटनांच्या काळात प्रचलित असलेले दृष्टीकोन, सांस्कृतिक बारकावे आणि सामाजिक नियम कदाचित पूर्णपणे समजले जाऊ शकत नाहीत किंवा अचूकपणे चित्रित केले जाऊ शकत नाहीत, ज्यामुळे नोंद केलेल्या इतिहासाच्या सत्यतेवर परिणाम होतो.

६) अपूर्ण दस्तऐवजीकरण आणि अंतर :

कालक्रमानुसार घटनांची नोंद करण्याचा प्रयत्न असूनही, ॲनल्समध्ये हरवलेल्या नोंदी, अपूर्ण स्त्रोत किंवा कालांतराने ऐतिहासिक दस्तऐवजांचा नाश झाल्यामुळे गॅप किंवा गहाळ माहिती असू शकते. ऐतिहासिक नोंदीतील ही तफावत ठराविक कालखंड किंवा घटनांच्या सर्वसमावेशक आकलनात अडथळा आणते.

७) दैनंदिन जीवन कैद करण्यात असमर्थता :

ॲनल्स प्रामुख्याने महत्त्वाच्या किंवा उल्लेखनीय घटनांवर लक्ष केंद्रित करतात, अनेकदा एखाद्या विशिष्ट युगातील जीवनाच्या सांसारिक किंवा दैनंदिन पैलूंकडे दुर्लक्ष करतात. महत्त्वाच्या घटनांवर भर दिल्याने सामान्य लोकांच्या सामाजिक-सांस्कृतिक, आर्थिक किंवा वैयक्तिक अनुभवांकडे दुर्लक्ष होते, ज्यामुळे इतिहासाचे विकृत प्रतिनिधित्व होते.

८) विविध दृष्टीकोनांचा अभाव :

उपेक्षित किंवा अल्पसंख्याक समुदायांच्या दृष्टीकोनांकडे दुर्लक्ष करून, ॲनल्स हे समाजातील प्रबळ किंवा उच्चभ्रू गटांचे पूर्वाग्रह किंवा दृष्टिकोन प्रतिबिंबित करतात. वैविध्यपूर्ण आवाजांच्या अनुपस्थितीमुळे ऐतिहासिक घटनांचे आणि सामाजिक गतिशीलतेचे अपूर्ण प्रतिनिधित्व होते.

९) विचारधारा किंवा प्रचाराचा हस्तक्षेप :

काही प्रकरणांमध्ये ॲनल्सवर राजकीय, धार्मिक किंवा वैचारिक कार्यक्रमांचा प्रभाव असतो, ज्यामुळे प्रचारात्मक अर्थ लावले जातात किंवा विशिष्ट हितसंबंधांसाठी ऐतिहासिक तथ्ये जाणूनबुजून विकृत केले जातात. ऐतिहासिक कथनांची ही फेरफार नोंदींची अखंडता आणि वस्तुनिष्ठता धोक्यात आणते.

१०) व्याप्ती आणि विषयाच्या मर्यादा :

ॲनल्स सर्वसमावेशक होण्याचा प्रयत्न करत असताना त्याची व्याप्ती मर्यादित असते, विशिष्ट प्रदेश, कालखंड किंवा कथावस्तूवर लक्ष केंद्रित करून, व्यापक जागतिक किंवा परस्परसंबंधित ऐतिहासिक संदर्भांकडे दुर्लक्ष करून हे केले जाते. शिवाय, ऐतिहासिक विवेचनाचे व्यक्तिपरक स्वरूप घटनांच्या समग्र आकलनावर मर्यादा घालू शकते.

२.२ सबल्टर्न दृष्टीकोन :

वंचितांचा (सबाल्टर्न) इतिहास लेखन प्रवाहाचे उगमस्थान दक्षिण आशियाई राष्ट्रांच्या इतिहासाशी निगडित आहे. दक्षिण आशियातील विविध वसाहतींवर पाश्चात्य राष्ट्रांचे शासन होते. उदा. इंग्लंड या राष्ट्राने भारतावर सुमारे १५० वर्ष राज्य केले. तसेच पोर्तुगाल, फ्रान्स या राष्ट्रांच्या ही विविध राष्ट्रांमध्ये वसाहती होत्या. मोठ्या प्रमाणावर होत

असलेल्या शोषणाचा परिणाम म्हणून या वसाहतींनी परकीय राष्ट्रांच्या विरोधात उठाव केले. या उठावात जनसामान्यांचा सहभाग लक्षणीय होता. मात्र परकीय शासनाच्या विरोधात केलेल्या उठावांची दखल त्या – त्या काळातील इतिहास लेखकांनी घेतली नाही. वसाहतीतींल जनसामान्यांनी प्रस्थापित राजवटींच्या विरोधात केलेल्या उठावांचे यथार्थ दर्शन इतिहास लेखनात आढळून आले नाही. अशा उठावातील समाजाच्या तळागाळातील जनसमूहांनी केलेली कामगिरी संपूर्णतः माहिती करून घेतल्याखेरीज तत्कालीन इतिहासाचे सम्यक् दर्शन होणार नाही, या धारणेतून त्या – त्या राष्ट्रांतील विविध इतिहासकारांनी जे इतिहास लेखन केले त्याला सबाल्टर्न इतिहास लेखन असे म्हणतात.

२.२.१ अर्थ :

सबाल्टर्न हे शीर्षक अँटोनियो ग्रामसीच्या हस्तलिखित लेखनातून घेतले आहे, ज्याचा अर्थ वर्ग, जात, वय, लिंगभाव किंवा व्यवसाय यासंदर्भातील कनिष्ठ दर्जा आहे. सबाल्टर्न अभ्यासांमध्ये विविध समस्यांवरील प्रबंधिकेचे संकलन समाविष्ट आहे, मानवी जातीच्या विविध आणि असंबद्ध विषयांचा यात समावेश आहे. अन्यायाविरुद्ध कनिष्ठ वर्गाची बंडखोरी ही त्यांची कथावस्तू आहे. सबाल्टर्न अभ्यास भारतीय लोकांच्या कनिष्ठ समूहांना प्रकाशात आणतात, ज्याकडे इतिहासलेखनाने आतापर्यंत दुर्लक्ष केले होते. ते मुघल काळापासून ते १९७० च्या दशकापर्यंतच्या काळातील विषयांना संबोधित करतात, जसे की सांप्रदायिकतेपासून औद्योगिक कामगारांपर्यंत आणि वर्णनात्मक ते संकल्पनात्मक विषयांपर्यंत.

२.२.२ सबल्टर्न दृष्टिकोनाची वैशिष्ट्ये :

सबाल्टर्न अभ्यासामध्ये लोकवृत्तीच्या माध्यमातून इतिहासातील अनभिज्ञ सत्याचा शोध घेतल्याचे दिसते. इतिहासातील अनभिज्ञ सत्य माहिती करून ते समजण्याचा प्रयत्न केलेला आहे. वंचितांचा अभ्यास करताना त्यांचे महत्त्वाचे कार्य जाणून घेण्यासाठी वाङ्मय, लोककथा, लोकगीते आणि स्मृती यांचा आधार घेण्यात आला.

१) कल्पित समुदाय :

बेनडिक्ट ऐंडरसन यांनी 'कल्पित समुदाय' अशी संज्ञा मांडलेली आहे. बेनडिक्ट ऐंडरसन यांच्या विचाराने प्रभावित होवून रणजीत गुहा आणि पार्थ चटर्जी यांनी कल्पित समुदायाचा अभ्यास केला. प्रसिद्ध सबाल्टर्न अभ्यासक रणजीत गुहा आणि पार्थ चटर्जी यांनी भारतातील राष्ट्रीय विचारधारेला काल्पनिक मानले आहे. त्यांच्या मते राष्ट्रीय विचारधारा ही अभिजन गटाची विचारधारा आहे. यामध्ये अभिजनांनी वंचितांचा विचार धारेला महत्त्व दिलेले नाही. पार्थ चटर्जी यांच्या मते, भारताचा एक अखंड इतिहास लिहिण्याऐवजी त्याचे खंड करून किंवा गटामध्ये विभाजन करून इतिहास लिहिला जावा.

२) वंचितांचा इतिहास :

सबाल्टर्न अभ्यासामध्ये महत्त्वाचा भाग म्हणजे वंचितांचा इतिहास होय. वंचितांचा इतिहासामध्ये त्यांच्या कार्याचा उल्लेख करून ते कार्य किती महत्त्वाचे आहे त्याची नोंद केली गेली. वंचितांच्या विकासाचा, प्रगतीचा इतिहास लिहिणे हे राष्ट्राच्या विकासाचे प्रतीक आहे. भारताच्या स्वातंत्र्य चळवळीचा इतिहास लिहिताना तो सबाल्टर्न इतिहास या स्वरूपात लिहिला जावा या इतिहासामध्ये अभिजन वर्गाचा दृष्टिकोन बाजूला ठेवून सामान्य जनतेच्या दृष्टिकोनातून इतिहास लिहिला जावा.

३) शेतकरी वर्गाचा इतिहास :

गुहा यांच्या मते, शेतकरी वर्गाचा इतिहास या अभ्यासविषयाचा कर्ता स्वतः शेतकरी आहे. गुहा आणि पार्थ चटर्जी यांनी शेतकऱ्यांच्या उठावाला 'शुद्ध चेतना' म्हटले आहे. शेतकरी वर्ग राष्ट्रीय चळवळीतील एक भाग होता. मात्र, 'शुद्ध चेतना' या संज्ञेने शेतकऱ्यांना व्यापक राष्ट्रीय चळवळीच्या मुख्यधारेतून वेगळे केलेले आहे.

शेतकरी वर्गाचा इतिहास लिहिताना त्यांचा सखोल अभ्यास केला गेला. त्यासाठी वेगवेगळ्या ठिकाणावरील शेतकऱ्याचा उठाव हा मुख्य विषय होता.

४) स्वतंत्र सामुदायिक स्त्री अस्मिता :

स्त्री प्रश्नांवर सबाल्टर्न इतिहासकारांचे एक मत असल्याचे दिसते. त्यांच्या मते, राष्ट्रामधील स्त्रियांना स्वतंत्र सामुदायिक अस्मिता असते. पार्थ चटर्जी त्यांच्या 'राष्ट्र आणि महिला' या लेखामध्ये असे मत व्यक्त करतात की, राष्ट्राच्या इतिहासाअंतर्गत स्त्रियांचा इतिहास लिहिणे हे स्त्रियांबरोबर अन्यायकारी आणि विश्वासघात केल्यासारखे होईल. म्हणून स्त्रियांच्या योगदानाचा स्वतंत्र इतिहास लिहिणे योग्य ठरतो.

५) आदिवासी उठाव :

आदिवासींचे उठाव हा सबाल्टर्न अभ्यासाचा महत्त्वाचा विषय आहे. आदीवासींचे उठाव हे प्रामुख्याने जुलमी वसाहतीक शासनाविरूद्ध होते. परकीय वसाहतींनी केलेली आर्थिक पिळवणूक, जुलमी शासकीय धोरणे यामुळे आदीवासींच्या परंपरागत जीवनपद्धतीवर आत्मसन्मानावर आघात झाला. परिणामी, आदिवासी प्रतिकार करण्यास सिद्ध झाले.

६) राष्ट्रीय आंदोलन :

राष्ट्रीय आंदोलनाच्या व्यापक प्रवाहात कामगार, शेतकरी, आदिवासी असे अनेक गट सामील झाले होते. राष्ट्रीय आंदोलनातील नेत्यांचे विचार व आदीवासींचे विचार भिन्न असल्याचे दिसते तसेच आदीवासींचे राष्ट्रीय आंदोलनातील सहभागामागील प्रेरणाही भिन्न भिन्न होत्या. त्यामुळे राष्ट्रीय चळवळ एकजिनसी नव्हती अशा या गटाची भूमिका आहे. अशा पद्धतीने आदीवासी गटाला राष्ट्रीय चळवळीपासून वेगळे करून आदीवासींचा स्वतंत्र इतिहास लिहिणे योग्य ठरतो.

७) स्वातंत्र्योत्तर इतिहास :

स्वातंत्र्य चळवळतील विषयानंतर स्वातंत्र्योत्तर काळातील समस्यांचा अभ्यास महत्त्वाचा विषय आहे. भिन्न समाजगटातील सामाजिक, धार्मिक व सांस्कृतिक संकेतांचा, त्यांच्यामधील सत्ता केंद्रांचा व भिन्न सत्ताकेंद्रातील परस्पर संबंधाचा क्रिया-प्रतिक्रियांचा इतिहास महत्त्वाचा आहे. स्वातंत्र्योत्तर इतिहासामध्ये वंचितांचे परिवर्तन घडून आले का? परिवर्तन घडले असेल तर त्यामागची कारणे कोणती? अशा महत्त्वाच्या मुद्यांवर स्वातंत्र्योत्तर इतिहास लिहिणे योग्य ठरतो.

२.२.३ महत्वाचे इतिहासकार आणि त्यांचे सबल्टर्न इतिहासलेखन :

भारतातील पुढील इतिहासकारांनी सबाल्टर्न प्रवाहात योगदान दिले आहे :

१) रणजीत गुहा :

सामाजिक संबंधात वरिष्ठांनी व कनिष्ठांना दिलेली वागणूक, सामाजिक व आर्थिक स्वरुपाचे अत्याचार, उत्पादन व्यवस्थेकडे पाहण्याचा ब्रिटिश जमीनदार आणि सावकार यांचा विषमतावादी दृष्टिकोन, ब्रिटिशांचे अन्यायी स्वरुपाचे कायदे, सामाजिक सुरक्षितता असे अनेक घटक लोक आंदोलनाला किंवा लोक उठावाला कारणीभूत ठरले होते. अनेक सामाजिक शास्त्रज्ञांनी या उठावाचे व बंडाचे अध्ययन केले त्यालाच आधार मानून श्री. रणजीत गुहा यांनी लोक आंदोलनाला 'सबाल्र्टन' असा शब्द वापरला आहे. १९८२ साली, Sublatern Studies, Writings on South Asian History and Society हा दोन खंडाचा ग्रंथ प्रकाशित केला. या ग्रंथातील महत्त्वाचा सारांश म्हणजे ''दडपलेल्या अथवा उपेक्षित लोकांच्या अपेक्षा किंवा व्यथा चिरडण्याचा जेव्हा प्रयत्न केला जातो अथवा शोषितांचे शोषण करण्याचे जोपर्यंत संपत नाही तोपर्यंत प्रस्थापित समाजातील शोषितवर्ग उठाव

करण्याचा गुप्तपणे किंवा उघडपणे प्रयत्न करतो. शोषितांची अन्याय सहन करण्याची शक्ती संपली की सामूहिक शक्तीद्वारे व सामूहिक कृतीद्वारे शोषणाविरुध्द उठाव केला जातो.''

या उठावाला श्री. रणजीत गुहा यांनी बंड (Revolt) असे संबोधले आहे. सर्वसामान्यत: क्रांती, उठाव व बंड या तिन्ही संकल्पना समानार्थी वापरल्या जात असल्या तरी त्यात आढळणारा फरक उठावाच्या प्रक्रियेवर, तंत्रावर आणि साधनसामग्रीवर आधारलेला आहे.

२) डॉ.शहीद अमीन :

डॉ.शहीद अमीन हे रणजीत गुहांचे निकटचे सहकारी होते. सबाल्टर्न स्टडीजचे एक संस्थापक आणि काही काळ संपादक असलेल्या डॉ.अमीन यांचे इतिहास लेखन अतिशय वैशिष्ट्यपूर्ण आहे. १९२० ते १९२२ च्या असहकार आंदोलनात सहभागी असलेल्या शेतकऱ्यांच्या मनावरील महात्मा गांधींच्या प्रभावाचे विश्लेषण प्रभावीपणे डॉ.अमीन यांनी केलेले आहे. तसेच १९२२ साली चौरीचौरा प्रकरणाशी संबंधित असलेल्या भिन्न गटांची मनोभूमिका त्यांनी तपासली. Making the Nation Habitable या लेखात तसेच Remembering the Mussalmans या ग्रंथात कोणत्याही धर्मनिष्ठ गटाच्या दृष्टिकोनातून होणाऱ्या इतिहास लेखनाचे धोके व दुष्परिणाम यांचा ऊहापोह डॉ.शहीद अमीन यांनी केलेला आहे.

३) डॉ.सुमीत सरकार :

दिल्ली विद्यापीठातील इतिहासाचे प्राध्यापक डॉ.सुमीत सरकार हे स्वतंत्रप्रज्ञ, प्रतिभासंपन्न इतिहासकार म्हणून प्रसिद्ध आहेत. मार्क्सवादाचा सखोल अभ्यास करून भारतीय राष्ट्रीय चळवळीतील जनसामान्यांचा, दुर्लक्षित गटांचा इतिहास, राष्ट्रीय चळवळीतील महात्मा गांधी यांचे नेतृत्त्व आणि पाश्चिमात्य वसाहतवादी शासनाचे स्वरूप हे त्यांच्या सबाल्टर्न इतिहास लेखनाचे प्रमुख विषय आहेत. डॉ.रणजीत गुहा व इतर सबाल्टर्न लेखकांनी केलेली सबाल्टर्न व्याख्या सुमीत सरकार यांना संकुचित वाटली. डॉ.गुहा व त्यांचे सहकारी यांनी सबाल्टर्न म्हणजे जनआंदोलन किंवा लोकउठाव अशी व्याख्या केलेली होती. मात्र डॉ.सुमीत सरकार यांनी 'History from down below' या संकल्पनेला सबाल्टर्न असे संबोधले. त्यांनी 'मॉर्डन इंडिया' या ग्रंथातून सबाल्टर्न या शब्दाचा अर्थ व्यापक स्वरुपात सांगितलेला आहे.

४) गायत्री चक्रवर्ती स्पीवाक :

एक भारतीय–अमेरिकन विद्वान, स्पीवाक यांचा निबंध कॅन द सबाल्टर्न स्पिक? (१९८८) उत्तर वसाहतवादी सिद्धांतातील एक महत्त्वपूर्ण कार्य आहे. त्या सबल्टर्न आवाजांच्या प्रतिनिधित्वाची चिकित्सकपणे चौकशी करतात आणि प्रबळ प्रवचनांमध्ये त्यांचे अनुभव व्यक्त करण्याच्या व्यवहार्यतेबद्दल प्रश्न उपस्थित करतात. त्या पुढे दुर्लक्षित न ठेवता उपेक्षितांचे प्रतिनिधित्व करण्याच्या आव्हानांवर जोर देते.

५) दीपेश चक्रवर्ती (जन्म १९४८) :

दीपेश चक्रवर्ती यांनी ऐतिहासिक विश्लेषण आणि उत्तर वसाहतवादी सिद्धांताची सांगड घालून महत्त्वपूर्ण योगदान दिले आहे. प्रोव्हिन्सीलीझिंग युरोप: पोस्ट–कॉलोनिअल थॉट अँड हिस्टोरिकल डिफरन्स (२०००) मध्ये, ते ऐतिहासिक विचारांमध्ये युरोपकेंद्रीयतेस आव्हान देतात आणि जगभरातील विविध अनुभव व दृष्टीकोन लक्षात घेऊन अधिक बहुलवादी दृष्टिकोनासाठी युक्तिवाद करतात.

६) पार्थ चॅटर्जी :

एक भारतीय राज्यशास्त्रज्ञ आणि इतिहासकार चॅटर्जी यांचे कार्य राष्ट्रवाद आणि सबल्टर्न गटांमधील जटिल संबंध शोधते. त्यांचे राष्ट्रवादी विचार आणि वसाहती जग: एक व्युत्पन्न चर्चा? (१९८६) यात त्यांनी ज्या मार्गांनी

राष्ट्रवादी विचारधारा निर्माण झाल्या आणि सबल्टर्न समुदायांच्या अनुभवांना दुर्लक्षित केले त्या मार्गांचा शोध घेतला.

७) ज्ञानेंद्र पांडे :

ज्ञानेंद्र पांडे यांनी वसाहती काळात जातीय अस्मितेच्या बांधकामाचे परीक्षण करून सबल्टर्न अभ्यासात महत्त्वपूर्ण योगदान दिले आहे. त्यांचे द कन्स्ट्रक्शन ऑफ कम्युनॅलिझम इन कॉलोनियल नॉर्थ इंडिया (१९९०) हे पुस्तक सांप्रदायिक ओळखीचा उदय आणि या सामाजिक गतिशीलतेला आकार देण्यासाठी वसाहतवादी धोरणांच्या भूमिकेचे विश्लेषण करते.

२.२.४ सबाल्टर्न दृष्टिकोनाचे महत्त्व :

भारतीय इतिहासातील सबाल्टर्न दृष्टिकोन अनेक प्रमुख कारणांमुळे महत्त्वपूर्ण आहे :

१) उपेक्षित आवाज केंद्रीत करणे :

सबाल्टर्न दृष्टिकोन शेतकरी, आदिवासी समुदाय, कनिष्ठ जाती आणि स्त्रिया यासारख्या उपेक्षित गटांच्या धारणा आणि दृष्टीकोनांवर भर देतो, ज्यांना पारंपारिक इतिहासलेखनात अनेकदा दुर्लक्षित केले गेले किंवा चुकीचे चित्रण केले गेले होते. या आवाजांना समोर आणून ऐतिहासिक मौनांना संबोधित करणे आणि भारताच्या वैविध्यपूर्ण सामाजिक परंपरेची अधिक समावेशक समज प्रदान करणे हे त्याचे उद्दिष्ट आहे.

२) प्रबळ धारणांना आव्हान :

सबाल्टर्न दृष्टीकोन पारंपारिक ऐतिहासिक कथनांवर टीका करतो जे प्रामुख्याने अभिजात दृष्टीकोनांवर किंवा वसाहतवादी खात्यांवर लक्ष केंद्रित करते. हा दृष्टीकोन प्रबळ धारणांना आव्हान देऊन आणि ऐतिहासिक व्याख्येमध्ये अंतर्भूत असलेल्या सत्ता संरचनांवर प्रश्नचिन्ह निर्माण करून इतिहासाचे सूक्ष्म आकलन प्रदान करतो.

३) सत्तेच्या गतिशीलतेचे आकलन :

जात, वर्ग, लिंगभाव आणि वांशिकतेवर आधारित पदानुक्रम, असमानता आणि दडपशाही यांनी भारतातील ऐतिहासिक प्रक्रिया आणि सामाजिक-राजकीय संरचना कशा आकारल्या आहेत याचे परीक्षण करून हा दृष्टीकोन समाजातील सत्ता संबंध आणि संरचनांवर प्रकाश टाकतो.

४) ऐतिहासिक घटनांचे पुनर्परीक्षण :

हा दृष्टीकोन सबल्टर्न गटांच्या दृष्टिकोनातून महत्त्वपूर्ण ऐतिहासिक घटना, हालचाली आणि सामाजिक परिवर्तनांचे पुनर्परीक्षण करण्यास प्रोत्साहित करतो, पर्यायी व्याख्या प्रदान करतो जे त्यांच्या प्रतिकार आणि भारताच्या इतिहासाला आकार देण्यामध्ये योगदान देते.

५) सक्षमीकरण आणि प्रतिनिधित्व :

सबाल्टर्न दृष्टीकोन उपेक्षित समुदायांना त्यांचे अनुभव, संघर्ष आणि इतिहासातील योगदान प्रमाणित करून, ओळख, प्रतिनिधित्व आणि सन्मानाची भावना वाढवून सक्षम बनवतो.

६) जटिलता आणि विविधता :

सबाल्टर्न दृष्टीकोन भारतीय समाजाच्या जटिल आणि वैविध्यपूर्ण स्वरूपाची कबुली देतो आणि हे ओळखतो की ऐतिहासिक वास्तव बहुआयामी आहेत आणि विविध सामाजिक गटांचे अनुभव लक्षात घेतल्याशिवाय ते सर्वसमावेशकपणे समजले जाऊ शकत नाहीत.

७) इतिहासलेखनाशी चिकित्सक व्यस्तता :

पारंपारिक इतिहासलेखनात चिकित्सकपणे गुंतून राहून, हा दृष्टीकोन इतिहासाच्या अनुशासनात स्वात्म प्रतिसंबंधाला प्रोत्साहन देतो तसेच विद्वानांना पद्धती, पूर्वाग्रह आणि ऐतिहासिक संशोधनाच्या मर्यादांचे पुनर्मूल्यांकन करण्यास प्रोत्साहित करतो.

८) शैक्षणिक प्रवचनावर परिणाम :
सबाल्टर्न दृष्टीकोनाने शैक्षणिक शिष्यवृत्ती आणि ऐतिहासिक संशोधनावर लक्षणीय प्रभाव पाडला आहे, आंतरविद्याशाखीय अभ्यास आणि उत्तर-वासाहतिक सिद्धांतांच्या विकासात योगदान दिले आहे, युरोप-केंद्रित दृष्टीकोनांना आव्हान दिले आहे आणि भारतीय इतिहासाचे आकलन समृद्ध केले आहे.

९) सामाजिक आणि राजकीय प्रासंगिकता :
भारतातील उपेक्षित समुदायांच्या सामाजिक न्याय, समानता आणि हक्कांसाठी सुरू असलेल्या संघर्षांबद्दल माहिती प्रदान करून, समकालीन सामाजिक आणि राजकीय परिसंवादामध्ये सबल्टर्न दृष्टिकोन प्रासंगिक आहे.

१०) सांस्कृतिक आणि बौद्धिक वारसा :
सबाल्टर्न दृष्टीकोनाचा वारसा भारतीय इतिहासाची अधिक समावेशक, बहुवचनवादी आणि चिकित्सक समज वाढवणे, भूतकाळातील कथनाला आकार देणे आणि अधिक न्याय्य समाजाच्या दिशेने प्रेरणादायी प्रयत्नांमध्ये आहे.

२.२.५ सबल्टर्न दृष्टिकोनाच्या मर्यादा :

भारतीय इतिहासाचा सबाल्टर्न दृष्टीकोन मौल्यवान माहिती प्रदान करत असला तरी, त्याला अनेक मर्यादांचा सामना करावा लागतो:

१) सामान्यीकरण आणि एकसंधीकरण :
यात उपेक्षित गटांमधील अंतर्गत भिन्नता, गुंतागुंत आणि बारकावे यांच्याकडे दुर्लक्ष करून, विविध सबल्टर्न अनुभव आणि दृष्टीकोनांना अतिसरल बनवण्याचा धोका आहे, संभाव्यतः त्यांच्या इतिहासाचे सामान्यीकरण किंवा एकसंधीकरण होण्याचा धोका आहे.

२) सबाल्टर्न प्रतिनिधित्वात मर्यादित प्रवेश :
सबअल्टर्न परिप्रेक्ष्यांचे प्रतिनिधित्व करणाऱ्या अस्सल आणि सर्वसमावेशक ऐतिहासिक स्त्रोतांमध्ये प्रवेश करणे आव्हानात्मक आहे, कारण या आवाजांचे पुरेसे दस्तऐवजीकरण केले जाऊ शकत नाही किंवा कदाचित ऐतिहासिक नोंदींमध्ये त्यांना दुर्लक्षित केले गेले असावे.

३) विखंडन आणि विशिष्टता :
केवळ सबअल्टर्न कथनांवर लक्ष केंद्रित केल्याने विखंडित ऐतिहासिक नोंदी निर्माण होऊ शकतात, ज्या विशिष्ट समुदायांना किंवा हालचालींना प्राधान्य देतात, परिणामी विविध सामाजिक गटांच्या परस्परसंबंधांकडे आणि व्यापक ऐतिहासिक संदर्भांकडे दुर्लक्ष करतात.

४) अंतर्निहित धारणा आणि अंतर्गत विरोधाभास :
सबअल्टर्न गटांची धारणा अधोरेखित करताना, या समुदायांमधील अंतर्गत विरोधाभास, पदानुक्रम आणि संघर्षांकडे दुर्लक्ष करण्याची प्रवृत्ती दिसून येते, त्यांच्या संघर्षांचे आणि योगदानांचे काहीसे आदर्श चित्रण सादर करते.

५) सैद्धांतिक आणि पद्धतशीर आव्हाने :
सबाल्टर्न दृष्टिकोनाला सबल्टर्न अनुभवांच्या विविधतेमुळे सातत्यपूर्ण सैद्धांतिक चौकट आणि पद्धती विकसित करण्यात आव्हानांचा सामना करावा लागतो, ज्यामुळे एक एकीकृत विश्लेषणात्मक प्रारूप तयार करणे आव्हानात्मक बनते.

६) सर्व पूर्वकथने नाकारणे :
पूर्वकथने किंवा व्यापक ऐतिहासिक चौकटीला पूर्णपणे नकार दिल्याने व्यापक ऐतिहासिक संदर्भ आणि संरचनांची समज मर्यादित होऊ शकते, संभाव्यतः सूक्ष्म-स्तरीय ऐतिहासिक प्रक्रियांचा शोध कमी होतो.

७) इतर दृष्टीकोनांचे संभाव्य आच्छादन :
सबअल्टर्न दृष्टीकोनांवर जास्त भर दिल्यास इतर महत्त्वपूर्ण ऐतिहासिक कर्ते, घटना किंवा हालचालींकडे दुर्लक्ष होते, अनवधानाने भारताच्या इतिहासाला आकार देण्यामध्ये त्यांचे महत्त्व कमी होते.

८) अभिजात स्त्रोतांवर अवलंबित्व :
सबअल्टर्न समूहांचे प्रतिनिधित्व करण्याचे उद्दिष्ट असूनही, इतिहासकार अजूनही उच्चभ्रू स्त्रोतांवर किंवा दुय्यम खात्यांवर जास्त अवलंबून राहतात कारण मर्यादित प्राथमिक स्त्रोत थेट सबल्टर्न अनुभवांचे प्रतिनिधित्व करतात, परिणामी त्यांच्या इतिहासाचे आंशिक प्रतिनिधित्व होते.

९) शैक्षणिक आव्हाने :
सबाल्टर्न पध्दतीला मुख्य प्रवाहातील शैक्षणिक वर्तुळात विरोध किंवा संशयाचा सामना करावा लागतो, ज्यामुळे त्याची स्वीकृती आणि व्यापक ऐतिहासिक परिसंवादात एकीकरण मर्यादित होते.

१०) उपयुक्तता आणि प्रासंगिकता :
ऐतिहासिक कथनांचा आकार बदलण्यासाठी महत्त्वपूर्ण असताना, समकालीन समस्यांचे विश्लेषण करण्यासाठी या दृष्टिकोनाची उपयुक्तता आणि प्रासंगिकता किंवा सध्याच्या सामाजिक-राजकीय वादविवादांना माहिती देण्याची क्षमता यावर प्रश्नचिन्ह उपस्थित केले जाते.

२.३ स्त्रीवादी दृष्टीकोन :

स्त्रीवाद ही संकल्पना दुसऱ्या महायुद्धानंतर विशेषतः शीतयुद्धाच्या समाप्तीनंतर उदयाला आली. गेल्या काही वर्षात स्त्रीवाद या संकल्पनेने पारंपरिक राजकीय-सामाजिक विचारात आमूलाग्र असे बदल केले आहेत. विशेषतः २०व्या शतकाच्या अखेरच्या काही वर्षात स्त्रीवादाने राजकीय-सामाजिक आणि प्रागतिक विचारधारेत महत्त्वाचे योगदान दिलेले आहे. जगातील वेगवेगळ्या स्त्रियांनी विविध क्षेत्रात आपले कर्तृत्व सिद्ध केलेले असल्याची अनेक उदाहरणे आहेत.

२.३.१ अर्थ :

इतिहासाचा स्त्रीवादी दृष्टीकोन ही एक अशी चौकट आहे जी ऐतिहासिक घटना, सामाजिक संरचना आणि सांस्कृतिक नियमांची लिंगभाव आधारित दृष्टीकोनातून पुनर्व्याख्या करते, ज्याचा उद्देश पारंपारिक इतिहासलेखनात दुर्लक्षित किंवा उपेक्षित स्त्रियांचे अनुभव, योगदान आणि संघर्ष उलगडणे आणि अधोरेखित करणे आहे. लिंगभाव भूमिका, सामर्थ्य संबंध आणि सामाजिक निकषांनी ऐतिहासिक प्रक्रिया, सामाजिक हालचाली आणि व्यक्तींच्या जीवनातील अनुभवांवर कसा प्रभाव पाडला आहे याचे परीक्षण करून ऐतिहासिक कथनांमध्ये अंतर्भूत असलेल्या पितृसत्ताक पूर्वाग्रहांना आव्हान देण्याचा आणि विघटन करण्याचा प्रयत्न केला आहे.

२.३.२ स्त्रीवादी दृष्टिकोनाची वैशिष्ट्ये :

इतिहासलेखनातील स्त्रीवादामध्ये ऐतिहासिक कथांचे चिकित्सक परीक्षण समाविष्ट असते, ज्याचा उद्देश संपूर्ण इतिहासात स्त्रियांच्या भूमिका, अनुभव आणि योगदान उघड करणे आणि त्यांचे विश्लेषण करणे हा आहे.

१) लिंगभाव दृष्टीकोन केंद्रीत करणे :
इतिहासलेखनात स्त्रीवाद लिंगभावास महत्त्वाचा दृष्टीकोन म्हणून प्राधान्य देतो ज्याद्वारे ऐतिहासिक घटनांचा अर्थ लावता येतो. हा दृष्टीकोन सामाजिक मानदंड, सत्ता संरचना आणि विचारधारा यांचे चिकित्सकपणे परीक्षण करतो, विविध ऐतिहासिक कालखंड आणि समाजांमधील लैंगिक भूमिका, धारणा आणि अनुभवांना ते कसे आकार देतात यावर प्रकाश टाकतो.

२) स्त्रियांचा इतिहास पुनर्प्राप्त करणे :

स्त्रीवादी इतिहासलेखन ऐतिहासिकदृष्ट्या दुर्लक्षित किंवा पारंपारिक ऐतिहासिक खात्यांमधून वगळलेल्या स्त्रियांच्या कथनांचा शोध आणि विस्तार करण्याचा प्रयत्न करते. राजकारण, अर्थशास्त्र, संस्कृती आणि सामाजिक चळवळींसारख्या जीवनाच्या विविध क्षेत्रांमध्ये महिलांचे अनुभव आणि योगदान यांचा पुन्हा दावा करणे हे त्याचे उद्दिष्ट आहे.

३) आंतरविभागीयता स्वीकारणे :

स्त्रीवादी इतिहासकार वंश, वर्ग, वांशिकता आणि लैंगिकता यासारख्या बहुविध ओळखींना लिंगभाव हा घटक छेदतो हे मान्य करून परस्परसंवादावर जोर देतात. विविध सामाजिक आणि सांस्कृतिक संदर्भांमधील स्त्रियांचे वैविध्यपूर्ण अनुभव आणि योगदान ओळखून हा दृष्टिकोन या ओळखींच्या जटिल परस्परसंवादाचा शोध घेतो.

४) आव्हानात्मक पितृसत्ताक संरचना :

स्त्रीवादी इतिहासलेखन ऐतिहासिक कथनांमध्ये प्रचलित पितृसत्ताक संरचनांवर टीका करते आणि त्यांना आव्हान देते. हे सामजिक निकष आणि प्रणालींनी लैंगिक असमानता कशी कायम ठेवली आहे याचे अनावरण करून, सत्तेच्या गतिशीलतेचा अभ्यास करते आणि या संरचनांमधील प्रतिकार हालचाली क्षणांचे परीक्षण करते.

५) संशोधनवादी व्याख्या :

स्त्रीवादी इतिहासकार लिंगभाव आधारित दृष्टिकोनातून ऐतिहासिक घटना आणि आकृत्यांचे पुनर्मूल्यांकन करून, संशोधनवादी अर्थ लावतात. यामध्ये पूर्वाग्रहांची छाननी करणे, पूर्वी दुर्लक्षित केलेल्या योगदानांवर प्रकाश टाकणे आणि स्त्रीवादी दृष्टीकोनातून इतिहासाचे पर्यायी वाचन करणे समाविष्ट आहे.

६) स्त्रियांचे प्रतिनिधित्व :

स्त्रीवादी इतिहासलेखन स्त्रियांचे प्रतिनिधित्व करते ज्यांना अनेकदा इतिहासलेखनात दुर्लक्षित करण्यात आले होते. हे विविध पार्श्वभूमीतील स्त्रियांच्या धारणा समोर आणते, ज्यात अल्पसंख्याक गट, मजूर, कार्यकर्ते आणि अनेक उपेक्षित ओळखींचे छेदनबिंदू आहेत.

७) सामाजिक बदलास समर्थन :

विद्वत्तापूर्ण शोधाच्या पलीकडे स्त्रीवादी इतिहासलेखन अनेकदा सामाजिक बदलाच्या समर्थनाशी संरेखित होते. ऐतिहासिक अन्यायाबद्दल जागरुकता आणणे, पूर्वग्रहांना आव्हान देणे आणि समकालीन वादविवाद व धोरण-निर्धारणाची माहिती देण्यासाठी लिंगभाव गतिशीलतेची सखोल समज वाढवणे हे त्याचे उद्दिष्ट आहे.

२.३.३ स्त्रीवादी दृष्टिकोनाचे मुख्य इतिहासकार :

विविध इतिहासकार आणि कार्यकर्त्यांनी स्त्रीवादी विचार, पाठपुरावा आणि सक्रियता घडवण्यात महत्त्वाची भूमिका बजावली तसेच स्त्रियांचे हक्क, लैंगिक समानता आणि स्त्रीवादी विचारसरणीच्या उत्क्रांतीमध्ये महत्त्वपूर्ण योगदान दिले.

१) मेरी वोल्स्टोनक्राफ्ट :

स्त्रीवादी विचारांचे प्रणेते मानल्या जाणाऱ्या, वॉलस्टोनक्राफ्टने अ व्हिंडिकेशन ऑफ द राइट्स ऑफ वुमन (१७९२) हे महिला हक्क आणि समानतेचे समर्थन करणारे महत्त्वपूर्ण पुस्तक लिहिले. तिने शैक्षणिक सुधारणांसाठी युक्तिवाद केला ज्यामुळे महिलांना समान बौद्धिक संधी मिळाव्या यासाठी महिलांना घरगुती भूमिकांकडे नेणाऱ्या सामाजिक नियमांना आव्हान दिले. वॉलस्टोनक्राफ्टच्या लेखनाने भविष्यातील स्त्रीवादी चळवळींचा पाया घातला आणि स्त्रिया पुरुषांप्रमाणेच समान अधिकार व शिक्षणास पात्र आहेत हे स्पष्ट केले.

२) सोजॉर्नर टुथ :

एक प्रख्यात आफ्रिकन अमेरिकन निर्मूलनवादी आणि महिला हक्कांच्या प्रवक्त्या सोजॉर्नर टुथ यांनी आपले शक्तिशाली भाषण मी एक स्त्री नाही का? १८५१ मध्ये प्रकाशित केले आणि याद्वारे वंश आणि लिंगभाव यांच्या छेदनबिंदूला संबोधित केले. सोजॉर्नर टुथ यांनी स्त्रिया आणि आफ्रिकन अमेरिकन दोघांच्याही हक्कांचे समर्थन केले, विशेषतः कृष्णवर्णीय महिलांनी केलेल्या संघर्षांवर प्रकाश टाकला. त्यांची सक्रियता समान हक्क, मताधिकार आणि गुलामगिरीच्या निर्मूलनासाठी पाठपुरावा करण्यावर केंद्रित होती, ज्यामुळे त्यांना सुरुवातीच्या स्त्रीवादी आणि नागरी हक्क चळवळींमध्ये एक महत्त्वपूर्ण व्यक्तिमत्त्व म्हणून ओळख प्राप्त झाली.

३) एलिझाबेथ कॅडी स्टँटन :

स्टँटन यांनी १८४८ मध्ये सेनेका फॉल्स कन्व्हेन्शनचे सह-आयोजन केले, जिथे भावनांचा घोषणा मसुदा तयार करण्यात आला होता, ज्यामध्ये स्वातंत्र्याच्या घोषणेची रचना प्रतिध्वनी होती आणि महिलांच्या मताधिकार आणि अधिकारांची मागणी केली गेली होती. त्यांनी आपले जीवन महिलांच्या हक्कांचा पाठपुरावा करण्यासाठी, राष्ट्रीय महिला मताधिकार संघटनेचे सह-संस्थापक आणि सुरुवातीच्या स्त्रीवादी चळवळीच्या सैद्धांतिक पायामध्ये योगदान देण्यासाठी समर्पित केले.

४) सुसान बी. अँथनी :

एक प्रमुख मताधिकारवादी आणि महिला हक्क कार्यकर्ते असणाऱ्या अँथनी यांनी अमेरिकेतील महिलांच्या मताधिकाराच्या लढ्यात महत्त्वपूर्ण भूमिका बजावली. त्यांनी एलिझाबेथ कॅडी स्टँटनसह नॅशनल वुमन सफ्रेज असोसिएशनची सह-स्थापना केली आणि महिलांच्या मतदानाच्या अधिकारासाठी अथकपणे प्रचार केला. ॲन्थनीच्या लढ्यामुळे महिलांना अमेरिकेत मतदानाचा अधिकार प्राप्त होऊ शकला.

५) सिमोन डी ब्यूवॉयर :

एक फ्रेंच अस्तित्ववादी तत्वज्ञानी आणि द सेकंड सेक्स (१९४९) पुस्तकाचे लेखक, डी ब्युवॉयर यांनी लिंगभावाच्या सामाजिक बांधणीचा आणि पितृसत्ताक समाजातील स्त्रियांच्या अधीनतेचा शोध लावला. त्यांच्या कार्याने स्त्रीत्वाच्या संकल्पनेचे चिकित्सकपणे परीक्षण केले आणि स्त्रियांच्या अत्याचाराला संबोधित केले. त्यांनी लिंगभाव भूमिका आणि असमानतेच्या सामाजिक व सांस्कृतिक पैलूंवर जोर देऊन स्त्रीवादी सिद्धांतामध्ये महत्त्वपूर्ण योगदान दिले.

६) बेट्टी फ्रीडन :

अमेरिकेमध्ये स्त्रीवादाची दुसरी लाट निर्माण करण्याचे श्रेय फ्रीडनच्या द फेमिनाइन मिस्टिक (१९६३) या प्रभावशाली पुस्तकाला दिले जाते. त्यांनी दुसऱ्या महायुद्धानंतरच्या घरगुतीपणाच्या आदर्शावर टीका केली, ज्याने स्त्रियांना पारंपारिक भूमिकांपर्यंत मर्यादित केले होते. त्यांनी स्त्रियांची स्वायत्तता, शिक्षण आणि कर्मचारी वर्गातील सहभागाचा पुरस्कार केला. फ्रीडनने नॅशनल ऑर्गनायझेशन फॉर वुमन (NOW) ची सह-स्थापना केली. १९६० आणि १९७० च्या स्त्रीवादी चळवळीतील एक प्रमुख नेता म्हणून त्या नावारूपास आल्या.

७) ऑड्रे लॉर्डे :

लॉर्डे या एक आफ्रिकन-अमेरिकन कवी, लेखक आणि कार्यकर्त्या असून त्यांनी आपल्या कामात वंश, वर्ग, लिंगभाव आणि लैंगिकता या विषयांवर लक्ष दिले. त्यांनी दडपशाहीच्या परस्परसंबंधावर भर दिला आणि कृष्णवर्णीय महिला व उपेक्षित समुदायांच्या अनुभवांवर प्रकाश टाकून आंतरविभागीय स्त्रीवादाचा पुरस्कार केला. द मास्टर्स टूल्स विल नेव्हर डिसमंटल द मास्टर्स हाऊस लॉर्डच्या या लेखनाने मुख्य प्रवाहातील स्त्रीवादी चळवळीला विविधता आणि सर्वसमावेशकता स्वीकारण्याचे आव्हान दिले.

८) बेल हुक :

एक विद्वान आणि कार्यकर्ता म्हणून, हुक्सने स्त्रीवादातील वंश, लिंगभाव आणि वर्ग यांच्या छेदनबिंदूंचा शोध लावला. मी एक स्त्री नाही का?, कृष्णवर्णीय महिला आणि स्त्रीवाद (१९८१) आणि फेमिनिस्ट थिअरी: फ्रॉम मार्जिन टू सेंटर (१९८४) यासारख्या त्यांच्या पुस्तकाने स्त्रीवादी चळवळीवरील बहिष्काराच्या पद्धतींवर टीका केली आणि त्यांना अधिक समावेशक आणि छेदनबिंदूचे आवाहन केले. स्त्रीवादाकडे पाहण्याचा त्यांचा दृष्टीकोन, उपेक्षित व्यक्तींच्या अनुभवांना संबोधित करण्याचे त्यांचे उद्दिष्ट स्त्रीवादाच्या विकासासाठी महत्वपूर्ण ठरले.

२.३.४ स्त्रीवादी दृष्टिकोनाचे महत्त्व :

स्त्रीवादी दृष्टिकोनाचे महत्त्व खालीलप्रमाणे आहे :

१) सर्वसमावेशकता आणि प्रतिनिधित्व :

स्त्रीवादी इतिहासलेखन स्त्रियांचे अनुभव, योगदान आणि स्थितीवर प्रकाश टाकून ऐतिहासिक अंतर दूर करते. विविध सामाजिक-सांस्कृतिक संदर्भांमध्ये स्त्रियांच्या विविध भूमिका आणि दृष्टीकोन ओळखून आणि त्यांचे प्रतिनिधित्व करून अधिक समावेशक ऐतिहासिक कथा तयार करणे हे त्याचे उद्दिष्ट आहे.

२) ऐतिहासिक कथनांना आव्हान :

स्त्रीवादी इतिहासलेखन स्त्रियांच्या भूमिकांबाबत पूर्वाग्रह आणि त्यांना वगळण्यावर प्रश्नचिन्ह उपस्थित करून पारंपारिक ऐतिहासिक नोंदींना आव्हान देते. लिंगभाव आधारित दृष्टिकोनातून प्रस्थापित कथनांची पुनरावृत्ती करून, ते भूतकाळातील अधिक संतुलित आणि सर्वसमावेशक समज प्रदान करून, ऐतिहासिक घटना आणि प्रसंगांच्या चिकित्सक पुनर्मूल्यांकनास प्रोत्साहित करते.

३) सत्ता संरचना आणि लिंगभाव गतिशीलतेचे अनावरण :

हा दृष्टीकोन ज्यांनी महिलांना ऐतिहासिकदृष्ट्या उपेक्षित केले आहे, अशा पुरुषसत्ताक व्यवस्थेच्या कार्यपद्धतीचा आणि सामाजिक नियमांचा पर्दाफाश करतो. ऐतिहासिक संदर्भांमध्ये अंतर्भूत असलेली सत्ता गतिशीलता आणि लिंगभाव असमानता यांचे विच्छेदन करून, स्त्रीवादी इतिहासलेखन या रचनांनी समाजाच्या विविध पैलूंना आकार कसा दिला आणि कसे प्रभावित केले यावर प्रकाश टाकते.

४) छेदनबिंदू आणि विविध ओळख :

स्त्रीवादी इतिहासलेखनात ओळखीची परस्परसंबंधता मान्य केली जाते, हे ओळखून की लिंगभाव हे वंश, वर्ग, वांशिकता आणि इतर घटकांना छेदते. ही समज विविध अनुभवांचे सूक्ष्म अन्वेषण करण्यास चालना देते, बहुआयामी ओळख असलेल्या महिलांचे अधिक समावेशी चित्रण सुनिश्चित करते.

५) उपेक्षित स्त्रियांचे प्रतिनिधित्व :

उपेक्षित स्त्रियांच्या धारणा आणि तितसंबंधांचे प्रतिनिधित्व करून स्त्रीवादी इतिहासलेखन ऐतिहासिकदृष्ट्या मूक किंवा दुर्लक्षित असलेल्यांना सक्षम करते. हे कथनांवर पुन्हा हक्क सांगण्यासाठी, यशस्वीता साजरी करण्यासाठी आणि विविध पार्श्वभूमी व सामाजिक स्थितीतील महिलांना मान्यता देण्यासाठी एक व्यासपीठ प्रदान करते.

६) समकालीन वादविवाद आणि धोरणांची माहिती :

स्त्रीवादी इतिहासलेखन लिंगभाव, राजकारण आणि सामाजिक बदलांवरील समकालीन चर्चांची माहिती देते. ऐतिहासिक उदाहरणे अधोरेखित करून, हे सतत असमानतेबद्दल माहिती देते, लिंगभाव हक्क, सामाजिक न्याय आणि समानता यासंबंधीच्या सध्याच्या वादविवाद आणि धोरणांना आकार देते.

७) अधिक समग्र ऐतिहासिक धारणा तयार करणे :

स्त्रीवादी इतिहासलेखन भूतकाळाचे अधिक समग्र आणि सूक्ष्म चित्रण प्रदान करून ऐतिहासिक समज समृद्ध करते. लिंगभाव गतिशीलता आणि विविध अनुभवांवर त्याचा भर ऐतिहासिक घटना, व्यक्तिमत्त्व आणि सामाजिक बदलांचे अधिक व्यापक आणि अचूक प्रतिनिधित्व करण्यास योगदान देते.

२.३.५ स्त्रीवादी दृष्टिकोनाच्या मर्यादा :

स्त्रीवादी दृष्टिकोनाच्या मर्यादा पुढीलप्रमाणे सांगता येतील :

१) संभाव्य अतिसामान्यीकरण :

स्त्रीवादी इतिहासलेखन स्त्रियांच्या अनुभवांवर प्रकाश टाकण्यासाठी महत्त्वपूर्ण असताना, काही वेळा स्त्रियांच्या विविध गटांमधील फरकांकडे दुर्लक्ष करून हे अनुभव अधिक सामान्यीकृत करतात. हा दृष्टिकोन अनवधानाने स्त्रियांच्या जीवनातील गुंतागुंत सुलभ करतो, वर्ग, वंश, वांशिकता किंवा इतर एकमेकांना छेदणाऱ्या ओळखींवर आधारित बारकावे दुर्लक्षित करतो.

२) स्त्रोत उपलब्धतेतील आव्हाने :

ऐतिहासिक नोंदी अनेकदा त्यांच्या आवाजाच्या ऐतिहासिक दुर्लक्षामुळे स्त्रियांच्या दृष्टीकोनांचे प्रतिनिधित्व करताना आव्हाने देतात. ही मर्यादा सर्वसमावेशक कथनांची पुनर्रचना करण्याच्या प्रयत्नांना बाधा आणते, कारण विशेषत: स्त्रियांच्या अनुभवांवर लक्ष केंद्रित करणारे स्त्रोत दुर्मिळ असतात, हे अंतर भरण्यासाठी नाविन्यपूर्ण दृष्टिकोन आवश्यक आहेत.

३) पूर्वाग्रह आणि अन्वयार्थ :

स्त्रीवादी इतिहासलेखन सर्वसमावेशकता आणि वस्तुनिष्ठतेसाठी प्रयत्नशील असताना, कधीकधी त्यात पूर्वाग्रह निर्माण होताना दिसतात. अन्वयार्थ स्त्रियांच्या समस्या आणि प्रतिकारांना ठळकपणे दर्शविण्याकडे झुकतात, ज्याचा त्यांना सामना करावा लागत असलेल्या सामाजिक बंधने आणि गुंतागुंतीचे समतोल चित्रण न करता लेखन केल्यास इतिहासातील स्त्रियांच्या भूमिकांबद्दल एक आदर्श दृष्टीकोन निर्माण होऊ शकतो.

४) लिंगभाव व्यतिरिक्त घटकांकडे दुर्लक्ष :

स्त्रीवादी इतिहासलेखन, प्रामुख्याने लिंगभाव गतिशीलतेवर लक्ष केंद्रित करताना, ऐतिहासिक घटनांवर परिणाम करणाऱ्या इतर चिकित्सक घटकांकडे दुर्लक्ष करते. प्रामुख्याने लिंगभाव या घटकावर लक्ष केंद्रित करून, ते ऐतिहासिक घडामोडींना आकार देणाऱ्या इतर सामाजिक-राजकीय, आर्थिक किंवा सांस्कृतिक घटकांचे महत्त्व बाजूला ठेवते किंवा कमी करते.

५) व्याख्यात्मक आव्हाने आणि खंडित धारणा :

ऐतिहासिक कथनांची उजळणी आणि पुनर्व्याख्या करण्याचा प्रयत्न करताना, स्त्रीवादी इतिहासलेखनाला कधीकधी व्याख्यात्मक आव्हानांचा सामना करावा लागतो. स्त्रीवादी विद्वानांमधील भिन्न दृष्टीकोन आणि व्याख्यांमुळे विखंडित कथा किंवा विरोधाभासी विश्लेषणे निर्माण होतात, ज्यामुळे एकसंध ऐतिहासिक नोंदी तयार करण्यात अडथळा येतो.

६) पुरुषांचे योगदान कमी करणे :

स्त्रियांच्या कथनांवर भर देताना स्त्रीवादी इतिहासलेखन अनवधानाने पुरुषांचे अनुभव किंवा इतिहासातील योगदानांना बाजूला ठेवू शकते किंवा कमी करू शकते. हे अपवर्जित लिंगभाव संबंध आणि परस्परसंवादाचे अपूर्ण चित्र सादर करते, ऐतिहासिक संदर्भांमध्ये पुरुष आणि महिलांच्या भूमिकांच्या परस्परसंबंधाकडे दुर्लक्ष केले जाते.

७) सादरीकरण आणि आधुनिक विचारसरणी लादणे :

स्त्रीवादी इतिहासलेखन ऐतिहासिक घटनांचा अर्थ लावण्यासाठी आधुनिक स्त्रीवादी विचारसरणी लागू करताना, वर्तमानवादाचा धोका पत्करते. ऐतिहासिक कालखंडावर समकालीन लिंगभाव मानदंड आणि मूल्ये प्रक्षेपित केल्याने विविध ऐतिहासिक संदर्भांमध्ये लिंगभाव गतिशीलतेच्या गुंतागुंतीच्या समज विकृत होऊ शकतात.

२.४ स्थानिक इतिहास :

स्थानिक इतिहास म्हणजे विशिष्ट भौगोलिक क्षेत्र किंवा परिसराचा अभ्यास, त्याच्या अद्वितीय ऐतिहासिक विकासावर, घटनांवर आणि अनुभवांवर लक्ष केंद्रित करणे होय. यात एखाद्या विशिष्ट ठिकाणाच्या सामाजिक, सांस्कृतिक, आर्थिक आणि राजकीय पैलूंचे परीक्षण केले जाते, वेळोवेळी तेथील रहिवाशांचे जीवन आणि ओळख यावर प्रकाश टाकला जातो. परिभाषित भौगोलिक जागेत वर्णने आणि गतिशीलता अन्वेषित करून, स्थानिक इतिहास समुदाय किंवा प्रदेशाची विशिष्ट वैशिष्ट्ये, परस्परसंवाद आणि परिवर्तनांबद्दल मौल्यवान माहिती प्रदान करतो.

२.४.१ अर्थ :

स्थानिक इतिहास म्हणजे विशिष्ट परिसर, प्रदेश, शहर, गाव किंवा समुदायाच्या इतिहासाचा अभ्यास, दस्तऐवजीकरण आणि अर्थ लावणे होय. हे विशिष्ट भौगोलिक क्षेत्रातील अद्वितीय ऐतिहासिक कथा, घटना, परंपरा, संस्कृती आणि सामाजिक-आर्थिक गतिशीलता शोधण्यावर लक्ष केंद्रित करते. स्थानिक इतिहास सामान्य लोकांचे जीवन, त्यांचे दैनंदिन अनुभव, रीतिरिवाज, परंपरा आणि व्यापक ऐतिहासिक घटनांशी आणि सामाजिक बदलांशी कसा संवाद साधला याचा अभ्यास करतो.

२.४.२ स्थानिक इतिहासाची वैशिष्ट्ये :

स्थानिक इतिहासाची वैशिष्ट्ये पुढील मुद्यांच्या आधारे स्पष्ट करता येतील :

१) संदर्भ समज :

स्थानिक इतिहास विशिष्ट भौगोलिक क्षेत्राची संदर्भित समज प्रदान करण्याचा प्रयत्न करतो. यात स्थानिक भौगोलिक, सामाजिक आणि सांस्कृतिक संदर्भातील ऐतिहासिक विकासाचे परीक्षण केले जाते. भूगोल, लोकसंख्याशास्त्र आणि स्थानिक परंपरा यासारख्या घटकांचा विचार करून, स्थानिक इतिहास काळाच्या ओघात समाजाला आकार देणारे वेगळे प्रभाव उघड करण्यास मदत करतो.

२) मर्यादित व्याप्ती :

विस्तृत ऐतिहासिक कथांच्या तुलनेत स्थानिक इतिहास मर्यादित असतो. हे विशिष्ट शहरे, प्रदेश किंवा अतिपरिचित क्षेत्रांच्या इतिहासावर लक्ष केंद्रित करते, ज्यामुळे स्थानिक गतिशीलता आणि अनुभवांचे अधिक तपशीलवार अन्वेषण करण्याची मुभा मिळते. ही मर्यादित व्याप्ती इतिहासकारांना समुदायाची भूतकाळातील गुंतागुंत आणि बारकावे कैद करण्यास सक्षम करते.

३) समुदाय-आधारित दृष्टीकोन :

स्थानिक इतिहास विश्लेषणाचे मध्यवर्ती एकक म्हणून समुदायावर भर देतो. हे संपूर्ण अभ्यासात परिसरात राहणाऱ्या लोकांचे जीवन, परस्परसंवाद आणि अनुभव समजून घेण्याचा प्रयत्न करते. स्थानिक संस्था, संघटना आणि सामाजिक संबंधांचे परीक्षण करून, स्थानिक इतिहास सामूहिक ओळख आणि समुदायातील आपलेपणाची भावना अधोरेखित करतो.

४) आंतरविद्याशाखीय दृष्टीकोन :

पुरातत्वशास्त्र, मानववंशशास्त्र, समाजशास्त्र, भूगोल आणि मौखिक इतिहास यासारख्या क्षेत्रांतील विविध स्त्रोत आणि पद्धतींवर आधारित, स्थानिक इतिहासामध्ये आंतरविद्याशाखीय दृष्टिकोन स्वीकारला जातो. या आंतरविद्याशाखीय स्वरूपामुळे इतिहासकारांना स्थानिक भूतकाळाची पुनर्रचना आणि व्याख्या करण्यासाठी कागदपत्रे, कलाकृती, मौखिक साक्ष आणि अवकाशीय विश्लेषणाद्वारे विविध प्रकारचे पुरावे गोळा करण्याची परवानगी मिळते.

५) सहयोग आणि समुदाय प्रतिबद्धता :

स्थानिक इतिहासामध्ये अनेकदा इतिहासकार, संशोधक आणि स्थानिक समुदाय यांच्यातील सहकार्याचा समावेश असतो. स्थानिक रहिवासी, सामुदायिक संस्था आणि वारसा गट यांच्याशी गुंतून राहणे मौखिक इतिहास गोळा करण्यास, ज्ञानाची देवाणघेवाण करण्यास आणि ऐतिहासिक कथनावर मालकीची भावना वाढविण्यात मदत करते. समुदायाचा समावेश करून स्थानिक इतिहास हा एक सामूहिक प्रयत्न बनतो जो परिसराचा वारसा जतन करतो.

६) स्थान-आधारित ओळख :

स्थानिक इतिहास स्थान-आधारित ओळखीच्या भावनेच्या विकासास हातभार लावतो. स्थानिक इतिहासाची ऐतिहासिक मुळे आणि वारसा अन्वेषित करून, स्थानिक इतिहास रहिवाशांना त्यांची जमीन, समुदाय परंपरा आणि सामायिक आठवणी समजून घेण्यास मदत करतो. स्थान-आधारित ओळखीची ही भावना स्थानिक वारश्याबद्दल सखोल प्रशंसा वाढवते आणि समुदाय एकसंधता व अभिमानामध्ये योगदान देते.

७) प्रासंगिकता आणि प्रभाव :

स्थानिक इतिहास शैक्षणिक क्षेत्राच्या पलीकडे प्रासंगिक आहे. शहरी नियोजन, समुदाय विकास, पर्यटन आणि वारसा जतन यामध्ये त्याचा व्यावहारिक उपयोग आहे. स्थानिक इतिहासाचा ऐतिहासिक संदर्भ आणि उत्क्रांती समजून घेऊन, स्थानिक इतिहास निर्णय घेण्याच्या प्रक्रियेस सूचित करतो, सांस्कृतिक वारसा जतन करण्यासाठी योगदान देतो आणि समुदायामध्ये सातत्य आणि ओळखीची भावना वाढवतो.

२.४.३ स्थानिक इतिहास विद्वान :

स्थानिक इतिहासाच्या क्षेत्रात महत्त्वपूर्ण योगदान देणारे असंख्य विद्वान आहेत. या सर्वांची यादी करणे अशक्य असले तरी, काही उल्लेखनीय स्थानिक इतिहास अभ्यासक जाणून घेणे आवश्यक आहे :

१) कार्ल ब्रिडेनबॉग :

कार्ल ब्रिडेनबॉग हे एक अमेरिकन इतिहासकार आहेत, जे वसाहतीक अमेरिकेच्या सामाजिक आणि सांस्कृतिक इतिहासावर विशेषत: शहरी परिप्रेक्षात त्याच्या विस्तृत संशोधनासाठी ओळखले जातात. सिटीज इन द वाइल्डरनेस आणि द कॉलोनिअल क्राफ्ट्समन यासारखे त्यांचे कार्य सुरुवातीच्या अमेरिकन शहरांमधील लोकांच्या दैनंदिन जीवनावर प्रकाश टाकते.

२) डेव्हिड डी. हॉल :

हॉल हे अमेरिकन धार्मिक आणि सामाजिक इतिहासाचे प्रमुख अभ्यासक आहेत, हॉल यांनी प्युरिटन न्यू इंग्लंडच्या इतिहासावर विपुल लेखन केले आहे. त्यांचे वर्ल्ड्स ऑफ वंडर, डेज ऑफ जजमेंट हे पुस्तक मॅसॅच्युसेट्सच्या सुरुवातीच्या काळातील सामान्य लोकांच्या धार्मिक श्रद्धा आणि आचरणांचे परीक्षण करते.

३) डेव्हिड माँटगोमेरी :

माँटगोमेरी हे कामगार इतिहासकार आहे, ज्यांनी विशिष्ट भागातील कामगारांचे अनुभव शोधले. त्यांचे द फॉल ऑफ द हाउस ऑफ लेबर हे पुस्तक अमेरिकेमधील औद्योगिक कामगारांच्या घसरणीचे परीक्षण करते, पोलाद आणि कोळसा समुदायातील कामगारांच्या अनुभवांवर लक्ष केंद्रित करते.

४) ई.पी. थॉम्पसन :

थॉम्पसन हे ब्रिटीश इतिहासकार आहेत ज्यांचे कामगार-वर्गीय लोकांच्या इतिहासावर, विशेषत: औद्योगिक क्रांतीमध्ये खोलवर परिणाम झाला आहे. त्यांचे द मेकिंग ऑफ द इंग्लिश वर्किंग क्लास हे पुस्तक सामाजिक इतिहासाच्या क्षेत्रातील महत्त्वपूर्ण कार्य आहे.

५) नताली झेमन डेव्हिस :

डेव्हिस ह्या अशा इतिहासकार आहेत, ज्यांनी सूक्ष्म इतिहासात महत्त्वपूर्ण योगदान दिले आहे. सूक्ष्म इतिहास ही स्थानिक इतिहासाची एक शाखा हहले, जी विशिष्ट संदर्भातील व्यक्तींच्या जीवनाचे परीक्षण करते. त्यांचे पुस्तक द रिटर्न ऑफ मार्टिन ग्युरे हे सूक्ष्म इतिहासाचे उत्कृष्ट उदाहरण आहे, जे १६ व्या शतकातील फ्रेंच गावातील व्यक्तीचे जीवन शोधते.

६) कार्लो गिंजबर्ग :

गिंजबर्ग हे एक इटालियन इतिहासकार आहे, जे सूक्ष्म इतिहास आणि लोकप्रिय संस्कृतीच्या इतिहासावरील कार्यासाठी ओळखले जातात. त्यांचे द चीज अँड द वर्म्स हे पुस्तक इटलीमधील १६ व्या शतकातील मिलरचे जीवन आणि विश्वासांचे परीक्षण करते, सामान्य लोकांच्या जागतिक दृष्टिकोनाची माहिती प्रदान करते.

७) विल्यम क्रोनन :

हे एक पर्यावरणीय इतिहासकार आहे, ज्यांनी विशिष्ट भागातील मानव आणि नैसर्गिक वातावरण यांच्यातील संबंध शोधले आहेत. त्यांचे नेचर्स मेट्रोपोलिस हे पुस्तक शिकागोच्या आसपासच्या नैसर्गिक परिप्रेक्षावरील प्रभाव आणि शहरी व ग्रामीण वातावरणातील परस्परसंबंधांचे परीक्षण करते.

२.४.४ स्थानिक इतिहासाचे महत्त्व :

स्थानिक इतिहासाने भूतकाळाविषयीच्या समजुतीत महत्त्वपूर्ण योगदान दिले आहे आणि त्याचे अनेक महत्त्वपूर्ण परिणाम आहेत. स्थानिक इतिहासाचे महत्त्व पुढील मुद्यांच्या आधारे जाणून घेता येईल :

१) स्थानिक वारशाचे जतन :

विशिष्ट परिसराच्या वारशाचे जतन आणि दस्तऐवजीकरण करण्यात स्थानिक इतिहास महत्त्वपूर्ण भूमिका बजावतो. एखाद्या विशिष्ट समुदायाच्या, शहराच्या किंवा प्रदेशाच्या इतिहासाचे संशोधन आणि दस्तऐवजीकरण करून, स्थानिक इतिहासकार त्या क्षेत्रातील अद्वितीय सांस्कृतिक, वास्तू आणि नैसर्गिक संपत्तीचे रक्षण आणि प्रचार करण्यास मदत करतात.

२) स्थानिक ओळख समजून घेणे :

स्थानिक इतिहास स्थानिक ओळखींच्या निर्मिती आणि उत्क्रांतीची माहिती प्रदान करतो. विशिष्ट परिसराचे ऐतिहासिक अनुभव, परंपरा आणि मूल्ये अन्वेषित करून स्थानिक इतिहास रहिवाशांना त्यांच्या समुदायामध्ये स्थान-आधारित ओळख आणि अभिमानाची भावना विकसित करण्यास मदत करतो. हे स्थानिक रीतिरिवाज, भाषा आणि सांस्कृतिक पद्धतींना सखोल समजून घेण्यास योगदान देते.

३) समुदाय प्रतिबद्धता :

स्थानिक इतिहास समुदाय प्रतिबद्धता आणि सक्रिय सहभाग वाढवतो. हे परिसरातील रहिवासी, संघटना आणि संस्थांना त्यांच्या सामायिक इतिहासाचे जतन आणि व्याख्या करण्यास प्रोत्साहित करते. या व्यस्ततेमुळे आपुलकीची भावना, सामुदायिक एकता आणि सामूहिक स्मृती वाढते.

४) राष्ट्रीय कथनांचा प्रतिसंतुलन :

स्थानिक इतिहास हा राष्ट्रीय कथनांचा प्रतिसंतुलन म्हणून काम करतो. राष्ट्रीय इतिहास अनेकदा प्रमुख घटना आणि आकृत्यांवर लक्ष केंद्रित करतो, याउलट स्थानिक इतिहास सामान्य लोकांच्या दैनंदिन जीवनाचा शोध घेतो. अशा व्यक्ती आणि समुदायांच्या कथा आणि दृष्टीकोनांवर प्रकाश टाकतो, ज्यांना व्यापक ऐतिहासिक खात्यांमध्ये दुर्लक्षित केले जाते किंवा त्यांच्याकडे दुर्लक्ष केले जाते.

५) सामाजिक गतिशीलतेचा शोध :

स्थानिक इतिहास सामाजिक गतिशीलता आणि विशिष्ट परिसरांमधील संबंधांची एक रूपरेषा प्रदान करतो. सामाजिक वर्ग, वांशिक आणि धार्मिक गट, लिंगभाव गतिशीलता आणि आर्थिक क्रियाकलाप यासारख्या घटकांचे परीक्षण करून, स्थानिक इतिहासकार सामाजिक परस्परसंवादाचे नमुने, सत्ता संरचना आणि कालांतराने सामाजिक बदल उघड करतात.

६) प्रादेशिक आणि जागतिक इतिहासातील योगदान :

स्थानिक इतिहास प्रादेशिक किंवा जागतिक संदर्भांपासून वेगळा नाही, तर तो आपल्याला व्यापक ऐतिहासिक प्रक्रिया समजून घेण्यास हातभार लावतो. परिसर आणि त्याच्या आजूबाजूचे प्रदेश किंवा व्यापक जग यांच्यातील संबंध, देवाणघेवाण आणि परस्परसंवादाचे विश्लेषण करून स्थानिक इतिहास प्रादेशिक आणि जागतिक ऐतिहासिक धारणांमध्ये खोली आणि समृद्धता आणतो.

७) भावी पिढ्यांसाठी प्रेरणा स्त्रोत :

स्थानिक इतिहास एखाद्या विशिष्ट परिसरातील व्यक्ती आणि समुदायांच्या उपलब्धी, संघर्ष आणि लवचिकता अधोरेखित करून भावी पिढ्यांना प्रेरणा देतो. हे प्रेरणास्त्रोत म्हणून काम करते आणि समकालीन आव्हानांना तोंड देण्यासाठी, स्थानिक वारशाबद्दल सातत्य आणि अभिमानाची भावना वाढवण्यासाठी मार्गदर्शन देते.

२.४.५ स्थानिक इतिहासाच्या मर्यादा :

स्थानिक इतिहासाच्या मर्यादा पुढीलप्रमाणे आहेत :

१) मर्यादित कार्यक्षेत्र :

स्थानिक इतिहास त्याच्या स्वभावानुसार, विशिष्ट भौगोलिक क्षेत्र किंवा परिसरावर लक्ष केंद्रित करतो. या मर्यादित व्याप्तीचा परिणाम संकुचित दृष्टीकोनात होतो आणि परिसराच्या विकासावर परिणाम करणाऱ्या व्यापक प्रादेशिक किंवा जागतिक संदर्भांकडे दुर्लक्ष होते. हे परस्परसंबंध आणि विशिष्ट ठिकाणाच्या सीमा ओलांडणाऱ्या मोठ्या ऐतिहासिक प्रक्रियेची समज देखील प्रतिबंधित करते.

२) सामान्यीकरणाचा अभाव :

स्थानिक इतिहासाच्या अभ्यासातून काढलेले निष्कर्ष आणि अन्वयार्थ नेहमी इतर संदर्भांसाठी सहजपणे सामान्यीकरण करण्यायोग्य नसतात. एखाद्या विशिष्ट परिसराच्या इतिहासाची विशिष्टता आणि त्याची विशिष्ट गतिशीलता स्थानिक इतिहासाच्या निष्कर्षांचे व्यापक ऐतिहासिक नमुने किंवा घटनांवर लागू होण्यास मर्यादित करते. स्थानिक इतिहास संशोधनाच्या संदर्भ-विशिष्ट स्वरूपाचा विचार करणे महत्त्वाचे आहे.

३) स्त्रोतांची उपलब्धता आणि प्रवेशयोग्यता :

स्थानिक इतिहास संशोधन हे संबंधित ऐतिहासिक स्त्रोतांच्या उपलब्धतेवर आणि उपलब्धतेवर मोठ्या प्रमाणावर अवलंबून असते. प्रदेश आणि कालखंडानुरुप स्त्रोत दुर्मिळ, खंडित किंवा पक्षपाती असू शकतात, जे व्यापक आणि अचूक स्थानिक इतिहास संशोधन आयोजित करण्यात आव्हाने सादर करतात. पुरातत्त्व सामग्री, मौखिक इतिहास किंवा पुरातत्व अवशेषांपर्यंत मर्यादित प्रवेश स्थानिक इतिहास अभ्यासाची खोली आणि रुंदी मर्यादित करतो.

४) पक्षपाती अन्वयार्थ :

स्थानिक इतिहास इतिहासकारांचे पूर्वाग्रह आणि अन्वयार्थांच्या अधीन आहे. भिन्न इतिहासकार समान ऐतिहासिक पुराव्यांकडे वेगळ्या पद्धतीने बघतात, ज्यामुळे स्थानिक इतिहासाचे विविध अर्थ आणि वर्णने होतात. पूर्वाग्रह हे जाणीवपूर्वक असो वा अनावधानाने असत ते ऐतिहासिक माहितीची निवड, विश्लेषण आणि सादरीकरणावर प्रभाव टाकतात, संभाव्यत: संशोधनाची वस्तुनिष्ठता आणि अचूकता प्रभावित करतो.

५) उच्चभ्रू दृष्टीकोनांवर जास्त भर :

स्थानिक इतिहासकार नकळतपणे प्रभावशाली व्यक्ती किंवा परिसरातील प्रभावशाली गटांच्या अनुभवांवर आणि दृष्टीकोनांवर अधिक लक्ष केंद्रित करतात. यामुळे ऐतिहासिक घटनांचे विकृत प्रतिनिधित्व आणि दुर्लक्षित किंवा कमी प्रतिनिधित्व केलेल्या समूहांकडे दुर्लक्ष होते. स्थानिक इतिहासकारांनी सर्वसमावेशकतेसाठी प्रयत्न करणे आणि त्यांच्या संशोधनात विविध दृष्टीकोनांचा समावेश करणे महत्त्वाचे आहे.

६) स्थानिक इतिहासाचे खंडित स्वरूप :

स्थानिक इतिहास अनेकदा विशिष्ट कालखंडावर किंवा परिसरातील घटनांवर लक्ष केंद्रित करतात, ज्यामुळे खंडित धारणा निर्माण होतात. सर्वसमावेशक आणि सातत्यपूर्ण ऐतिहासिक लेखाजोखा नसल्यामुळे परिसरातील दीर्घकालीन परिवर्तने आणि गुंतागुंतीची समज मर्यादित होते. विस्तृत ऐतिहासिक चौकटींद्वारे स्थानिक इतिहासांचे एकत्रीकरण या मर्यादांवर मात करण्यास मदत करते.

७) मर्यादित संसाधने आणि ओळख :

स्थानिक इतिहास संशोधनाला निधी, संस्थात्मक समर्थन आणि व्यापक ऐतिहासिक विद्याशाखा म्हणून मान्यता या बाबतीत अनेकदा आव्हानांना सामोरे जावे लागते. मर्यादित संसाधने संशोधनाच्या प्रयत्नांना आणि निष्कर्षांच्या प्रसारात अडथळा आणतात. स्थानिक इतिहासाच्या अभ्यासासाठी मान्यता नसल्यामुळे त्यांचे महत्त्व कमी होते आणि स्थानिक इतिहासांना व्यापक ऐतिहासिक धारणांमधून वगळले जाऊ शकते.

२.५ इतिहास लेखन आणि इतिहास लेखनशास्त्राचे लोकशाहीकरण :

इतिहास लेखन आणि इतिहास लेखनशास्त्राचे लोकशाहीकरण हे विविध आवाज, दृष्टीकोन आणि कार्यपद्धती यांना सशक्त बनवून, क्षेत्रातील मूलभूत बदल दर्शवते.

१) उपेक्षित धारणांचा समावेश :

इतिहासाच्या लोकशाहीकरणाने ऐतिहासिकदृष्ट्या दुर्लक्षित किंवा वगळलेल्या धारणांचा समावेश करण्याचा मार्ग मोकळा केला आहे. यामध्ये स्थानिक लोकसंख्या, अल्पसंख्याक समुदाय, स्त्रिया, LGBTQ+ व्यक्ती आणि इतर उपेक्षित गटांचा इतिहास समाविष्ट आहे; ज्यांच्या धारणा पारंपारिक इतिहासलेखनात अनेकदा दुर्लक्षित केल्या गेल्या. या वैविध्यपूर्ण दृष्टीकोनांना मान्यता देऊन आणि एकत्रित करून, इतिहासकारांनी मानवी अनुभवांची

जटिलता आणि समृद्धता प्रतिबिंबित करणारे अधिक समावेशक आणि प्रातिनिधिक ऐतिहासिक कथन तयार करण्याचे उद्दिष्ट ठेवले आहे.

२) विविध दृष्टिकोनांवर भर :

इतिहासकार आता ऐतिहासिक दृष्टिकोन आणि व्याख्यांची बहुविधता ओळखतात. एकवचन, अखंड धारणा सादर करण्याऐवजी, इतिहासाचे लोकशाहीकरण ऐतिहासिक घटनांचे अनेक दृष्टीकोन आणि अन्वयार्थ यांचे अस्तित्व मान्य करते. हा दृष्टीकोन विविध दृष्टिकोनांच्या चिकित्सक सहभागास प्रोत्साहित करतो, भूतकाळातील अधिक सूक्ष्म समज वाढवतो आणि प्रबळ ऐतिहासिक प्रतिमानांना आव्हान देतो.

३) प्रवेशयोग्य आणि सार्वजनिक इतिहास :

इतिहास लेखनाचे लोकशाहीकरण शैक्षणिक वर्तुळाच्या पलीकडे विस्तारते, ऐतिहासिक परिसंवादाच्या सुलभ आणि सार्वजनिक स्वरूपाद्वारे व्यापक श्रोत्यांपर्यंत पोहोचते. डिजिटल प्लॅटफॉर्म, संग्रहालये, माहितीपट, पॉडकास्ट आणि समुदाय-आधारित उपक्रमांनी ऐतिहासिक ज्ञानाचा प्रवेश लोकशाहीत केला आहे, लोकांना भूतकाळातील चर्चेत गुंतवून ठेवले आहे. ही प्रवेशयोग्यता ऐतिहासिक माहितीचे संकलन आणि प्रसार यांचे लोकशाहीकरण करते, माहिती विविध प्रेक्षकांसाठी अधिक समावेशक आणि आकर्षक बनवते.

४) वसाहतवादाचा इतिहास :

युरोप-केंद्रित दृष्टीकोनांना आव्हान देऊन आणि ऐतिहासिक अन्वयार्थावर वसाहतवादाचा प्रभाव मान्य करून ऐतिहासिक धारणांचे वसाहतीकरण करण्याचा एकत्रित प्रयत्न आहे. यामध्ये वसाहतींच्या इतिहासाचे पुनर्मूल्यांकन करणे, स्वदेशी ज्ञान प्रणाली वाढवणे आणि साम्राज्यवादाच्या वारशाचे चिकित्सकपणे परीक्षण करणे समाविष्ट आहे. ऐतिहासिक अन्याय दुरुस्त करणे आणि भूतकाळाचे अधिक अचूक आणि सर्वसमावेशक चित्रण सादर करणे हा इतिहास वसाहतवादी प्रवाहापासून मुक्त करण्याचा उद्देश आहे.

५) मौखिक इतिहास आणि स्मृती अभ्यास :

इतिहासाचे लोकशाहीकरण मौखिक इतिहास आणि स्मृती अभ्यास हे ऐतिहासिक घटना समजून घेण्यासाठी मौल्यवान स्त्रोत म्हणून जिवंत अनुभव आणि वैयक्तिक नोंदी यांचे मूल्यमापन करते. मौखिक परंपरा, साक्ष आणि वैयक्तिक धारणांचा समावेश करून, इतिहासकार ऐतिहासिक स्त्रोतांची व्याप्ती विस्तृत करतात आणि सामूहिक स्मृती तयार करण्यासाठी वैयक्तिक दृष्टीकोनांचे महत्त्व ओळखतात.

६) स्त्रोत आणि पद्धतींशी चिकित्सक व्यस्तता :

इतिहासकार आता पारंपारिक स्त्रोत आणि कार्यपद्धती, पूर्वाग्रह, सत्ता संरचना आणि ऐतिहासिक पुराव्याच्या मर्यादा यांचे चिकित्सकपणे परीक्षण करतात. या चिकित्सक व्यस्ततेमध्ये स्त्रोतांच्या विश्वासार्हतेचे पुनर्मूल्यांकन करणे, नवीन पद्धतींचा शोध घेणे आणि ऐतिहासिक अन्वयार्थाचे व्यक्तिनिष्ठ स्वरूप मान्य करणे समाविष्ट आहे. इतिहासाचे लोकशाहीकरण इतिहासकारांमध्ये परावर्तितत्वास प्रोत्साहन देते, त्यांच्या कामात पारदर्शकता आणि आत्म-जागरूकता वाढवते.

७) ऐतिहासिकदृष्ट्या अप्रस्तुत इतिहासकारांचे सक्षमीकरण :

इतिहासाच्या लोकशाहीकरणाचा उद्देश ऐतिहासिकदृष्ट्या कमी प्रतिनिधित्व केलेल्या इतिहासकारांना सक्षम करणे, क्षेत्रातील विविधता वाढवणे हा आहे. विविध पार्श्वभूमीतील विद्वानांना पाठिंबा देण्याचे प्रयत्न, त्यांचे संशोधन वाढवणे आणि सर्वसमावेशक शैक्षणिक जागा निर्माण करणे अधिक प्रातिनिधिक आणि न्याय्य इतिहासलेखनास प्रोत्साहन देते.

८) नैतिक विचार आणि सामाजिक जबाबदारी :

ऐतिहासिक कथनांचा सामाजिक प्रभाव लक्षात घेऊन इतिहासकार त्यांच्या कार्याचे नैतिक परिमाण अधिकाधिक ओळखतात. नैतिक इतिहास लेखनामध्ये नैतिक साधने, ऐतिहासिक घटनांचे जबाबदार प्रतिनिधित्व आणि सामाजिक न्यायाची बांधिलकी, समज, सहानुभूती आणि सलोख्याला प्रोत्साहन देणाऱ्या ऐतिहासिक धारणांचे समर्थन करणे यांचा समावेश होतो.

९) आंतरविद्याशाखीय सहयोग :

इतिहासाचे लोकशाहीकरण मानववंशशास्त्र, समाजशास्त्र, सांस्कृतिक अभ्यास आणि साहित्य यासारख्या विविध विषयांतील माहितीवर आधारित आंतरविद्याशाखीय सहकार्यास प्रोत्साहन देते. हा आंतरविद्याशाखीय दृष्टीकोन भूतकाळाविषयी सर्वसमावेशक समज प्रदान करण्यासाठी विविध पद्धती आणि दृष्टीकोन समाविष्ट करून ऐतिहासिक विश्लेषण समृद्ध करतो.

१०) सतत पुनर्मूल्यांकन आणि पुनरावृत्ती :

इतिहासाचे लोकशाहीकरण हे कबूल करते की ऐतिहासिक धारणा गतिशील असतात आणि सतत पुनर्मूल्यांकन आणि पुनरावृत्तीच्या अधीन असतात. इतिहासकारांनी विकसित होणारे दृष्टीकोन, नवीन पुरावे आणि बदलणारे सामाजिक संदर्भ प्रतिबिंबित करण्यासाठी ऐतिहासिक कथनांचा चालू संवाद, पुनरावृत्ती आणि पुनर्व्याख्येची गरज ओळखली आहे.

सरावासाठी प्रश्न

प्र. १. दीर्घोत्तरी प्रश्न.

१) ॲनल्स दृष्टीकोनाचा अर्थ आणि वैशिष्ट्ये स्पष्ट करा.

२) ॲनल्स इतिहासकार आणि त्यांचे योगदान विशद करा.

३) ॲनल्स दृष्टीकोनाचे महत्त्व आणि मर्यादा स्पष्ट करा.

४) सबल्टर्न दृष्टिकोनाचा अर्थ आणि वैशिष्ट्ये स्पष्ट करा.

५) सबल्टर्न दृष्टीकोनातील महत्त्वाचे इतिहासकार आणि त्यांचे योगदान लिहा.

६) सबल्टर्न दृष्टिकोनाचे महत्त्व आणि मर्यादा स्पष्ट करा

७) स्त्रीवादी दृष्टिकोनाचा अर्थ आणि वैशिष्ट्ये स्पष्ट सांगा.

८) स्त्रीवादी दृष्टिकोनातील महत्त्वाचे इतिहासकार आणि त्यांचे योगदान लिहा.

९) स्त्रीवादी दृष्टिकोनाचे महत्त्व आणि मर्यादा विशद करा.

१०) स्थानिक इतिहासाचा अर्थ आणि वैशिष्ट्ये स्पष्ट करा.

११) स्थानिक इतिहासलेखनातील महत्त्वाचे इतिहासकार आणि त्यांचे योगदान लिहा.

१२) स्थानिक इतिहासाचे महत्त्व आणि मर्यादा तपशीलवार सांगा.

१३) इतिहास लेखन आणि इतिहासलेखनशास्त्राचे लोकशाहीकरण तपशीलवार स्पष्ट करा.

प्र. २. टिपा लिहा.

१) ॲनल्स दृष्टीकोनाची वैशिष्ट्ये.

२) ॲनल्स दृष्टीकोनाचे महत्त्व.

३) ॲनल्स दृष्टीकोनाच्या मर्यादा.

४) सबाल्टर्न इतिहासलेखन.

५) स्त्रीवादी दृष्टिकोनाची वैशिष्ट्ये.

६) स्त्रीवादी दृष्टिकोनाचे महत्त्व.

७) स्त्रीवादी दृष्टिकोनाच्या मर्यादा.

८) स्थानिक इतिहासाचे स्वरूप.

९) स्थानिक इतिहासाचे योगदान.

प्रकरण ३

सद्यकालीन विकास

प्रस्तावना :

संशोधनाच्या ऐतिहासिक पद्धती म्हणजे भूतकाळात काय घडले आहे याचे पद्धतशीरपणे परीक्षण करण्याची प्रक्रिया. हे तथ्य आणि तारखा किंवा भूतकाळातील घटनांचे वर्णन नसून ते, भूतकाळातील घटनांच्या गतिशील नोंदी ज्यामध्ये घटनांची सूक्ष्मता, व्यक्तिमत्त्वे आणि कल्पना पुन्हा मिळवण्यासाठी अर्थ लावण्याचा प्रयत्न समाविष्ट असतो. भूतकाळातील घटनांचे संप्रेषण करणे हे ऐतिहासिक संशोधनाचे एक उद्दिष्ट आहे. ग्रंथालय आणि माहिती शास्त्राच्या क्षेत्रात, ऐतिहासिक संशोधन करण्यासाठी विचारात घेतलेल्या विषयांची विस्तृत श्रेणी आहे. संशोधनाच्या ऐतिहासिक पद्धती ही एक वैज्ञानिक पद्धत आहे, ज्यामध्ये ऐतिहासिक घटनांमधील सामान्य आणि विशिष्ट प्रकट करण्यासाठी आणि समान घटनेच्या किंवा दोन भिन्न परंतु समकालीन घटनांच्या विकासाच्या विविध ऐतिहासिक टप्प्यांबद्दल समजून घेण्यासाठी तुलना वापरली जाते. ऐतिहासिक पद्धतीमध्ये तंत्रे आणि मार्गदर्शक तत्त्वे समाविष्ट आहेत ज्याद्वारे इतिहासकार प्राथमिक स्त्रोत आणि दुय्यम स्त्रोत यासारख्या पुराव्यांचा इतिहास लिहिण्यासाठी वापर करतात. इतिहासाच्या तत्त्वज्ञानात ज्ञानशास्त्राचा प्रश्न म्हणून योग्य ऐतिहासिक पद्धतीचा प्रश्न उपस्थित केला जातो.

३.१ मिथक/पुराणकथा :

मिथक ही एक लोककथा शैली आहे, ज्यामध्ये अशा कथानकांचा समावेश असतो जे समाजात मूलभूत भूमिका बजावतात, जसे की मूलभूत कथा. पौराणिक कथांमध्ये बहुतेकदा देवांबद्दल पवित्र कथा असतात. पौराणिक कथा हा शब्द एकतर सामान्यतः मिथकांचा अभ्यास किंवा एखाद्या विशिष्ट विषयाशी संबंधित मिथकांच्या मुख्य भागाचा संदर्भ देतो. पुराणकथांचा अभ्यास प्राचीन इतिहासात सुरू झाला. युहेमेरस, प्लेटो आणि सॅल्युस्टिअस यांच्या ग्रीक मिथकांचे प्रतिस्पर्धी वर्ग निओ-प्लेटोनिस्टांनी विकसित केले आणि नंतर पुनर्जागरण पौराणिक कथाकारांनी पुनरुज्जीवित केले. आज लोककथा अभ्यास, भाषाशास्त्र आणि मानसशास्त्र यासारख्या विविध शैक्षणिक क्षेत्रांमध्ये मिथकांचा अभ्यास

सुरू आहे. पुराणकथांच्या रचनांची शैक्षणिक तुलना तुलनात्मक पौराणिक कथा म्हणून ओळखली जाते. मिथकांना अनेकदा शासक आणि पुरोहितांनी मान्यता दिली आहे आणि त्यांचा धर्म किंवा अध्यात्माशी जवळचा संबंध आहे.

३.१.१ अर्थ :

मिथ हा शब्द ग्रीक शब्द मिथॉस पासून आला आहे ज्याचा अर्थ दंतकथा, कथा-कथन किंवा जगाचा अर्थ लावण्यासाठी काल्पनिक आहे. मूलतः मिथ चा अर्थ भाषण किंवा शब्द असा होतो. ग्रीक लोकांनी त्याला मिथॉस म्हटले आणि लोगो पासून वेगळे केले. तरीही सामाजिक आणि राजकीय अर्थ पुन्हा निर्माण करण्यासाठी ते वास्तव आणि तर्कशुद्धतेच्या क्षेत्रात कार्य करते. शिवाय आधुनिक काळात पौराणिक कथांचा वापर केला जातो आणि तर्कसंगत परिस्थितीत वापरला जातो. ते सामाजिक आणि राजकीय टीकेचे साधन म्हणून कार्य करतात. पौराणिक कथांची भाषा परिणामी अलंकारिक, रूपकात्मक आणि अस्पष्ट होती. मिथक हा एक विशेष प्रकारचा काव्य प्रकार म्हणून पाहिला जात असे. हे सत्य मुख्यतः दैवी सत्य समजावून सांगण्यासाठी वापरले जात असे. तथापि प्लेटोने आपल्या प्रजासत्ताकातील पौराणिक कथा स्वीकारली नाही कारण त्याला असे वाटले की एक मिथक विश्वसनीय सत्य सांगत नाही आणि ते तर्कशुद्धतेच्या कल्पनेच्या विरुद्ध आहे. त्यासाठी त्यांनी काव्यात्मक आणि पौराणिक कथांशी निगडित सर्व गोष्टी वगळल्या.

३.१.२ मिथकांची वैशिष्ट्ये :

पुराणकथा मानवी कल्पनाशक्ती, शहाणपण आणि सांस्कृतिक वारशाचे सार अंतर्भूत करतात, जे सर्व संस्कृतींमध्ये ज्ञान, प्रेरणा आणि नैतिक मार्गदर्शनाचे कालातीत प्रवाह म्हणून काम करतात.

१) सांस्कृतिक महत्त्व :

मिथक हे जगभरातील समाजांच्या सांस्कृतिक जडणघडणीचा अविभाज्य घटक आहेत. ते मूलभूत कथा म्हणून काम करतात जे सामूहिक श्रद्धा, रीतिरिवाज आणि संस्कृतीच्या मूल्यांना आकार देतात आणि प्रतिबिंबित करतात. या कथा अनेकदा जगाला समजून घेण्यासाठी, त्याच्या निर्मितीचे स्पष्टीकरण देण्यासाठी आणि सामाजिक मानदंड स्थापित करण्यासाठी एक चौकट प्रदान करतात. ते भूतकाळ, वर्तमान आणि भविष्यातील पिढ्यांमधील निरंतरतेची भावना प्रदान करून समुदायाच्या ओळखीचे सार अंतर्भूत करतात. विविध संस्कृतींमधील मिथकांचे परीक्षण करून, एखाद्या व्यक्तीला त्या समाजांद्वारे प्रिय असलेल्या मूलभूत तत्त्वे आणि मूलभूत आदर्शांची माहिती प्राप्त होते.

२) धारणा कथा :

पौराणिक कथा ही मनमोहक द धारणा आहे, जी अनेकदा सांसारिक गोष्टींना विलक्षण गोष्टींशी जोडतात. ते देव, देवता, नायक आणि महाकाव्य शोध, वैश्विक लढाया किंवा नैतिक दुविधांमध्ये गुंतलेले पौराणिक प्राणी दर्शवतात. तोंडी किंवा लिखित नोंदींद्वारे प्रसारित केलेल्या या कथांमध्ये एक कालातीत गुणवत्ता आहे जी पिढ्यानपिढ्या ओलांडते. क्लिष्ट कथानक आणि कल्पनारम्य रचनेद्वारे, मिथक मनोरंजन करतात आणि शहाणपण, नैतिक शिकवण किंवा सावधगिरीचे धडे देखील देतात.

३) प्रतीकात्मकता आणि रूपक :

प्रतीकात्मकता आणि रूपक हे मिथकांमधील मूलभूत घटक आहेत, जे अर्थाच्या अनेक स्तरांवर कार्य करतात. मिथकांमधील पात्रे, वस्तू आणि घटना अनेकदा अमूर्त संकल्पना, नैतिक गुण किंवा नैसर्गिक शक्तींचे प्रतिनिधित्व करतात. उदाहरणार्थ, एखाद्या नायकाचा प्रवास आत्म-शोधाच्या मानवी शोधाचे प्रतीक असू शकतो, तर देवतेच्या

कृतींमध्ये सार्वत्रिक सत्ये किंवा नैतिक तत्त्वे असू शकतात. या स्तरित कथाकथनामुळे मिथकांना शाब्दिक आणि रूपकात्मक अशा दोन्ही पातळ्यांवर प्रतिध्वनित होण्यास मुभा मिळते, मानवी स्थितीबद्दल सखोल माहिती देते.

४) मानवी स्थितीचे अन्वेषण :

मिथके मानवी भावना, वर्तन आणि आकांक्षा यांच्या गुंतागुंतीचा खोलवर अभ्यास करतात. ते प्रेम, मत्सर, शौर्य आणि चांगले व वाईट यांच्यातील चिरंतन संघर्ष यासारख्या वैश्विक कथावस्तू शोधतात. पात्रांच्या चाचण्या आणि संकटांद्वारे, मिथके मानवी अनुभवावर प्रतिबिंब देतात, एक आरसा म्हणून काम करतात ज्यामुळे व्यक्तींना त्यांच्या स्वतःच्या जीवनाचा आणि सद्गुणांचा विचार करता येतो.

५) मौखिक परंपरेद्वारे प्रसार :

मिथके एका पिढीकडून दुसऱ्या पिढीकडे हस्तांतरित करण्याच्या मौखिक परंपरेने या कथांचे जतन आणि विकास करण्यात महत्त्वपूर्ण भूमिका बजावली. मौखिक कथाकथनाला लवचिकतेसाठी मुभा दिली जाते, कथाकारांना विविध प्रेक्षक किंवा सांस्कृतिक संदर्भांना अनुरूप मिथकांचे रुपांतर करण्यास सक्षम करते. कथा पुन्हा सांगितल्या गेल्यामुळे, मूळ कथेचे सार टिकवून ठेवत नवीन घटक समाविष्ट करून त्यामध्ये बदल होऊ शकतात. प्रसाराच्या या गतिमान प्रक्रियेने विविध संस्कृतींमधील पौराणिक कथांच्या समृद्धतेमध्ये आणि विविधतेला हातभार लावला.

६) धार्मिक आणि आध्यात्मिक महत्त्व :

अनेक मिथके धार्मिक किंवा अध्यात्मिक श्रद्धेशी सखोलपणे गुंफलेली आहेत, जगाच्या निर्मितीसाठी, मानवतेच्या उत्पत्तीचे किंवा देवत्वाच्या स्वरूपाचे स्पष्टीकरण देतात. ते सहसा धार्मिक प्रथा, विधी आणि नैतिक नियमांसाठी मूलभूत कथा म्हणून काम करतात. मिथके देवाला मानवासारख्या गुणांनी ओतप्रोत करतात, नश्वर आणि अलौकिक क्षेत्र यांच्यातील संबंध स्पष्ट करणारी कथा देतात. ते अस्तित्वाचे रहस्य समजून घेण्यासाठी आणि अर्थ व हेतूसाठी मानवी शोध समजून घेण्यासाठी एक चौकट प्रदान करतात.

७) भिन्नता आणि रूपांतर :

मिथके कालांतराने विविध सांस्कृतिक परिप्रेक्षामध्ये उत्क्रांत आणि जुळवून घेण्याची उल्लेखनीय क्षमता प्रदर्शित करतात. विविध प्रदेश किंवा समुदायांमध्ये विशिष्ट पौराणिक कथांच्या स्वतःच्या आवृत्त्या असतात, प्रत्येक कथा विशिष्ट पैलूंवर जोर देते किंवा भिन्न वर्ण दर्शवते. या भिन्नता समाजातील सांस्कृतिक बारकावे आणि विविधता प्रतिबिंबित करतात, पौराणिक कथांमधील लवचिकता दर्शवितात.

८) शाश्वत कथावस्तू :

प्राचीन उत्पत्ती असूनही, मिथके टिकून आहेत कारण ते बारमाही कथावस्तू आणि कालातीत सत्यांना संबोधित करतात जे युगानुयुगे मानवतेला अनुनाद देतात. वीरता, त्याग, प्रेम आणि विमोचन या कथावस्तू प्रासंगिक राहतात, तात्कालिक आणि सांस्कृतिक सीमा ओलांडतात. पुराणकथांचे चिरस्थायी आकर्षण मानवी अनुभवाचे आवश्यक पैलू कैद करण्याच्या त्यांच्या क्षमतेमध्ये आहे. ते अंतर्दृष्टी आणि मार्गदर्शन प्रदान करते जे संपूर्ण इतिहासात समर्पक राहते.

९) कला आणि साहित्यासाठी प्रेरणा :

मिथकांनी कलात्मक अभिव्यक्तीसाठी आधारस्तंभ म्हणून काम केले आहे. त्यांनी साहित्य, दृश्य कला, संगीत आणि कार्यप्रदर्शनाच्या असंख्य कार्यांना प्रेरणा दिली आहे. नवीन कथा तयार करण्यासाठी किंवा अभिजात कथांची पुनर्व्याख्या करण्यासाठी कलाकार आणि लेखक अनेकदा पौराणिक आकृतिबंध, पात्रे आणि कथावस्तूवर अवलंबून असतात. ही रूपांतरे केवळ मूळ मिथकांनाच आदरांजली वाहतात असे नाही तर या जुन्या कथांमध्ये नवीन जीवन फुंकतात, त्यांना समकालीन प्रेक्षकांसाठी प्रवेशयोग्य आणि आकर्षक बनवतात.

१०) सांस्कृतिक ओळख आणि एकता :

समाजाच्या ओळखीच्या भावनेला आकार देण्यासाठी आणि सामायिक सांस्कृतिक वारसा जोपासण्यात मिथके महत्त्वपूर्ण भूमिका बजावतात. ते निरंतरतेची भावना प्रदान करतात, व्यक्तींना त्यांच्या पूर्वजांशी जोडतात आणि मूल्ये, परंपरा व विश्वासांची सामान्य समज स्थापित करतात. मिथकांचा स्वीकार करून समाज एकता, एकजुटता आणि सदस्यांमध्ये आपुलकीची भावना वाढवणारी सामूहिक ओळख मजबूत करतात.

३.१.३ मिथकांचा अन्वयार्थ :

विविध दृष्टीकोनातून मिथकांचा शोध घेऊन विद्वान आणि व्यक्ती या कथांचे बहुआयामी स्वरूप आणि मानवी विचार, संस्कृती आणि समाजावर त्यांचा खोल परिणाम समजून घेतात. प्रत्येक अन्वयार्थ अद्वितीय माहिती देते, पौराणिक कथांच्या समृद्धता आणि जटिलतेबद्दल आपली प्रशंसा समृद्ध करते.

१) मानसशास्त्रीय अन्वयार्थ :

मिथकांचे मानसशास्त्रीय अन्वयार्थ मानवी मानसिकतेच्या क्षेत्रामध्ये शोधून काढतात, मिथक आपल्या आंतरिक जगाला कशा प्रकारे प्रतिबिंबित करतात आणि आकार देतात याचा शोध घेतात. कार्ल जंग आणि जोसेफ कॅम्पबेल सारख्या मानसशास्त्रज्ञांनी पौराणिक कथांमध्ये उपस्थित असलेल्या पुरातन पद्धतींवर प्रकाश टाकला आहे. ते सुचवतात की दंतकथांमध्ये सार्वत्रिक चिन्हे आणि आकृतिबंध आहेत जे मानवतेच्या सामूहिक अबोध अवस्थेमध्ये खोलवर प्रतिध्वनी करतात. नायक, ज्ञानी म्हातारा किंवा फसव्यासारखे हे पुरातत्त्व मानवी अनुभवाच्या मूलभूत पैलूंचे प्रतिनिधित्व करतात आणि मनोवैज्ञानिक प्रक्रियांचे प्रतीकात्मक प्रतिनिधित्व करतात. मानसशास्त्रीय दृष्टीकोनातून मिथकांचे विश्लेषण केल्याने व्यक्तींना कथांमधील हे पुरातन नमुने ओळखून त्यांच्या स्वतःच्या अवचेतन प्रवास, भीती आणि इच्छा समजून घेण्यास मदत होते.

२) समाजशास्त्रीय अन्वयार्थ :

मिथकांचे समाजशास्त्रीय अन्वयार्थ समाजातील मिथकांच्या भूमिकेवर आणि सामाजिक संरचनेवरील त्यांचा प्रभाव यावर लक्ष केंद्रित करतात. मिथके अनेकदा सामाजिक मानदंड, पदानुक्रम आणि सत्ता गतिशीलता मजबूत करतात आणि त्यास समर्थन देतात. ते सामाजिक एकसंधतेसाठी साधन म्हणून काम करतात, एक सामायिक कथा प्रदान करतात जे समुदायाला एकत्र करतात. समाजशास्त्रज्ञ विश्लेषण करतात की मिथके अस्तित्वात असलेल्या सामाजिक व्यवस्था, विचारधारा आणि मूल्यांना कशा टिकवतात किंवा आव्हान देतात. भिन्न सामाजिक गट त्यांच्या सामाजिक-आर्थिक स्थिती, लिंगभाव भूमिका किंवा सांस्कृतिक पार्श्वभूमीच्या आधारावर वेगवेगळ्या प्रकारे समान मिथकांचा अर्थ कसा लावू शकतात हे देखील ते शोधतात.

३) मानववंशशास्त्रीय अन्वयार्थ :

मिथकांचे मानववंशशास्त्रीय अन्वयार्थ त्यांच्या सांस्कृतिक आणि ऐतिहासिक संदर्भांमध्ये मिथकांना समजून घेण्याचा प्रयत्न करतात. मानववंशशास्त्रज्ञ पुराणकथांचा अभ्यास संस्कृतीच्या जागतिक दृष्टिकोन, विधी आणि परंपरा यांच्या अभिव्यक्ती म्हणून करतात. ते समाजातील मिथकांच्या कार्यांचे परीक्षण करतात, ज्यात नैसर्गिक घटनांचे स्पष्टीकरण, धार्मिक विश्वास स्थापित करणे किंवा सामाजिक रीतिरिवाजांना कायदेशीर करणे यासारखी त्यांची भूमिका असते. विविध संस्कृतींमधील मिथकांचे विश्लेषण करून, मानववंशशास्त्रज्ञ सामान्य कथावस्तू आणि नमुने ओळखतात, सांस्कृतिक विविधता साजरी करताना सार्वत्रिक मानवी समस्यांवर प्रकाश टाकतात.

४) तात्विक अन्वयार्थ :

मिथकांचे तात्विक अन्वयार्थ या कथांमध्ये अंतर्भूत असलेल्या तात्विक कल्पना आणि अस्तित्वाच्या कथावस्तूवर लक्ष केंद्रित करतात. मिथके अनेकदा अस्तित्वाचे स्वरूप, नैतिकता आणि मानवी स्थिती याविषयीच्या मूलभूत

प्रश्नांशी झुंजतात. तत्वज्ञानी नैतिक दुविधा, आधिभौतिक संकल्पना आणि पौराणिक कथांद्वारे व्यक्त केलेल्या नैतिक शिकवणींचे विश्लेषण करतात. मिथके तात्विक चौकशी, जीवनाचा अर्थ, वास्तवाचे स्वरूप आणि सत्य व सद्गुणाचा शोध यासारख्या संकल्पनांचा विचार कसा करतात हे ते शोधतात.

५) ऐतिहासिक अन्वयार्थ :

मिथकांचे ऐतिहासिक अन्वयार्थ या कथांच्या ऐतिहासिक आणि सांस्कृतिक उत्पत्तीचा उलगडा करण्याचा उद्देश बाळगतात. ते मौखिक परंपरा किंवा लिखित नोंदींद्वारे त्यांच्या प्रसाराचा मागोवा घेत, कालांतराने मिथके कशी विकसित होतात याचे ते परीक्षण करतात. इतिहासकार विशिष्ट ऐतिहासिक कालखंडांचे प्रतिबिंब म्हणून मिथकांचे विश्लेषण करतात, ऐतिहासिक घटना, स्थलांतर किंवा सांस्कृतिक देवाणघेवाण यांच्यावर त्यांचा कसा प्रभाव पडला असेल हे शोधून काढतात. ज्या संदर्भात मिथकांचा उदय होतो त्या संदर्भाचा अभ्यास करून, इतिहासकारांना सामाजिक-राजकीय परिप्रेक्ष आणि भूतकाळातील संस्कृतींनी कायम ठेवलेल्या मूल्यांची माहिती प्राप्त होते.

६) साहित्यिक अन्वयार्थ :

मिथकांचे साहित्यिक अन्वयार्थ कथनात्मक रचना, साहित्यिक साधने आणि या कथांमध्ये उपस्थित असलेल्या कलात्मक घटकांवर लक्ष केंद्रित करतात. विद्वान मिथकांचे साहित्यिक कार्य म्हणून विश्लेषण करतात. त्यांच्या कथावस्तू, पात्रे, कथानक विकास आणि प्रतीकात्मकता शोधतात. ते रूपक आणि पौराणिक कथांमध्ये वापरल्या जाणाऱ्या इतर साहित्यिक तंत्रांच्या वापराचे परीक्षण करतात. साहित्यिक विवेचन मिथकांच्या कलात्मक कारागिरीला ठळकपणे दर्शवतात, या कथा त्यांच्या कथाकथनाच्या पराक्रमाद्वारे आणि शाश्वत साहित्यिक आवाहनाद्वारे प्रेक्षकांना कसे मोहित करतात हे दर्शवितात.

७) तुलनात्मक अन्वयार्थ :

मिथकांच्या तुलनात्मक अन्वयार्थामध्ये विविध संस्कृती आणि कालखंडातील मिथकांमधील समानता आणि फरकांचा अभ्यास करणे समाविष्ट आहे. विद्वान विविध समाजातील मिथकांची तुलना करतात; सामान्य हेतू, कथावस्तू किंवा कथा रचना ओळखतात. हा दृष्टीकोन सार्वभौमिक मानवी अनुभवांवर प्रकाश टाकतो आणि सांस्कृतिक भिन्नता व तत्सम आकृतिबंधांच्या अद्वितीय व्याख्यांवर देखील जोर देतो. तुलनात्मक विश्लेषण मानवी कथा सांगण्याच्या परंपरेचे परस्परसंबंध समजून घेण्यास आणि मिथक भौगोलिक व ऐहिक सीमांच्या पलीकडे जाण्याचे मार्ग समजून घेण्यास मदत करते.

८) नैतिक अन्वयार्थ :

मिथकांचे नैतिक अन्वयार्थ या कथांद्वारे दिलेले धडे आणि नैतिक शिकवण यावर लक्ष केंद्रित करतात. मिथक अनेकदा नैतिक मार्गदर्शक तत्त्वे देतात; सद्गुण, दुर्गुण आणि कृतींचे परिणाम दर्शवितात. विद्वान पात्रांच्या निवडींचे नैतिक परिणाम आणि मिथकांमध्ये मांडलेल्या नैतिक दुविधांचे विश्लेषण करतात. मिथके नैतिक साधन म्हणून काम करतात, व्यक्तींना सदाचारी वागणुकीबाबत मार्गदर्शन करतात आणि नैतिक उल्लंघनांपासून सावध करतात.

३.१.४ इतिहासलेखनात मिथकांचे महत्त्व :

इतिहासलेखनात मिथकांचे महत्त्व समजून घेणे म्हणजे ऐतिहासिक कथा, ओळख आणि भूतकाळातील धारणा तयार करण्यात त्यांची बहुआयामी भूमिका ओळखणे.

१) ऐतिहासिक धारणांना आकार देणे :

ऐतिहासिक धारणांना आकार देण्यात मिथकांनी महत्त्वाची भूमिका बजावली आहे. ते सहसा पायाभूत कथा म्हणून काम करतात जे समाजाच्या सामूहिक स्मृतीमध्ये योगदान देतात. जरी मिथक नेहमीच वास्तविक घटनांशी

जुळत नसले, तरीही ते समुदायांना त्यांचे मूळ, नायक आणि परिभाषित क्षण कसे समजतात याबद्दल माहिती प्रदान करतात. या मिथकांचा प्रभाव असलेल्या इतिहासलेखनात अनेकदा या कथांचे घटक व्यापक ऐतिहासिक कथनात समाविष्ट केले जातात, त्यांचा सांस्कृतिक ओळख आणि सामूहिक स्मृतीवर होणारा प्रभाव मान्य केला जातो.

२) सांस्कृतिक ओळख निर्मिती :

सांस्कृतिक ओळख निर्माण करण्यात मिथकांचा मोठा वाटा आहे. ते निरंतरतेची भावना प्रदान करतात, सध्याच्या समाजांना त्यांच्या पूर्वजांशी जोडतात आणि सामायिक वारसा सोडतात. इतिहासलेखनामध्ये संस्कृतीच्या मिथकांना समजून घेणे इतिहासकारांना मूल्ये, विश्वास आणि आकांक्षा समजून घेण्यास मदत करते ज्यांनी कालांतराने समुदायाची ओळख आकारली आहे. पौराणिक कथा सहसा सांस्कृतिक नायक किंवा महत्त्वाच्या घटनांवर प्रकाश टाकतात, लोकांच्या समूहामध्ये आपलेपणा आणि सामायिक इतिहासाची भावना मजबूत करतात.

३) प्रतीकवाद आणि मूल्ये समजून घेणे :

मूल्ये, आदर्श आणि सामाजिक मानदंडांचे प्रतीकात्मक प्रतिनिधित्व म्हणून मिथकांचे परीक्षण केल्याने इतिहासलेखनास फायदा होतो. मिथकांमध्ये वारंवार सांस्कृतिक आकांक्षा, नैतिक नियम आणि मूलभूत तत्त्वे समाविष्ट असतात. पौराणिक कथांमधील या प्रतीकात्मक घटकांचे विश्लेषण करून, इतिहासकारांना भूतकाळातील समाजांनी जपलेल्या मूल्यांची माहिती प्राप्त होते. ही माहिती पुराणकथांमध्ये दर्शविलेल्या प्रचलित सांस्कृतिक मूल्यांच्या संदर्भात ऐतिहासिक घटना आणि सामाजिक संरचनांचा अर्थ लावण्यास मदत करते.

४) मौखिक परंपरा आणि स्मरणशक्तीवर प्रभाव :

मौखिक परंपरांना हातभार लावणारी मिथके अनेकदा पिढ्यांपिढ्या तोंडी प्रसारित केली जातात. इतिहासलेखनात मिथकांमध्ये जतन केलेल्या मौखिक परंपरा ह्या घटना किंवा रीतिरिवाजांबाबत मौल्यवान दृष्टीकोन देतात, जे कदाचित लिखित नोंदींमध्ये दस्तऐवजीकरण केले गेले नसतील. काल्पनिक कथांपासून तथ्य वेगळे करणे आव्हानात्मक असले तरी, या मौखिक परंपरांमध्ये असे घटक आहेत जे भूतकाळातील समाजांचे जिवंत अनुभव आणि दृष्टीकोन समजून घेण्यास महत्त्व देतात.

५) सामाजिक-राजकीय वास्तवाचे प्रतिबिंब :

मिथके विलक्षण घटक असूनही त्यांच्या काळातील सामाजिक-राजकीय वास्तव प्रतिबिंबित करतात. ते ऐतिहासिक संदर्भांविषयी अप्रत्यक्ष माहिती प्रदान करून राजकीय विचारधारा, सत्ता गतिशीलता किंवा सामाजिक संरचना समाविष्ट करू शकतात. या मिथकांचा उगम ज्या समाजात झाला त्या समाजांवर प्रभाव टाकणाऱ्या सामाजिक पदानुक्रम, सत्ता संघर्ष किंवा वैचारिक बदलांचे प्रतिबिंब म्हणून मिथकांचे परीक्षण केल्याने इतिहासलेखनास फायदा होतो.

६) कायदेशीरपणाचे साधन म्हणून मिथक :

संपूर्ण इतिहासात सत्ताधारी अधिका-यांनी आपली सत्ता आणि अधिकार वैध करण्यासाठी अनेकदा मिथकांचा वापर केला आहे. इतिहासलेखन राजकीय कायदेशीरपणाची साधने म्हणून मिथकांच्या भूमिकेची कबुली देते. राज्यकर्ते किंवा शासक संस्थांनी त्यांच्या राज्यकारभाराचे औचित्य सिद्ध करण्यासाठी मिथकांचा समावेश कसा केला हे समजून घेणे किंवा प्रदेशावर दावा सांगणे यादृष्टीने देखील त्याचे महत्व आहे. या पौराणिक घटकांचे विश्लेषण केल्याने इतिहासकारांना पौराणिक कथा आणि राजकीय सत्ता यांच्यातील जटिल परस्परसंवाद उलगडण्यास मदत होते.

७) उत्क्रांती आणि काळानुरूप अनुकूलन :

मिथके विकसित होतात आणि कालांतराने परिस्थितीशी जुळवून घेतात, सामाजिक बदल आणि सांस्कृतिक बदल प्रतिबिंबित करतात. इतिहासलेखनात मिथकांच्या उत्क्रांतीचा अभ्यास केल्याने समाज त्यांच्या भूतकाळाची पुनर्व्याख्या कशी करतात याबद्दल माहिती प्रदान होते. वेगवेगळ्या कालखंडातील मिथकांची भिन्नता आणि रुपांतरे सामाजिक परिवर्तने, बदलता विश्वास आणि सांस्कृतिक कथनांचे गतिशील स्वरूप याबद्दल संकेत देतात.

८) ऐतिहासिक सत्यांना आव्हान :

मिथके नेहमीच ऐतिहासिक तथ्यांशी जुळत नसली, तरी इतिहासलेखनात त्यांचा अभ्यास चिकित्सक तपासणी आणि स्थापित ऐतिहासिक सत्यांच्या पुनर्व्याख्यास प्रोत्साहित करतो. ऐतिहासिक पुराव्यांसोबत मिथकांची छाननी करून इतिहासकार ऐतिहासिक नोंदींमधील विसंगती किंवा पूर्वाग्रह ओळखू शकतात. हा चिकित्सक दृष्टीकोन मिथकांवर कसा प्रभाव पाडतो आणि काही वेळा विकृत ऐतिहासिक कथांवर कसा प्रभाव पाडतो याचे सखोल आकलन वाढवतो.

९) सांस्कृतिक सातत्य आणि लवचिकता :

मिथके सांस्कृतिक सातत्य आणि लवचिकतेमध्ये योगदान देतात, समाजाच्या इतिहासाचे पैलू आणि परंपरा पिढ्यांपिढ्या जतन करतात. इतिहासलेखनात मिथकांच्या सहनशीलतेची कबुली दिल्याने ऐतिहासिक उलथापालथ किंवा सामाजिक परिवर्तनानंतरही टिकून राहिलेल्या शाश्वत सांस्कृतिक घटकांना ओळखण्यास मदत होते. ही समज कालांतराने सांस्कृतिक अभिव्यक्तींच्या लवचिकतेवर प्रकाश टाकून ऐतिहासिक कथांना समृद्ध करते.

१०) इतिहासाच्या लोकप्रिय धारणांवर प्रभाव :

मिथके बहुतेक वेळा इतिहासाच्या लोकप्रिय धारणांचा आधार बनतात. इतिहासलेखनात लोकांच्या धारणांवर मिथकांचा प्रभाव समजून घेतल्याने ऐतिहासिक वास्तव आणि या कथनांमध्ये उपस्थित असलेले सुशोभित किंवा प्रतीकात्मक घटक यांच्यातील फरक ओळखण्यास मदत होते. लोकप्रिय ऐतिहासिक चेतनेवर मिथकांचा प्रभाव मान्य करून इतिहासकार भूतकाळाचे सूक्ष्म आणि अचूक चित्रण देतात.

३.२ लोककथा :

लोककथा हा मौखिक गद्य कथा परंपरेचा अविभाज्य भाग असून लोकसाहित्याचा एक महत्त्वाचा प्रकार आहे. लोकसाहित्य हा सर्जनशील संवेदनशीलतेच्या अत्यंत उत्साही क्षणी निर्माण केलेला लोककथांचा एक विस्तृत भाग आहे आणि मौखिक परंपरेत प्रसारित, जतन आणि रुपांतरित केले जाते. एखाद्या देशाचे लोकसाहित्य हे तेथील सामान्य लोकांचे असते; ज्यांचे विचार आणि भावना त्यात अगदी स्थानिक, विनम्र आणि उत्स्फूर्तपणे अंतर्भूत असतात. अनादी काळापासून लोकांनी त्याचा उपयोग त्यांच्या अनुभवांना आवाज देण्यासाठी, भौतिक जगाच्या रहस्यावर प्रकाश टाकण्यासाठी आणि मानवी स्वभाव व समाजाचे वर्णन करण्यासाठी केला आहे. लोककथा त्यांच्या सामाजिक वातावरणात खोलवर रुजलेल्या आहेत आणि वैयक्तिक व समूह भावनांना अत्यंत संवेदनशील आहेत. त्या सुस्पष्ट, मनोरंजक, आकर्षक, सहज समजण्याजोग्या आणि संस्मरणीय आहेत. या कथांना त्यांच्या मौखिक अवस्थेत कोणतेही निश्चित स्वरूप नसते. जोपर्यंत त्यांना सांगितले जाते त्या बदलतात, विलीन होतात आणि मिसळतात. पण एकदा का त्या लिहिल्या तर त्या ताठर होतात.

३.२.१ अर्थ :

लोककथा ही लोकांच्या विशिष्ट गटाद्वारे सामायिक केलेली संस्कृतीची अभिव्यक्ती आहे; ज्यात त्यांची संस्कृती, उपसंस्कृती किंवा समूहाच्या सामान्य परंपरांचा समावेश होतो. यामध्ये किस्से, म्हणी आणि विनोद अशा मौखिक

परंपरांचा समावेश आहे. यामध्ये पारंपारिक निर्मिती शैलीपासून ते गटातील सामान्य हस्तनिर्मित खेळण्यांपर्यंत भौतिक संस्कृतीचा समावेश आहे. लोककथांमध्ये प्रथागत विधी, ख्रिसमस आणि विवाहसोहळे, लोकनृत्य आणि दीक्षा संस्कार यासारख्या उत्सवांचे स्वरूप आणि विधी यांचा समावेश होतो. यापैकी एकट्याने किंवा एकत्रितपणे लोकसाहित्य कलाकृती मानली जाते. स्वरूपाप्रमाणेच लोककथा देखील या कलाकृतींचे एका प्रदेशातून दुसऱ्या प्रदेशात किंवा एका पिढीकडून दुसऱ्या पिढीकडे प्रसारित करते. कारण लोककथा औपचारिक शालेय अभ्यासक्रमात शिकवली जात नाही किंवा ललित कलांमध्ये शिकली जात नाही. त्याऐवजी या परंपरा अनौपचारिकपणे एका व्यक्तीकडून दुसऱ्या व्यक्तीकडे तोंडी सूचना किंवा प्रात्यक्षिकाद्वारे संक्रमित होतात.

३.२.२ लोककथांची वैशिष्ट्ये :

लोककथांमध्ये सांस्कृतिक अभिव्यक्ती, परंपरा, श्रद्धा आणि पिढ्यांपिढ्या पार पडलेल्या प्रथा यांची समृद्ध परंपरा आहे.

१) मौखिक परंपरा :

लोककथांच्या केंद्रस्थानी मौखिक परंपरा आहे, ज्यात कथा, दंतकथा, पौराणिक कथा, नीतिसूत्रे, लोकगीते आणि लोककथा एका पिढीकडून दुसऱ्या पिढीकडे तोंडी प्रसारित केल्या जातात. हे मौखिक प्रसारण सांस्कृतिक वारशाचे सातत्य सुनिश्चित करते, समुदायाची भावना आणि सामायिक ओळख वाढवते. या कथा अनेकदा जुळवून घेतात आणि ती पुन्हा सांगितल्याप्रमाणे विकसित होतात, विविध प्रदेश आणि समुदायांचे सांस्कृतिक बारकावे प्रतिबिंबित करतात.

२) सांस्कृतिक अभिव्यक्ती आणि विविधता :

लोककथा विविध संस्कृती, प्रदेश आणि वांशिक गटांच्या वैविध्यपूर्ण अभिव्यक्तींचा समावेश करते. हे विशिष्ट समुदायांसाठी विशिष्ट प्रथा, विधी, अंधश्रद्धा आणि कलात्मक प्रकारांना मूर्त रूप देते. ही विविधता लोकसंगीत, नृत्य, कला, हस्तकला, पाककृती आणि इतर पारंपारिक पद्धतींमध्ये प्रकट होते, जी विविध समाजांची विशिष्ट वैशिष्ट्ये प्रतिबिंबित करते.

३) सांप्रदायिक आणि सामाजिक कार्य :

लोककथा एक सांप्रदायिक बंधन म्हणून काम करते, सामायिक कथा आणि परंपरांद्वारे लोकांना एकत्र आणते. हे एक सामान्य सांस्कृतिक वारसा प्रदान करून समुदायामध्ये आपलेपणा आणि एकतेची भावना वाढवते. लोकसाहित्य अनेकदा सामाजिक एकसंधतेमध्ये भूमिका बजावते, सामाजिक परस्परसंवाद, संप्रेषण आणि पिढ्यानपिढ्या मूल्ये आणि नियमांचे प्रसारण सुलभ करते.

४) ज्ञान आणि बुद्धीचा प्रसार :

लोककथा सामूहिक शहाणपण, ज्ञान आणि जीवन मार्गदर्शन यांचे भांडार म्हणून कार्य करते. लोककथा, नीतिसूत्रे आणि पौराणिक कथांद्वारे ते नैतिक शिकवण, व्यावहारिक शहाणपण आणि नैतिक वर्तनास मार्गदर्शन देते. या कथा अनेकदा सांस्कृतिक मूल्ये व्यक्त करतात, सामाजिक आव्हानांवर उपाय देतात, मानवी वर्तनाबद्दल माहिती देतात आणि शैक्षणिक साधने म्हणून काम करतात.

५) अनुकूलता आणि उत्क्रांती :

लोककथा उल्लेखनीय अनुकूलता आणि लवचिकता प्रदर्शित करते, स्वतःचे मूळ सार टिकवून ठेवताना कालांतराने विकसित होते. जसजसे समाज बदलत जातात तसतसे लोककथा नवीन संदर्भांशी जुळवून घेतात; समकालीन कथावस्तू सामाजिक समस्या आणि तांत्रिक प्रगती यांचा समावेश करतात. ही अनुकूलता लोकसाहित्याला सलग पिढ्यांसाठी सुसंगत आणि संबंधित राहण्यास मुभा देते, त्याचे सतत प्रसारण सुनिश्चित करते.

६) प्रतीकवाद आणि विधी :

लोककथांमध्ये प्रतीकात्मकता प्रचलित आहे जिथे दैनंदिन वस्तू, प्राणी आणि नैसर्गिक घटक अनेकदा सखोल प्रतीकात्मक अर्थ धारण करतात. सण आणि समारंभ हे लोककथेचे अविभाज्य भाग आहेत, जे जीवनातील महत्त्वाच्या घटना, हंगामी बदल, कृषी पद्धती किंवा धार्मिकतेचे प्रतिनिधित्व करतात. हे विधी सामाजिक बंधने मजबूत करतात आणि व्यक्तींना त्यांच्या सांस्कृतिक मुळाशी जोडतात.

७) ओळख निर्मितीत भूमिका :

वैयक्तिक आणि सामूहिक ओळख निर्मितीत लोककथा महत्त्वाची भूमिका बजावतात. हे एखाद्याच्या सांस्कृतिक वारशाबद्दल आपलेपणा आणि अभिमानाच्या भावनांमध्ये योगदान देते. लोक परंपरा जपून आणि साजरे करून व्यक्ती आपल्या समुदायाचा इतिहास, मूल्ये आणि परंपरांद्वारे स्वत:ची ओळख करून देतात, मजबूत सांस्कृतिक ओळख वाढवतात.

८) बदलत्या पर्यावरणाशी जुळवून घेणे :

बदलत्या पर्यावरणाशी जुळवून घेत, सामाजिक बदल आणि सांस्कृतिक देवाणघेवाण प्रक्रियेत लोककथा एक गतिमान स्वरूप प्रदर्शित करते. स्थलांतर, जागतिकीकरण आणि तांत्रिक प्रगती हे घटक लोककथांच्या उत्क्रांतीवर परिणाम करतात, ज्यामुळे नवीन लोककथा, संगीत शैली, कला प्रकार आणि जुन्या व नवीन घटकांचे मिश्रण असलेल्या परंपरांची निर्मिती होते.

९) मनोरंजन आणि सौंदर्यशास्त्र :

लोककथा हे मनोरंजन आणि सौंदर्याच्या आनंदाचे साधन आहे. लोकसंगीत, नृत्य सादरीकरण, कथाकथन आणि लोककला प्रेक्षकांना मोहित करतात. तसेच विविध संस्कृतींच्या सर्जनशीलता, कल्पनाशक्ती आणि कलात्मक अभिव्यक्तीची झलक देतात. मनोरंजनाचे हे प्रकार केवळ आनंदच देत नाहीत तर सांस्कृतिक अंतर्दृष्टी आणि भावनिक संबंध देखील निर्माण करतात.

१०) संरक्षण आणि पुनरुज्जीवनाचे प्रयत्न :

लोककथांच्या धोक्यात आलेल्या पैलूंचे संरक्षण करण्यासाठी जतन आणि पुनरुज्जीवन उपक्रम अत्यावश्यक आहेत. लोकसाहित्यकार हे सांस्कृतिक संस्था आणि समुदाय लुप्त होत चाललेल्या लोक परंपरा आणि भाषांचे संरक्षण करण्यासाठी दस्तऐवजीकरण, जतन आणि पुनरुज्जीवन प्रकल्पांमध्ये गुंतलेले आहेत. असे प्रयत्न भावी पिढ्यांसाठी सांस्कृतिक वारशाचे जतन सुनिश्चित करतात.

३.२.३ लोककथांचे प्रकार :

लोककथांमध्ये श्रद्धा, परंपरा आणि कथांचा एवढा मोठा समावेश आहे की त्याचा पद्धतशीर क्रम बनवण्याचा कोणताही प्रयत्न अपुरा आहे. पुरातन दंतकथांपासून ते विनोद, कोडे आणि इतर लोककथांच्या सर्वात सामान्य प्रकारांचे प्रातिनिधिक सर्वेक्षण खालीलप्रमाणे करता येईल :

१) पोवाडा :

पोवाडा हे एक पारंपारिक कविता किंवा लोकगीत आहे जे कथा सांगते. हे खरे प्रेम, वीर साहस, घोटाळा किंवा दुःखद मृत्यूचे वर्णन करते. पोवाडा प्रकारची ऐतिहासिक उदाहरणे मध्ययुगातील आहेत. महत्त्वाच्या सांस्कृतिक कथनांचे जतन करण्याचा आणि भावी पिढ्यांपर्यंत पोहोचवण्याचा हा एक मार्ग आहे.

२) परीकथा :

परीकथा या पारंपारिक कथा आहेत, ज्यांचा हेतू प्रामुख्याने मुलांसाठी करमणूक म्हणून आहे, ज्यात परी, चेटकीण, दानव यासारख्या अलौकिक प्राण्यांशी मानवी भेटींची माहिती दिली जाते, जे सहसा सावधगिरीचा संदेश देतात.

अशा अनेक कथा १९व्या शतकात ब्रदर्स ग्रिम यांनी संकलित केल्या होत्या. आधुनिक युगात, परीकथा अनेक डिस्ने चित्रपटांसाठी आधार म्हणून काम करतात.

३) लोककला :

ललित कलेच्या विरूद्ध लोककलांमध्ये कलात्मक निर्मिती आणि हस्तकला यांचा समावेश होतो. लोककलांच्या उदाहरणांमध्ये चित्रे, शिल्पे, रजाई, मातीची भांडी आणि फर्निचर यांचा समावेश आहे, जे सामान्य अशिक्षित कलाकारांनी पारंपारिक शैली आणि पद्धती वापरून तयार केले आहेत. ते अनेकदा स्थानिक पौराणिक कथांमधून प्रतिमा किंवा प्रतीकात्मकता वापरतात.

४) लोकनृत्य :

लोकनृत्य (किंवा वांशिक नृत्य) हे एखाद्या विशिष्ट प्रदेशातील किंवा संस्कृतीच्या सामान्य लोकांद्वारे शोधलेले कोणतेही नृत्य आहे जे परंपरेद्वारे चालत आले आहे. लोकनृत्ये सामान्यतः सामाजिक संमेलनांमध्ये अनौपचारिकपणे शिकलेल्या लोकांकडून केली जातात.

५) लोकगीते :

लोकगीते ही पारंपारिक गाणी आहेत जी कार्य, कुटुंब, समुदाय आणि दैनंदिन जीवन यासारख्या सामान्य विषयांबद्दल अनामिकपणे तयार केलेली असतात आणि तोंडी सांगितली जातात. ते सामाजिक किंवा राजकीय समस्यांकडे लक्ष देतात आणि ते पोवाडा, प्रेम गाणी किंवा नवीन गाण्यांचे रूप धारण करू शकतात. लोकगीते सहसा ध्वनिक वाद्यांवर वाजवली जातात.

३.२.४ इतिहासलेखनात लोककथांचे महत्त्व :

इतिहासलेखनात लोककथांचे महत्त्व बहुआयामी आणि समाजातील गुंतागुंत व त्यांचा इतिहास समजून घेण्यासाठी महत्त्वपूर्ण आहे.

१) पूरक लेखी नोंदी :

इतिहासलेखनात लिखित नोंदींसाठी लोककथा हे एक मौल्यवान साधन म्हणून काम करते. लिखित दस्तऐवज अनेकदा उच्चभ्रू किंवा शासक वर्गाच्या दृष्टीकोनांचे प्रतिनिधित्व करतात, तर लोककथा सामान्य लोकांचे जीवन, विश्वास आणि अनुभवांची माहिती प्रदान करते. हे एक पर्यायी कथन देते जे समृद्ध करते आणि कधीकधी प्रबळ ऐतिहासिक नोंदींना आव्हान देते, सामाजिक गतिशीलतेची अधिक व्यापक समज देते.

२) सांस्कृतिक अंतर्दृष्टी आणि दृष्टीकोन :

लोककथा एक दृष्टीकोन देते ज्याद्वारे विविध युगांमधील सांस्कृतिक मूल्ये, परंपरा आणि विश्वास पाहणे शक्य होते. लोककथा, गाणी, दंतकथा आणि मौखिक परंपरांचे परीक्षण करून इतिहासकार समाजाच्या सांस्कृतिक परंपरांबाबत माहिती प्राप्त करतात. यामध्ये त्यांचे आध्यात्मिक विश्वास, सामाजिक नियम, नैतिकतेची धारणा आणि या घटकांनी दैनंदिन जीवन आणि समुदायांमधील परस्परसंवाद यास ज्या मार्गांनी आकार दिला ते समाविष्ट आहे.

३) उपेक्षित इतिहासाचे जतन :

लोककथा सहसा इतिहास आणि अनुभव जतन करते जे मुख्य प्रवाहातील ऐतिहासिक नोंदींमध्ये दुर्लक्षित केले जातात. लोककथांद्वारे महिला, अल्पसंख्याक किंवा ग्रामीण समुदायांसारख्या उपेक्षित गटांचे आवाज आणि अनुभव अनेकदा जतन केले जातात. इतिहासलेखनाला यामुळे फायदा होतो कारण हे ऐतिहासिक घटनांचे आणि सामाजिक संरचनांचे अधिक समावेशक आणि व्यापक चित्रण देते.

४) मौखिक परंपरा ऐतिहासिक साक्ष :

लोककथांमध्ये अंतर्भूत मौखिक परंपरा पिढ्यानपिढ्या पार पडलेल्या ऐतिहासिक साक्ष्य म्हणून काम करतात. ते घटना, रीतिरिवाज आणि प्रथांबद्दल एक अद्वितीय माहिती देतात ज्यांचे लिखित स्वरूपात दस्तऐवजीकरण केले जाऊ शकत नाही. लोककथा तत्कालीन इतिहासाचा भाग असलेल्यांनी सांगितलेल्या ऐतिहासिक घटनांचे जिवंत अनुभव, भावना आणि धारणांमध्ये प्रवेश करण्याचे साधन प्रदान करते.

५) सांस्कृतिक परिवर्तनाचे आकलन :

लोकसाहित्य इतिहासकारांना कालांतराने सांस्कृतिक पद्धतींचे परिवर्तन आणि रुपांतर शोधण्याची मुभा देते. लोक परंपरा, पौराणिक कथा, गाणी आणि विधी यांच्या उत्क्रांतीचा अभ्यास करून इतिहासकार सामाजिक बदल, तांत्रिक प्रगती, स्थलांतर आणि विविध संस्कृतींमधील परस्परसंवादाचे निरीक्षण करू शकतात. ही समज समाजातील सांस्कृतिक उत्क्रांती आणि गतिशीलता चित्रित करण्यास मदत करते.

६) ओळख निर्मितीमध्ये भूमिका :

सांस्कृतिक ओळख घडवण्यात लोककथा महत्त्वाची भूमिका बजावते. इतिहासलेखनात लोककथा समजून घेतल्याने सामूहिक ओळख निर्माण होण्यास मदत होते. हे समुदाय स्वतःला त्यांचे मूळ आणि इतिहासातील त्यांचे स्थान कसे समजतात यावर प्रकाश टाकते. लोकसाहित्य लोकांच्या समूहामध्ये एकसंध ओळख वाढवून आपुलकीच्या सामायिक भावनेमध्ये योगदान देते.

७) प्रतीकात्मकता आणि सांस्कृतिक अभिव्यक्ती :

लोककथा सहसा सांस्कृतिक विश्वास, आकांक्षा आणि सामूहिक अनुभवांचे प्रतीकात्मक प्रतिनिधित्व करतात. लोककथा, विधी आणि गाण्यांमध्ये उपस्थित असलेले प्रतीकवाद सांस्कृतिक पद्धतींशी संलग्न असलेल्या सखोल अर्थांबद्दल माहिती प्रदान करते. ऐतिहासिक घटना ज्या सांस्कृतिक संदर्भामध्ये उलगडल्या त्या समजून घेण्यासाठी या चिन्हांचे विश्लेषण करून इतिहासलेखनास फायदा होतो.

८) ऐतिहासिक स्मृती प्रसारित करणे :

लोककथा ऐतिहासिक स्मृती पिढ्यांपिढ्या प्रसारित करण्यासाठी एक वाहक म्हणून काम करते. हे सामूहिक स्मृती, लोककथा आणि ऐतिहासिक घटनांमध्ये मूळ असलेल्या दंतकथा जतन करते. या कथा जरी कालांतराने सुशोभित केल्या असल्या तरी, ऐतिहासिक सत्ये किंवा सामाजिक अनुभवांच्या प्रतिबिंबांचे घटक राखून ठेवतात, ऐतिहासिक स्मृतींच्या निरंतरतेमध्ये योगदान देतात.

९) सामाजिक भाष्य म्हणून लोककथा :

लोककथांमध्ये सहसा सामाजिक भाष्याचे घटक असतात, जे समाजाच्या समस्या, मूल्ये आणि टीका प्रतिबिंबित करतात. लोककथा, गाणी किंवा म्हणींच्या माध्यमातून लोक राजकीय घटना, सामाजिक अन्याय किंवा नैतिक कोंडी यावर त्यांची मते व्यक्त करतात. या घटकांचे विश्लेषण करून इतिहासलेखनास फायदा होतो कारण ते सामाजिक-राजकीय वातावरण आणि विविध ऐतिहासिक कालखंडातील प्रचलित भावनांबाबत माहिती देतात.

१०) संरक्षण आणि पुनरुज्जीवन :

इतिहासलेखन हे लोकसाहित्याचे जतन आणि पुनरुज्जीवन करण्याचे महत्त्व मान्य करते. लुप्त होत चाललेल्या लोकपरंपरांचे दस्तऐवजीकरण, अभ्यास आणि पुनरुज्जीवन करण्याचे प्रयत्न ऐतिहासिक कथांच्या अधिक व्यापक समजामध्ये योगदान देतात. संरक्षण उपक्रम हे सुनिश्चित करतात की सांस्कृतिक वारशाच्या मौल्यवान पैलूंचे रक्षण केले जाते, भविष्यातील पिढ्यांना त्यांच्या ऐतिहासिक मुळांपर्यंत पोहोचण्यास आणि त्यांचे कौतुक करण्यास सक्षम करते.

३.३ मौखिक इतिहास :

मौखिक इतिहास म्हणजे ध्वनिफीत, चित्रफीत किंवा नियोजित मुलाखतींचे लिप्यंतरण वापरून व्यक्ती, कुटुंबे, महत्त्वाच्या घटना किंवा दैनंदिन जीवनाविषयी ऐतिहासिक माहितीचे संकलन आणि अभ्यास होय. या मुलाखती अशा लोकांच्या घेतल्या जातात ज्यांनी भूतकाळातील घटनांमध्ये भाग घेतला किंवा त्यांचे निरीक्षण केले आणि ज्यांच्या आठवणी आणि समज भविष्यातील पिढ्यांसाठी एक कर्णमधुर नोंद म्हणून जतन करायच्या आहेत. मौखिक इतिहास वेगवेगळ्या दृष्टीकोनातून माहिती मिळविण्याचा प्रयत्न करतो आणि यापैकी बहुतेक लिखित स्त्रोतांमध्ये आढळू शकत नाहीत. मौखिक इतिहास हा अशाप्रकारे गोळा केलेल्या माहितीचा आणि अशा तथ्यांवर आधारित लिखित कार्याचा (प्रकाशित किंवा अप्रकाशित) संदर्भ देखील देतो, की जो बहुतेकदा संग्रह आणि मोठ्या ग्रंथालयांमध्ये जतन केला जातो. मौखिक इतिहासाद्वारे सादर केलेले ज्ञान अद्वितीय आहे कारण ते त्याच्या प्राथमिक स्वरुपात मुलाखत घेणारा स्पष्ट दृष्टीकोन, विचार, मते आणि समज सामायिक करते. हा शब्द काहीवेळा भूतकाळातील घटनांबद्दलच्या कोणत्याही माहितीचा संदर्भ देण्यासाठी अधिक सामान्य अर्थाने वापरला जातो, ज्यांनी ते अनुभवलेले लोक इतर कोणालाही सांगतात, परंतु व्यावसायिक इतिहासकार सहसा मौखिक परंपरा मानतात.

३.३.१ अर्थ :

मौखिक इतिहास ही ऐतिहासिकदृष्ट्या महत्त्वाच्या घटनांचा वैयक्तिक अनुभव असलेला निवेदक आणि ऐतिहासिक नोंदी जोडण्याच्या उद्दिष्टासह सुप्रसिद्ध मुलाखतकार यांच्यात नोंद केलेल्या मुलाखतीद्वारे ऐतिहासिक संशोधन आयोजित करण्याची एक पद्धत आहे. हा एक प्राथमिक स्त्रोत असल्यामुळे मौखिक इतिहासाचा उद्देश घटनांचे अंतिम, सत्यापित, किंवा उद्दिष्ट कथन सारख्या ठिकाणाचा सर्वसमावेशक इतिहास सादर करणे नाही. ही एक मौखिक नोंद आहे, निवेदकाने दिलेले वैयक्तिक मत प्रतिबिंबित करते आणि जसे ती व्यक्तिनिष्ठ आहे. मौखिक इतिहास हा इतर प्राथमिक स्त्रोतांद्वारे तसेच दुय्यम स्त्रोतांद्वारे इतिहासाची समज आणि माहिती प्राप्त करण्यासाठी वापरला जातो.

३.३.२ मौखिक इतिहासाची वैशिष्ट्ये :

मौखिक इतिहास एक पद्धतशीर दृष्टीकोन म्हणून, विशिष्ट वैशिष्ट्यांचा समावेश करतो जे भूतकाळ समजून घेण्यासाठी एक मौल्यवान साधन म्हणून आवश्यक आहेत.

१) साक्षीचा प्राथमिक स्त्रोत :

मौखिक इतिहासामध्ये विशिष्ट ऐतिहासिक घटना किंवा कालखंडात जगलेल्या व्यक्तींकडून थेट नोंदी आणि साक्ष गोळा करणे समाविष्ट असते. हे वैयक्तिक कथन ऐतिहासिक अनुभवांमध्ये अद्वितीय दृष्टीकोन आणि अंतर्दृष्टी देते, माहितीचा प्राथमिक स्त्रोत प्रदान करते जे पारंपारिक लिखित नोंदीस पूरक असते आणि कधीकधी आव्हान देते.

२) उपेक्षित इतिहासाचे जतन :

मौखिक इतिहासाच्या महत्त्वपूर्ण वैशिष्ट्यांपैकी एक म्हणजे उपेक्षित किंवा अप्रस्तुत इतिहास जतन आणि अधोरेखित करण्याची क्षमता होय. हे अल्पसंख्याक, स्थानिक समुदाय, स्त्रिया, वृद्ध आणि ज्यांचे आवाज कदाचित मुख्य प्रवाहातील ऐतिहासिक कथांमध्ये वगळले गेले असतील किंवा आच्छादित केले गेले असतील अशा विविध पार्श्वभूमीतील व्यक्तींच्या कथा आणि अनुभवांची नोंद घेते आणि जतन करण्यास चालना देते.

३) व्यक्तिनिष्ठता आणि अनेक दृष्टीकोन :

मौखिक इतिहास स्मृती आणि वैयक्तिक स्मरणशक्तीचे व्यक्तिनिष्ठ स्वरूप मान्य करतो. वैयक्तिक अनुभव, भावना आणि घटनांच्या व्याख्यांवर आधारित वैयक्तिक दृष्टीकोन बदलू शकतात ही कल्पना ते स्वीकारते. हे

वैशिष्ट्य एकाच ऐतिहासिक घटनेबाबत अनेक दृष्टीकोनांचे संकलन करण्यास चालना देते, विविध दृष्टिकोन सादर करून ऐतिहासिक समज समृद्ध करते.

४) जीवनानुभवांचे समग्र प्रतिनिधित्व :

लिखित नोंदी सहसा विशिष्ट घटना किंवा तारखांवर लक्ष केंद्रित करतात, याउलट मौखिक इतिहास संपूर्ण जीवन अनुभव कैद करतो. हे व्यक्तींना वैयक्तिक किस्से, दैनंदिन जीवन, सांस्कृतिक पद्धती, संघर्ष, विजय आणि त्यांच्या जीवनावरील ऐतिहासिक घटनांचा प्रभाव याद्वारे त्यांच्या जीवन कथा कथन करण्यास चालना देते. हा समग्र परिप्रेक्ष ऐतिहासिक संदर्भांचे सर्वसमावेशक दृष्टिकोन प्रदान करतो.

५) वैयक्तिक कथा आणि भावनांवर भर :

मौखिक इतिहास ऐतिहासिक घटनांशी संबंधित वैयक्तिक कथा आणि भावनांना महत्त्व देतो. हे इतिहासाच्या भावनिक पैलूचा शोध घेते, विशिष्ट ऐतिहासिक क्षणांमध्ये व्यक्तींना त्यांच्या सभोवतालचे जग कसे वाटले, त्याचा कसा सामना केला हे शोधून काढते. हे भावनिक घटक ऐतिहासिक नोंदींमध्ये खोली आणि मानवता जोडतात.

६) सामाजिक आणि सांस्कृतिक संदर्भांशी परस्परसंबंध :

मौखिक इतिहासाद्वारे एकत्रित केलेली धारणा सामाजिक आणि सांस्कृतिक संदर्भांमध्ये खोलवर रुजलेली आहे. ते निवेदकांच्या अनुभवांच्या काळात प्रचलित असलेल्या सामाजिक रूढी, परंपरा, भाषा आणि सांस्कृतिक प्रथा प्रतिबिंबित करतात. मौखिक इतिहास अशाप्रकारे इतिहासकारांना व्यापक सामाजिक, सांस्कृतिक आणि राजकीय भूदृश्यांमधील ऐतिहासिक घटना समजून घेण्यास मुभा देतो.

७) मुलाखतीचा एक पद्धतशीर साधन म्हणून वापर :

मौखिक इतिहासामध्ये तथ्य संकलनाची प्राथमिक पद्धत म्हणून मुलाखती घेणे समाविष्ट असते. मुलाखतकार निवेदकांशी संभाषणात गुंततात, मुक्त प्रश्न विचारतात आणि व्यक्तींना त्यांच्या कथा सामाईक करण्यासाठी व्यासपीठ प्रदान करतात. या मुलाखतींमध्ये परस्परसंबंध निर्माण करण्यासाठी, कथाकथनाला प्रोत्साहन देण्यासाठी आणि तपशीलवार लेखाजोखा तयार करण्यासाठी कुशल मुलाखत तंत्राची आवश्यकता असते.

८) नैतिक विचार आणि संमती :

मौखिक इतिहास पद्धतीसाठी नैतिक विचार अविभाज्य आहेत. निवेदकांच्या स्वायत्ततेचा आदर करणे, सूचित संमती सुनिश्चित करणे आणि गोपनीयता राखणे या महत्त्वपूर्ण बाबी आहेत. मौखिक इतिहासकार नैतिक दुविधा मार्गी लावतात, प्रक्रिया नैतिकतेने आणि जबाबदारीने चालविली जाते याची खात्री करून, कथाकारांच्या हक्कांचा आदर करून त्यांचे कल्याण सुनिश्चित करतात.

९) संरक्षणासाठी तंत्रज्ञानाशी एकत्रीकरण :

तंत्रज्ञानातील प्रगतीमुळे मौखिक इतिहासाच्या जतनामध्ये बदल झाला आहे. डिजिटल रेकॉर्डिंग तंत्र, संग्रहण प्रणाली आणि ऑनलाइन भांडार मौखिक इतिहास संग्रहांचे जतन, क्रमवार यादी आणि प्रसार करण्यास सक्षम करतात. ही तांत्रिक साधने भविष्यातील संशोधन आणि शैक्षणिक हेतूंसाठी मौखिक वर्णने प्रवेशयोग्य आहेत याची खात्री करतात.

१०) ऐतिहासिक अन्वयार्थ आणि आकलनात योगदान :

मौखिक इतिहास भूतकाळाची अधिक सूक्ष्म समज प्रदान करून ऐतिहासिक अन्वयार्थ समृद्ध करतो. हे अंतर भरून, वैविध्यपूर्ण दृष्टीकोन देऊन आणि वैयक्तिक अनुभव, भावना आणि सांस्कृतिक संदर्भ समाविष्ट करणारे अधिक सर्वसमावेशक कथन सादर करून लिखित नोंदींना पूरक आहे.

३.३.३ मौखिक इतिहासाचे महत्त्व :

ऐतिहासिक संशोधनातील एक विद्याशाखा म्हणून मौखिक इतिहासाचे महत्त्व बहुआयामी आणि लक्षणीय आहे.

१) विविध दृष्टीकोनांचे संरक्षण :

मौखिक इतिहास विविध दृष्टीकोन आणि आवाज जतन करण्यात महत्त्वपूर्ण भूमिका बजावतो, जे पारंपारिक ऐतिहासिक नोंदींमध्ये अनुपस्थित किंवा दुर्लक्षित असतात. हे स्त्रिया, अल्पसंख्याक, स्थानिक समुदाय, स्थलांतरित यांच्या कथा लिखित इतिहासात कदाचित कैद केल्या नाहीत म्हणून अशा उपेक्षित गटांच्या जीवनातील अनुभवांचे दस्तऐवजीकरण करण्याची परवानगी देते. ही सर्वसमावेशकता भूतकाळास अधिक व्यापक आणि प्रातिनिधिकपणे समजून घेण्यास हातभार लावते.

२) पूरक लेखी नोंदी :

मौखिक इतिहास लिखित नोंदींसाठी पूरक स्त्रोत म्हणून काम करतो, ऐतिहासिक घटना आणि कालखंडांविषयी पर्यायी दृष्टीकोन प्रदान करतो. लिखित दस्तऐवज सहसा समाजातील साक्षर आणि शक्तिशाली विभागांचे दृष्टिकोन प्रतिबिंबित करतात, तर मौखिक इतिहास सामान्य व्यक्तींच्या दैनंदिन जीवन, भावना आणि अनुभवांची माहिती प्रदान करतो. हे ऐतिहासिक घटनांचे अधिक सूक्ष्म आणि मानवीकृत चित्रण प्रदान करून ऐतिहासिक नोंदींमधील अंतर भरून काढते.

३) वैयक्तिक आणि अमूर्त वारशाचे जतन :

मौखिक इतिहास वैयक्तिक कथा, आठवणी, परंपरा आणि सांस्कृतिक प्रथा जतन करतो ज्या पिढ्यान्पिढ्या पार केल्या जातात. ही कथा वारशाच्या अमूर्त पैलूंचा समावेश करते; ज्यात लोककथा, चालीरीती, भाषा आणि स्थानिक ज्ञान यांचा समावेश होतो जे कदाचित लिखित ग्रंथांमध्ये आढळत नाहीत. मौखिक इतिहासाद्वारे सांस्कृतिक वारशाचे हे घटक संरक्षित आणि सामायिक केले जातात तसेच भविष्यातील पिढ्यांसाठी त्यांचे सातत्य सुनिश्चित करतात.

४) ऐतिहासिक कथांचे मानवीकरण :

वैयक्तिक कथा, भावना आणि वैयक्तिक अनुभवांवर लक्ष केंद्रित करून मौखिक इतिहास ऐतिहासिक कथांचे मानवीकरण करतो. हे वेगवेगळ्या ऐतिहासिक कालखंडातील लोकांच्या भावना, संघर्ष, आकांक्षा आणि दैनंदिन जीवनाबाबत एक रूपरेषा प्रदान करते. इतिहासाचा हा मानवी पैलू सखोलता, सहानुभूती आणि विश्वासार्हता जोडतो, ऐतिहासिक घटनांना समकालीन प्रेक्षकांसाठी अधिक समजण्यायोग्य आणि संबंधित बनवतो.

५) ऐतिहासिक गैरसमज आणि पूर्वाग्रह दुरुस्त करणे :

मौखिक इतिहासामध्ये लिखित नोंदींमध्ये उपस्थित असलेले ऐतिहासिक गैरसमज, पूर्वाग्रह आणि रूढींना आव्हान देण्याची आणि दुरुस्त करण्याची क्षमता आहे. हे इतिहासकारांना विविध दृष्टीकोनांचा समावेश करून आणि अयोग्यता सुधारून घटनांचे पुनर्मूल्यांकन आणि पुनर्व्याख्या करण्यास चालना देते. पूर्वी दुर्लक्षित केलेले किंवा वगळलेले आवाज समाविष्ट करून मौखिक इतिहास इतिहासाच्या अधिक अचूक आणि समावेशक चित्रणात योगदान देतो.

६) लुप्तप्राय ज्ञान आणि परंपरा जतन करणे :

बऱ्याच प्रकरणांमध्ये मौखिक इतिहास हे लुप्त होत चाललेल्या भाषा, सांस्कृतिक पद्धती आणि ज्ञान प्रणाली जतन करण्याचे एकमेव साधन आहे. हे पारंपारिक शहाणपण, विधी, लोककथा आणि स्थानिक ज्ञान कैद करते जे सामाजिक, सांस्कृतिक किंवा पर्यावरणीय बदलांमुळे नामशेष होण्याच्या मार्गावर आहे. मौखिक इतिहास वारशाच्या या लुप्त होत चाललेल्या पैलूंचे संरक्षण आणि पुनरुज्जीवन करण्यासाठी भांडार म्हणून काम करतो.

७) आंतरपिढी समज वाढवणे :

मौखिक इतिहास जुन्या आणि तरुण पिढ्यांमधील अंतर कमी करून आंतरपिढी समज आणि संवाद सुलभ करतो. हे तरुण व्यक्तींना जुन्या पिढ्यांचे अनुभव आणि शहाणपण शिकण्यास अनुमती देते, त्यांच्या पूर्वजांच्या संघर्ष आणि यशाबद्दल संवाद, सहानुभूती आणि कौतुकाची भावना वाढवते. ज्ञानाचे हे आंतरपिढ्यांचे प्रसारण ओळख आणि सांस्कृतिक सातत्य अधिक मजबूत करते.

८) ऐतिहासिक संशोधन आणि अन्वयार्थ समृद्ध करणे :

मौखिक इतिहास प्राथमिक स्त्रोत सामग्रीची संपत्ती देऊन ऐतिहासिक संशोधन समृद्ध करतो. हे इतिहासकारांना प्रत्यक्ष नोंदी, वैयक्तिक साक्ष्यांद्वारे समृद्ध कथा प्रदान करते जे ऐतिहासिक घटना आणि सामाजिक संदर्भांच्या अधिक सूक्ष्म आणि बहुआयामी आकलनास योगदान देतात. मौखिक इतिहासाच्या मुलाखती संशोधकांसाठी मौल्यवान स्त्रोत म्हणून काम करतात, त्यांना विशिष्ट कालखंड, कथावस्तू किंवा सामाजिक बदलांचा सखोल अभ्यास करण्यास सक्षम करतात.

९) निवेदकांचे सक्षमीकरण आणि ओळख :

मौखिक इतिहास प्रकल्पांमध्ये गुंतल्याने कथाकारांना त्यांच्या कथा सामाईक करण्यासाठी आणि इतिहासातील त्यांच्या योगदानासाठी ओळखले जाण्यासाठी व्यासपीठ देऊन त्यांना सशक्त बनवते. हे त्यांचे अनुभव, दृष्टीकोन आणि आवाज प्रमाणित करते, विस्तृत ऐतिहासिक कथांना आकार देण्यासाठी त्यांच्या जीवनातील अनुभवांचे महत्त्व मान्य करते. ही ओळख निवेदक आणि त्यांच्या समुदायांमध्ये अभिमान, मालकी आणि सशक्तीकरणाची भावना वृद्धिंगत करते.

१०) सांस्कृतिक विविधता आणि समज यांचा प्रचार :

वैविध्यपूर्ण कथा आणि सांस्कृतिक अभिव्यक्ती दाखवून, मौखिक इतिहास सांस्कृतिक विविधता आणि सम जूतदारपणाला प्रोत्साहन देतो. हे विविध संस्कृती, परंपरा आणि दृष्टीकोनांचा आदर करण्यास प्रोत्साहन देते, विविध पार्श्वभूमीतील व्यक्तींमध्ये सहानुभूती आणि सहिष्णुता वाढवते. मौखिक इतिहास सांस्कृतिक विभागांमध्ये समज आणि प्रशंसेचे पूल बांधण्यात योगदान देतो.

३.४ ग्रंथ समीक्षा :

ग्रंथ समीक्षा ही साहित्य समीक्षेची एक शाखा असून त्याचा संबंध हा लिखित स्वरूपातील जे ग्रंथ किंवा पुस्तके आहेत त्यांचा शास्त्रीय आणि ऐतिहासिक उपयोगाच्या दृष्टिकोनातून परिचय करून घेणे आणि त्यात असणाऱ्या ज्या काही उणीवा आहेत त्या दूर करणे याच्याशी असतो. प्राचीन काळी ज्यावेळेस एका पिढीकडून दुसऱ्या पिढीकडे संक्रमित झालेल्या साहित्याच्या लेखनास सुरुवात झाली त्यावेळेस त्या साहित्याचे लेखन हे हाताने केले गेल्याने त्यामध्ये काही त्रुटी किंवा उणीवा राहिल्याचे दिसून येते. त्यामुळे या हस्तलिखितांच्या किंवा साहित्य कृतींच्या अनेक प्रती उपलब्ध होतात पण त्याची जी मूळ प्रत असते किंवा ज्याला इंग्रजीत "original copy' असे म्हणले जाते ती उपलब्ध होत नाही. अशा वेळेस ग्रंथ समीक्षेच्या माध्यमातून मूळ प्रत शोधण्याचे काम केले जाते किंवा मूळ प्रतीचा शोध घेतला जातो. ही जी मूळ प्रत असते तिचा शक्य तितका शोध घेतला जातो नाही तर ज्या उपलब्ध प्रती आहेत त्यांना ग्रंथ समीक्षेच्या आधारे मूळ प्रतीचे सहज शक्य होईल तेवढे स्वरूप देण्याचा प्रयत्न केला जातो. ग्रंथ समीक्षेचे अंतिम ध्येय हे मूळ प्रतीच्या जवळ जाणारी प्रत ही समीक्षेच्या आधारे तयार करणे हे आहे. ग्रंथ समीक्षेचे तीन मूलभूत स्वरूपाचे दृष्टिकोन आहेत त्यामध्ये सारसंग्रहवाद, स्टेमॅटिक्स आणि कॉपी टेक्स्ट एडिटिंग यांचा समावेश

होतो. दोन लिखाणांमधील संबंध समजून घेण्यासाठी सध्या वंशसांखिकी शाखा जी मूलतः जैव शास्त्राशी संबंधित आहे तिचा ही वापर हा ग्रंथ समीक्षेसाठी केला जातो.

३.४.१ अर्थ :

नवीन स्वरूपातील हस्तलिखितांचा अभ्यास करण्यासाठी उपलब्ध होणारा पायाभूत आधार म्हणून ग्रंथ समीक्षेकडे पाहिले जाते. नवीन कोणत्याही ऐतिहासिक दस्तऐवजाचे वाचन किंवा परिशीलन करण्यासाठी ग्रंथाची समीक्षा करणे आवश्यक असते. नवीन हस्तलिखितांसाठी ग्रंथ समीक्षेचा दृष्टिकोन बाळगणे आवश्यक असते. ग्रंथ समीक्षा हे एक शास्त्र असते ज्याद्वारे जे मूळ साहित्य आहे ते शोधण्याचा प्रयत्न केला जातो.

३.४.२ ग्रंथ समीक्षेची उद्दिष्टे :

पुरातन ग्रंथ, हस्तलिखिते आणि दस्तऐवजांचे परीक्षण, विश्लेषण आणि अर्थ लावण्यासाठी ग्रंथ समीक्षा अनेक महत्त्वपूर्ण उद्दिष्टे पूर्ण करते.

१) सत्यता आणि अचूकता स्थापित करणे :

ग्रंथ समीक्षेच्या मुख्य उद्दिष्टांपैकी एक म्हणजे ग्रंथांची सत्यता आणि अचूकता स्थापित करणे. वेगवेगळ्या हस्तलिखित स्त्रोतांची तुलना करून, मजकूराचे रूप ओळखून आणि सर्वात विश्वासार्ह वाचन निर्धारित करून मूळ शब्दरचना आणि मजकूराच्या सामग्रीची शक्य तितक्या जवळून पुनर्रचना करणे हे त्याचे उद्दिष्ट आहे. या प्रक्रियेमध्ये ग्रंथांच्या प्रकाशना दरम्यान झालेल्या चुका वगळणे, जोडणे आणि आंतरवेशन तपासणे समाविष्ट आहे.

२) मूळ ग्रंथांची पुनर्रचना :

ग्रंथ समीक्षा विविध हस्तलिखितांमध्ये आढळलेल्या भिन्न वाचनांचे विश्लेषण करून मजकूराच्या सर्वात आधीच्या प्राप्य स्वरूपाची पुनर्रचना करण्याचा प्रयत्न करते. ऐतिहासिक संदर्भ, भाषा, लेखनशैली आणि लेखकाचा हेतू लक्षात घेऊन मूळ लेखकाच्या कामाच्या अगदी जवळच्या अंदाजाचे प्रतिनिधित्व करणाऱ्या चिकित्सक आवृत्त्या तयार करणे हे त्याचे ध्येय आहे.

३) मजकूराचे प्रकार ओळखणे आणि मूल्यांकन करणे :

मजकूराच्या वेगवेगळ्या हस्तलिखित प्रतींमध्ये उपस्थित असलेल्या मजकूराचे रूप ओळखणे आणि त्यांचे मूल्यम ापन करणे हे एक आवश्यक उद्दिष्ट आहे. मजकूर समीक्षक भिन्न वाचनांची सत्यता आणि महत्त्व तपासण्यासाठी शब्दरचना, शब्दलेखन, व्याकरण आणि हस्तलिखितांमधील सामग्रीतील फरक तपासतात. या प्रकारांचे मूल्यमापन करून, मजकूर समीक्षक कोणते वाचन मूळ मजकूर प्रतिबिंबित करण्याची अधिक शक्यता आहे हे निर्धारित करतात.

४) अधिकृत हेतू निश्चित करणे :

उपलब्ध हस्तलिखित पुराव्याचे विश्लेषण करून मजकूरामागील अधिकृत हेतू उघड करणे हे ग्रंथ समीक्षेचे उद्दिष्ट आहे. लेखकाचा अभिप्रेत अर्थ, शैली आणि हेतू समजून घेतल्याने मजकुराचा अचूक अर्थ लावण्यास मदत होते. लेखकाने हेतुपुरस्सर केलेले बदल आणि प्रकाशना दरम्यान अनावधानाने झालेल्या चुका विचारात घेऊन, मजकूर समीक्षक लेखकास अभिप्रेत असलेला मूळ अर्थ काढण्याचा प्रयत्न करतात.

५) स्थित्यंतरात इतिहासाचा मागोवा घेणे :

याचा आणखी एक उद्देश म्हणजे विविध आवृत्त्या, भाषांतरे आणि आवृत्त्यांमधून मजकूराच्या प्रसाराचा इतिहास शोधणे. मजकूर समीक्षक हस्तलिखितांच्या वंशाचा अभ्यास करतात, विविध हस्तलिखित कुटुंबांमधील संबंध

आणि मजकूराच्या विकासावर अनुवाद किंवा रुपांतरांचा प्रभाव शोधतात. हे ऐतिहासिक विश्लेषण वेळोवेळी आणि विविध सांस्कृतिक संदर्भांमध्ये मजकूर कसा विकसित झाला हे समजून घेण्यास मदत करते.

६) **हस्तलिखित विश्वासार्हता आणि सत्यता मूल्यांकन :**

ग्रंथ समीक्षेमध्ये वय, उगमस्थान, मजकूर सुसंगतता, लेखातील त्रुटी आणि संपादकीय हस्तक्षेप यासारख्या घटकांचा विचार करून हस्तलिखितांची विश्वासार्हता आणि सत्यता यांचे मूल्यांकन करणे समाविष्ट आहे. मूळ मजकूर स्थापित करण्यासाठी स्त्रोत म्हणून त्यांची विश्वासार्हता निश्चित करण्यासाठी विद्वान हस्तलिखितांच्या विश्वासार्हतेचे मूल्यांकन करतात.

७) **चिकित्सक आवृत्त्यांची स्थापना :**

विद्वत्तापूर्ण विश्लेषणावर आधारित सर्वात विश्वासार्ह आणि अधिकृत मजकूर सादर करणाऱ्या चिकित्सक आवृत्त्या तयार करणे हे मुख्य उद्दिष्टांपैकी एक आहे. चिकित्सक आवृत्त्या अस्थिर वाचन, मजकूर टिपा आणि चिकित्सक उपकरणे संकलित करतात जी मजकूराच्या रूपांचे दस्तऐवजीकरण करतात, विद्वानांना आणि वाचकांना मजकूराच्या सत्यतेबद्दल आणि व्याख्येबद्दल माहितीपूर्ण निर्णय घेण्यास मदत करतात.

८) **शिष्यवृत्ती आणि अर्थ लावण्यासाठी योगदान :**

प्राचीन ग्रंथांचे अभ्यासपूर्ण संशोधन आणि विवेचन करण्यात ग्रंथ समीक्षा महत्त्वपूर्ण योगदान देते. हे शैक्षणिक अभ्यासासाठी एक पाया प्रदान करते, विद्वानांना ऐतिहासिक, साहित्यिक आणि सांस्कृतिक चौकटीमधील ग्रंथांचे विश्लेषण, अर्थ लावणे आणि संदर्भित करण्यास सक्षम करते. विश्वासार्ह ग्रंथांची स्थापना करून ग्रंथ समीक्षा अचूक अभ्यासपूर्ण अन्वयार्थ आणि मूल्यांकनांना समर्थन देते.

९) **भाषांतर आणि सुलभता :**

ग्रंथ समीक्षा विविध भाषांमध्ये ग्रंथांचे अचूक भाषांतर तयार करण्यास मदत करते. प्रस्थापित मूळ ग्रंथांसारख्या चिकित्सक आवृत्त्या अनुवादकांना मूळ कृतीचा अभिप्रेत अर्थ आणि बारकावे कैद करणारी विश्वासू प्रस्तुती तयार करण्यास मदत करतात. याव्यतिरिक्त ते व्यापक वाचकांसाठी मजकूरांच्या विश्वसनीय आवृत्त्या प्रदान करून प्रवेशयोग्यता वाढवते.

१०) **सांस्कृतिक आणि बौद्धिक वारसा जतन करणे :**

पुरातन ग्रंथांची अचूकता आणि अखंडता सुनिश्चित करून सांस्कृतिक, धार्मिक आणि बौद्धिक वारसा जतन करणे हा ग्रंथ समीक्षेचा मुख्य उद्देश आहे. शाब्दिक स्त्रोतांचे बारकाईने परीक्षण करून आणि चिट्स्क आवृत्त्या तयार करून ग्रंथ समीक्षा पिढ्यांपिढ्या मानवतेच्या सांस्कृतिक आणि बौद्धिक वारशाचे जतन आणि प्रसार करण्यास योगदान देते.

३.४.३ ग्रंथ समीक्षा करण्याची प्रक्रिया :

ग्रंथ समीक्षेमध्ये एक सूक्ष्म आणि पद्धतशीर प्रक्रिया समाविष्ट असते ज्याचा उद्देश ग्रंथांचे विश्लेषण करणे, त्यांचे मूल्यमापन करणे आणि त्यांचे सर्वात प्रामाणिक व अचूक स्वरूप स्थापित करण्यासाठी पुनर्रचना करणे हा असतो.

१) **हस्तलिखितांचे संकलन आणि परीक्षण :**

प्रक्रियेची सुरुवात सध्याची हस्तलिखिते, आवृत्त्या, भाषांतरे आणि विशिष्ट कामाच्या संबंधित मजकूर स्त्रोतांच्या संकलनापासून होते. मजकूर समीक्षक हे स्त्रोत ग्रंथालय, संग्रहण आणि अभ्यासपूर्ण माहिती संचातून गोळा करतात. प्रत्येक हस्तलिखिताचे नंतर काळजीपूर्वक परीक्षण केले जाते, सूचिबद्ध केले जाते आणि त्यातील मजकूर सामग्रीचे ऐतिहासिक पार्श्वभूमी आणि विश्वासार्हतेसाठी मूल्यांकन केले जाते.

२) संकलन आणि तुलना :

मजकूर समीक्षक भिन्नता, विसंगती आणि मजकूर रूपे ओळखण्यासाठी समान मजकूराच्या भिन्न हस्तलिखित प्रती एकत्र करतात आणि त्यांची तुलना करतात. या चरणात शब्दलेखन, व्याकरण, विरामचिन्हे आणि हस्तलिखितांमधील सामग्रीतील फरकांची तपशीलवार छाननी समाविष्ट आहे. स्त्रोतांवरील विविध वाचनांची सर्वसमावेशक सूची संकलित करणे हे ध्येय आहे.

३) हस्तलिखित गटांचे वर्गीकरण :

एकत्रीकरण आणि तुलनेवर आधारित, हस्तलिखिते सामायिक मजकूर वैशिष्ट्यांद्वारे गटांमध्ये वर्गीकृत केली जातात. मजकूर समीक्षक हस्तलिखित परंपरा ओळखतात ज्या वाचन, त्रुटी किंवा मजकूराच्या वैशिष्ट्यांमध्ये समानता दर्शवतात. या हस्तलिखित गटांना समजून घेतल्याने मजकूर प्रसाराच्या वंशाचा शोध घेण्यात आणि विशिष्ट हस्तलिखित गटांच्या विश्वासार्हतेचे मूल्यांकन करण्यास मदत होते.

४) मजकूर प्रकारांचे मूल्यमापन :

एकत्रीकरणाद्वारे ओळखल्या जाणाऱ्या मजकूराचे रूपे, त्यांची सत्यता, महत्त्व आणि मूळ मजकुराचे प्रतिनिधित्व करण्याच्या संभाव्यतेचे मूल्यांकन करण्यासाठी काळजीपूर्वक मूल्यमापन केले जाते. सर्वात संभाव्य मूळ वाचन निर्धारित करण्यासाठी अंतर्गत सुसंगतता, प्रतिलेखन त्रुटी, लेखक प्रवृत्ती, अधिकृत शैली, संदर्भ आणि भाषिक तत्त्वे यासारख्या घटकांचा विचार करून समीक्षक प्रत्येक प्रकाराची छाननी करतात.

५) चिकित्सक उपकरणाची स्थापना :

ओळखले जाणारे मजकूर रूपे दस्तऐवजीकरण आणि सादर करण्यासाठी एक चिकित्सक उपकरण तयार केले जाते. हे उपकरण सामान्यत: चिकित्सक आवृत्त्यांसारखे असते आणि वेगवेगळ्या हस्तलिखितांमध्ये आढळलेल्या भिन्न वाचनांची तपशीलवार नोंद प्रदान करते. त्यामध्ये भाष्ये, तळटीप किंवा सीमांत टिपा समाविष्ट आहेत जे भिन्न वाचन आणि त्यांच्या संबंधित हस्तलिखित स्त्रोत सादर करतात.

६) मजकूर निकषांचा वापर :

मजकूर समीक्षक मजकूराच्या रूपांची सत्यता आणि प्राधान्य निश्चित करण्यासाठी विशिष्ट निकष लागू करतात. निकषांमध्ये lectio brevior (लहान वाचन), lectio difficilior (अधिक कठीण वाचन), संदर्भ, लेखक शैली; लेखकाच्या इतर कामांशी सुसंगतता आणि हस्तलिखित साक्षीदारांचे वय आणि विश्वसनीयता यांचा समावेश असतो.

७) चिकित्सक मजकूराची पुनर्रचना :

संकलित पुरावे, मूल्यमापन केलेली रूपे आणि स्थापित निकष वापरून, शाब्दिक समीक्षक एक चिकित्सक मजकूर पुनर्रचना करतात, जी मूळ अधिकृत कार्याच्या सर्वात जवळचा अंदाज दर्शवते. हा चिकित्सक मजकूर हस्तलिखित पुराव्यांद्वारे समर्थित सर्वात विश्वासार्ह आणि प्रशंसनीय वाचन समाविष्ट करून भिन्न वाचनांचे सामंजस्य करण्याचा उद्देश आहे.

८) चिकित्सक आवृत्त्यांची निर्मिती :

चिकित्सक मजकूर कामाच्या चिकित्सक आवृत्त्या तयार करण्यासाठी आधार बनवतो. ग्रंथ समीक्षकांनी संकलित केलेल्या या आवृत्त्या, चिकित्सक उपकरणे, स्पष्टीकरणात्मक टिपा, मजकूर भाष्य आणि अभ्यासपूर्ण परिचयांद्वारे पुनर्रचित मजकूर सादर करतात. चिकित्सक आवृत्त्या पुढील अभ्यासासाठी आणि अर्थ लावण्यासाठी अधिकृत विद्वान ग्रंथ म्हणून काम करतात.

९) समवयस्क पुनरावलोकन आणि विद्वान चर्चा :

ग्रंथ समालोचन प्रक्रियेमध्ये समवयस्क पुनरावलोकन आणि क्षेत्रातील तज्ज्ञांमध्ये अभ्यासपूर्ण चर्चा समाविष्ट असते. प्रस्थापित चिकित्सक मजकूराची अचूकता, वैधता आणि विश्वासार्हता सुनिश्चित करण्यासाठी चिकित्सक आवृत्त्या आणि मजकूर पुनर्रचना कठोर छाननी, समवयस्क पुनरावलोकन आणि अभ्यासपूर्ण वादविवादांमधून जातात.

१०) सतत पुनरावृत्ती आणि परिष्करण :

ग्रंथ समीक्षा ही एक सतत चालणारी प्रक्रिया आहे जी सतत पुनरावृत्ती आणि परिष्करण करण्यास मुभा देते. नवीन हस्तलिखित शोध, विद्वत्तापूर्ण माहिती किंवा तांत्रिक प्रगती उदयास येत असताना, ग्रंथ समीक्षा आवृत्त्या अद्ययावत केल्या जातात आणि नवीन पुरावे, माहिती किंवा स्पष्टीकरण समाविष्ट करण्यासाठी सुधारित केले जातात जे स्थापित चिकित्सक मजकूर परिष्कृत करण्यास योगदान देतात.

३.४.४ सारसंग्राहकवाद :

सारसंग्राहकवादाचा संबंध हा एखाद्या विशिष्ट मूळ प्रतीचे जे वैविध्य असते त्याच्याशी जोडलेला असतो. सारसंग्राहकवाद ही जी पद्धती आहे ती मूलतः जर संबंधित प्रतीमधून एकाच वेळेस एकाच प्रकारच्या जास्त त्रुटी या दर्शविल्या जात असतील तर त्या त्रुटींचे निराकरण करून संबंधित प्रतीला अधिकाधिक मार्गाने आणि सर्व अचूकतेसहीत मूळ प्रतिप्रमाणे तयार करण्याचा प्रयत्न केला जातो. साक्षीदारांमधील विरोधाभासांच्या पुराव्यांच्या आधारे सारसंग्राहकवाद मूळ मजकूराच्या संदर्भात माहिती काढून देतो. या प्रक्रियेचा परिणाम म्हणजे हा एक मजकूर आहे ज्यात अनेक साक्षीदारांनी केलेल्या वाचनाचा समावेश होतो. सारसंग्राहकवादामध्ये कोणत्याही विशिष्ट हस्तलिखिताची प्रत वापरली जात नाही पण अस्तित्त्वात असलेल्या बहुतेक लेखांमधून आणि त्यांच्या समीक्षणामधून ती त्रुटी दूर होऊ शकते. १९ व्या शतकाच्या मध्यात ज्यावेळेस कोणत्याही प्रकारचे पूर्वग्रह हे एखाद्या हस्तलिखितासाठी वापरले जात नसत त्यावेळेस ग्रीक साहित्याची समीक्षा ही वर्चस्ववादी पद्धतीच्या आधारे केली जात असे.

१) बाह्य पुरावे/बाह्य मीमांसा :

कोणत्याही साहित्य कृतीचे ज्यावेळेस परीक्षण किंवा समीक्षा केली जाते त्यावेळेस तिचे बाह्य घटक म्हणून किंवा तिचे बाह्य पुरावे म्हणून त्या साहित्य कृतीची तारीख, त्याचे स्रोत आणि अन्य जी साधने किंवा अन्य जे संबंधित साक्षी आणि पुरावे आहेत त्यांचा वापर हा बाह्य मीमांसेसाठी केला जातो. जर उपलब्ध प्रतींमध्ये काही विशिष्ट त्रुटी या वारंवार दिसून येत असतील तर समीक्षक हे समीक्षा करत असताना सगळ्यात जी जुनी प्रत असते तिचा वापर हा समीक्षक मोठ्या प्रमाणावरती जुना साक्षीदार किंवा जुना पुरावा म्हणून करतात. ही जी जुनी प्रत वापरली जाते त्यामध्ये कमीत-कमी त्रुटी असणे आवश्यक असते. जास्तीत-जास्त वाचकांनी केलेले जे वाचन असते ते या पायरीवरती अधिकाधिक पसंत केले जाते कारण या प्रकारच्या वाचनामध्ये व्यक्तिगत पूर्वग्रहांचे प्रतिबिंब कमी पडलेले असण्याची शक्यता व्यक्त केली जाते. अशा वाचनासाठी विभिन्न भौगोलिक प्रदेशातील लोक निवडले जातात. काही हस्तलिखिते किंवा साहित्य कृती या त्यांची रचना करत असताना काही विशिष्ट काळजी घेतली गेली असल्याचे दर्शवतात.

२) अंतर्गत पुरावे/अंतर्गत मीमांसा :

अंतर्गत पुरावे/अंतर्गत मीमांसा ही संबंधित पुस्तकामध्ये अंतर्निहित असते. दस्तऐवजातील भौतिक स्वरूपाचे स्वतंत्र वैशिष्ट्य हे त्याद्वारे दर्शवले जाते. याकरिता विविध मान्यतांचा उपयोग केला जाईल ज्याच्या आधारे अधिकाधिक मूळ प्रतीचे वाचन केले जाईल. अंतर्गत मीमांसा करत असताना विविध अंतगर्त बाबींचे परिशीलन केले जाते. काही वेळेस या घटकांमधून संघर्ष देखील होत असलेला दिसून येतो.

या प्रकारची मीमांसा किंवा परीक्षण करत असताना अल्प पाठभेद आणि अधिक पाठभेद अशा स्वरूपाच्या दोन मान्यता या गृहीत धरल्या जातात. पहिले जे सर्वसाधारण निरीक्षण असते त्यामध्ये काही शब्द हे त्यामध्ये काही शब्द हे समाविष्ट केले जातात ज्यामुळे त्याद्वारे अधिकाधिक स्पष्टीकरण केले जाते किंवा त्याची पुनरुक्ती केली जाते. यामध्ये शब्दांची किंवा पाठभेदाची संख्या ही कधी कमी केली जात नाही किंवा शब्द हे त्यातून कमी देखील केले जात नाहीत. अधिक कठीण पाठ हे अधिक कठीण पाठभेद वापरात असताना त्या साहित्य कृतीमध्ये असणारे जे वेगळेपण आहे किंवा जे दोष आहेत त्याचे दर्शन होत असते. ज्यामुळे या माध्यमातून व्यक्ती ही साहित्याची जी मूळ प्रत आहे तिच्या जास्तीत-जास्त जवळ जाऊन पोहोचते. यामध्ये जी साहित्य कृती आहे तिला अधिकाधिक सरलीकृत केले जाते.

३) ग्रंथ समीक्षेचे सर्वमान्य तत्त्व :

विविध अभ्यासकांनी ग्रंथ समीक्षेसाठी काही विशिष्ट मार्गदर्शनपर सूचना या विकसित केलेल्या आहेत किंवा ग्रंथ समीक्षेसाठी काही सर्वमान्य तत्त्वे ही नमूद केलेली आहेत ज्यामुळे जो समीक्षक किंवा जो पाठभेद करणारी व्यक्ती आहे तिला साहित्याचे वाचन करत असताना अधिकाधिक गोष्टींची निश्चिती करता येते. या विविध अभ्यासकांपैकी अगदी सुरुवातीचा अभ्यासक जॉन अल्ब्रेचत बेंगेल (१६८७-१७५२) याने १७३४ मध्ये ग्रीक न्यू टेस्टामेन्टची एक नवीन आवृत्ती प्रकाशित केली. त्याच्या समीक्षेत तो लिहितो की त्याने द हार्डर रिडींग इस टु बी प्रेफर्ड असा नियम स्थापित केला आहे.

जॉन जॅकब ग्रिइसबाच (१७४५-१८१२) याने न्यू टेस्टामेन्टच्या अनेक आवृत्त्या प्रकाशित केल्या. त्याने १७९६ मध्ये न्यू टेस्टामेन्टची जी आवृत्ती प्रकशित केली त्यामध्ये त्याने आत्यंतिक गुंतागुंतीचे ग्रंथ समीक्षेच्यासाठी १५ नियम प्रस्थापित केले. त्यामध्ये द हार्डेस्ट रिडींग इस बेस्ट आणि दुसरा नियम हा द शॉर्टर रिडींग इज बेस्ट असा होता. अर्थात हे दोन्ही नियम हे समीक्षेच्या शिवाय वापरता येत नाहीत.

ब्रूक फॉस वेस्टकोट (१८२५-१९०१) आणि फेन्टन जे. ए. हार्ट यांनी १८८१ मध्ये न्यू टेस्टामेन्टचे प्रकाशन केले. त्यांनी या आवृत्तीमधून ग्रंथ समीक्षेसाठी एकूण ९ गुंतागुंतीचे नियम सांगितले. त्या नियमांमध्ये बेंगेलच्या नियमात थोडा बदल करण्यात येऊन नवीन नियम तयार केले आहेत की, द रिडींग इज लेस लाईकली टू बी ओरिजनल दॅट शोज या डिस्पोझिशन टु स्मूथ अवे डिफिकल्टीज. या विविध प्रस्थापित नियमांमधील बहुतेक नियम हे बायबलिकल ग्रंथ समीक्षेत मूलतः समाविष्ट करण्यात आलेले होते.

४) सारसंग्राहकवादाच्या मर्यादा :

ग्रंथ समीक्षेच्या नियमांच्या अभ्यासातून असे दिसून येते की, या नियमांच्या आधारे जर ग्रंथ परीक्षण केले गेले तर त्याचे अर्थनिर्वचन हे अधिक किचकट आणि कठीण आहे. त्याचवेळेस अर्थनिर्वचनातून येणारे जे निष्कर्ष आहेत ते परस्परांशी विरोधाभास स्पष्ट करणारे असतात. १९ व्या शतकाच्या सुरुवातीला अभ्यासकांनी अशा अनेक कठीण पद्धतींना दूर सारून ग्रंथ संपादनासाठी स्टेमॅटिक्स आणि कॉपी टेक्स्ट एडिटिंग नावाच्या पद्धतींचा शोध लावला.

३.४.५ स्टेमॅटिक्स :

स्टेमॅटिक्स किंवा स्टेमॅटॉलॉजी हा ग्रंथ संपादनाचा एक आत्यंतिक कठीण असा दृष्टिकोन आहे. हा दृष्टिकोन प्रामुख्याने कार्ल लाँचमन याने मोठ्या प्रमाणावरती प्रसिद्ध केला. या पद्धतीला स्टेमॅटिक्स हे नाव फॅमिली ट्री जे असते ज्यातून अनेक पिढ्यांमधील संबंध दर्शवले जातात त्यावरून पडले. फॅमिली ट्री ला क्लॅडोरमा असे म्हणले जाते.

ही पद्धत त्रुटीचा समुदाय मूळ समुदायास सूचित करते या तत्त्वावरून कार्य करते. म्हणजेच, दोन साक्षीदारांमध्ये बऱ्याचशा त्रुटी असल्यास, असे मानले जाऊ शकते की ते सामान्य मध्यवर्ती स्त्रोताकडून आले आहेत, ज्याला

हायपरचेटाइप म्हणतात. हरवलेल्या मध्यस्थांमधील संबंध समान प्रक्रियेद्वारे निर्धारित केले जातात. सर्व विद्यमान हस्तलिखिते एका कौटुंबिक ट्रीमध्ये किंवा स्टेमा कोडिकममध्ये ठेवली जातात, ज्यामुळे एकच मूलबंध तयार होतो. स्टेमा तयार करण्याच्या प्रक्रियेस ग्रंथ शोधन असे म्हणतात.

अ) मर्यादा आणि समीक्षा :

स्टेमॅटिक पद्धतीमध्ये जो प्रत्येक स्टेमा असतो तो एकाच शाखेतून निघत आहे आणि त्याचा एकच पूर्वाधिकारी आहे असे गृहीत धरले जाते. एखादी लेखिका आपली प्रत तयार करताना एकापेक्षा अधिक स्त्रोतांचा संदर्भ घेत असेल तर नवीन प्रत ही फॅमिली ट्रीच्या एका फांदीमध्ये स्पष्टपणे बसणार नाही. स्टेमॅटिक पद्धतीत, एकापेक्षा जास्त स्त्रोतांमधून तयार केलेले हस्तलिखित दूषित असल्याचे म्हटले जाते.

१) या पध्दतीने असेही गृहीत धरले आहे की लेखक फक्त नवीन चुका करतात; ते त्यांच्या पूर्ववर्तींच्या चुका दुरुस्त करण्याचा प्रयत्न करीत नाहीत. जेव्हा लेखकाद्वारे एखाद्या मजकूरामध्ये सुधारणा केली जाते तेव्हा ती परिष्कृत असल्याचे म्हटले जाते, परंतु दस्तऐवजाचे संबंध इतर साक्षीदारांशी अस्पष्ट करून आणि स्टेम्मामध्ये हस्तलिखित योग्यरित्या ठेवणे अधिक कठीण करून या पद्धतीनुसार साहित्य या पद्धतीनुसार अभ्यासणे अधिक अवघड होते.

२) स्टेमॅटिक पद्धतीमध्ये चुकांच्या सामान्यतेनुसार गटातील लेखांवर मजकूर समीक्षा आवश्यक असतात. म्हणूनच, टीकाकार चुकीच्या वाचनाला योग्य गोष्टींपासून वेगळे करू शकतात. डब्ल्यू. डब्ल्यू. ग्रेग यांनी नमूद केले की, जर एखाद्या लेखकाने चूक केली तर तो अपरिहार्यपणे मूर्खपणा उत्पन्न करेल, ही एक संपूर्ण आणि अनियंत्रित धारणा आहे.

३) स्टेमॅटिक मेथडची अंतिम पायरी म्हणजे दुरुस्ती, ज्यास कधीकधी अनुमानात्मक सुधारणा असेही म्हणतात. परंतु, समीक्षक प्रक्रियेच्या प्रत्येक टप्प्यावर अनुमान लावतात. संपादकीय निर्णयाची पुनरावृत्ती कमी करण्याच्या हेतूने बनविलेले काही नियम योग्य परिणाम देत नाहीत. उदाहरणार्थ, जेथे झाडाच्या एकाच स्तरावर दोनपेक्षा जास्त साक्षीदार आहेत, सामान्यत: समीक्षक प्रभावशाली वाचनाची निवड करतात.

४) शेवटी, स्टेमॅटिक पद्धतीने असे गृहीत धरले आहे की प्रत्येक अस्तित्वातील साक्षी एकाच साधनातून दूरस्थपणे प्राप्त केली गेली आहे. मूळ लेखकाने त्याच्या कार्यामध्ये सुधारित केलेला आणि एकापेक्षा अधिक अधिकृत आवृत्तीमध्ये भिन्न वेळी मजकूर अस्तित्त्वात असू शकतो या संभाव्यतेचे कारण नाही.

३.४.६ कॉपी टेक्स्ट एडिटिंग :

कॉपी टेक्स्ट पद्धतीचा वापर करताना समीक्षक पायाभूत संहितेला आधारभूत मानतात आणि जिथे संहितेत चुका दिसतील त्याठिकाणी संहितेत दुरुस्त्या करतात. दुरुस्ती करत असताना या आधारभूत मजकूराची जागा शोधून काढली जाऊ शकते ज्यायोगे चुकीचा अर्थ प्राप्त होणार नाही. क्लोज-कॉल निर्णय सहसा कॉपी-टेक्स्टच्या बाजूने सोडवले जातात.

१) मॅकेरोची कॉपी टेक्स्टची संकल्पना :

१९०४ मध्ये मॅकेरो यांनी थॉमस नाशेच्या कामाच्या माध्यमातून कॉपी टेक्स्ट या संकल्पनेचा परिचय करून दिला. कॉपी टेक्स्टची व्याख्या करताना मॅकेरो सांगतात की, कॉपी टेक्स्ट म्हणजे अशी संकल्पना की ज्याच्यामध्ये प्रत्येक विशिष्ट प्रकरणात मजकूर आधार म्हणून वापरला जातो. स्टेमॅटिक पद्धतीच्या ज्या मर्यादा आहेत त्या मर्यादांची जाणीव ही मॅकेरो याला होती आणि त्यामुळे त्याला असा पूर्ण विश्वास होता की, कॉपी टेक्स्ट पद्धती ही ग्रंथ समीक्षणाच्या अन्य कोणत्याही पद्धतीपेक्षा जास्त उपयुक्त ठरेल.

मॅकेरो याने जी मूळ रूपातील पद्धती शोधून काढली त्यामध्ये प्रारंभीच्या काळामध्ये कॉपी टेक्स्ट नावाची पद्धती नव्हती. काही परिस्थितीत मॅकेरो एकामागून एक साहित्याचे आधार शोधात गेला आणि त्याच्या असे लक्षात आले की, संपादकाकडे काही साहित्यात बदल करणे गरजेचे आहे किंवा संपादकानंतर त्यामध्ये काही बदल करण्यात आलेले आहेत तर त्यावेळेस असे लक्षात येते की, लेखकाच्या कामाचा परीचय करून घेण्यासाठी आणि त्या साहित्याला मूळ साहित्य कृतीच्या प्रमाणे बनवण्यासाठी संपादकांकडे अन्य कोणतेही पर्याय उपलब्ध नव्हते.

१९३९ पर्यंत, ऑक्सफोर्ड शेक्सपियर प्रोलेगोनियामध्ये, मॅक्केरोने या दृष्टिकोनाबद्दल आपले मत बदलले होते, कारण त्याला अशी भीती वाटली की नंतरच्या आवृत्तीत-त्यात जरी लेखनिक दुरुस्त्या असतील तर लेखकाच्या मूळ हस्तलिखिताच्या प्रिंटपेक्षा अधिक व्यापकपणे विचलित होईल. म्हणूनच त्यांनी असा निष्कर्ष काढला की कॉपी-टेक्स्ट म्हणून लवकरात लवकर 'चांगली' प्रिंट वापरुन त्यामध्ये समाविष्ट करुन ही योग्य प्रक्रिया तयार केली जाईल, ज्यात त्यातील पहिल्या आवृत्तीत ज्या दुरुस्त्या दिल्या गेल्या आहेत, ज्याप्रमाणे दुरुस्त केल्या गेल्या पाहिजेत. मॅकेरो म्हणाले की नंतरच्या आवृत्तीत लेखकास ठळक बदल करण्यात आले आहेत. यावर चर्चा झाल्यावर, त्या आवृत्तीतले सर्व बदल आपण स्वीकारले पाहिजेत, जे स्पष्टपणे चुकीचे किंवा चुकीचे ठसे दिसतात त्या सर्वांना वाचवून आपण ते जतन केले पाहिजे.

२) डब्ल्यू. डब्ल्यू. ग्रेग यांचे कॉपी-टेक्स्टचे तर्क :

१९५० मध्ये सर डब्लू. डब्लू. ग्रेग यांनी द रॅशनल ऑफ कॉपी-टेक्स्ट या निबंधात अँग्लो-अमेरिकन ग्रंथ समीक्षेचा उदय केला. ज्यामध्ये ग्रेग याने महत्त्वपूर्ण आणि मुलभूत भेद नमूद केले होते. यामध्ये ग्रेग यांनी नमूद केल्याप्रमाणे पाठभेद करत असताना किंवा ग्रंथाची समीक्षा करत असताना त्याच्यावरती प्रामुख्याने लेखकाचा अर्थ, त्याची अभिव्यक्ती आणि अन्य गोष्टी जसे की शब्दरचना, विरामचिन्हे, शब्दभेद आणि आशयाचे सादरीकरण यांचा प्रभाव पडत असतो.

ग्रेग यांच्या मते छपाई दुकानातील जो रचनाकार असतो तो त्या प्रतीचे स्वतंत्र स्वरूपात वाचन करतो. अशा स्वरूपाचे वाचन करत असताना त्याचा त्यामागे कोणताही हेतू नसतो पण अगदीच प्रासंगिकतेने किंवा काही विशिष्ट अपवादात्मक परिस्थितीत विविध कारणाने विविध पातळ्यांवरती त्या संबंधीत व्यक्तीचा प्रभाव हा त्या कॉपीवरती पडत असल्याचे दिसून येते.

३.४.७ वंशसांखिकी (क्लॅडिस्टिक) :

वंशसांखिकी हे जीवशास्त्राच्या माध्यमातून ग्रंथ समीक्षेसाठी वापरलेले एक तंत्र आहे. याचे मूळ नाव विल्ली हेंनिंग यांनी फायलोजेनेटिक सिस्टिमॅटिक्स असे दिले होते. जीवशास्त्रामध्ये या तंत्राचा वापर हा एकाच वेळेस अनेक प्रजातींमध्ये असणारे जे संबंध आहेत. त्यांचे परीक्षण करण्यासाठी केला जातो. ग्रंथ समीक्षेसाठी याचा वापर करत असताना संबंधित ग्रंथाचे किंवा हस्तलिखितांचे जे क्रमांक आहेत ते संगणकावरती घेतले जातात. ज्याद्वारे त्यातील जो फरक आहे तो शोधून काढला जातो. त्यानंतर घातलेल्या क्रमांकानुसार ते जे पुस्तक किंवा हस्तलिखित आहे ते त्याच्या वैशिष्ट्यांनुसार विविध समूहामध्ये विभागले जाते. वंशसांखिकी आणि अन्य पारंपरिक संख्यासंख्याशात्रीय तंत्रे जी आहेत त्यामध्ये काही मूलभूत फरक आहे. वंशसांखिकी या तंत्राद्वारे असे गृहीत धरले जाते की, सर्व प्रकारची हस्तलिखिते किंवा संबंधित साहित्य हे एकाच फॅमिली ट्रीचा एक भाग आहेत आणि या गृहीतकांमधून त्यांच्यातील संबंध शोधून काढले जातात. स्टेमॅटिक्स पेक्षा हा अधिक स्वयंचलित अशा स्वरूपाचा दृष्टिकोन आहे. अर्थात असे असले तरी संगणकाद्वारे यातील वैशिष्ट्ये आणि भेद स्पष्ट केले जात असले तरीसुद्धा संगणकाद्वारे कोणती प्रत ही

मूळ प्रतीच्या अधिक जवळ जाणारी आहे हे सांगितले जात नाही. त्यामुळे संबंधित प्रत ही नक्की कोणत्या कुटुंबाशी संबंधित आहे ते स्पष्ट केले जात नाही.

ग्रंथ समीक्षेसंबंधी आलोचना करण्यासाठी वंशसांखिकीचा वापर करण्यातील एक महत्त्वपूर्ण सैद्धांतिक समस्या ही असते की, वंशसांखिकीद्वारे असे मानले जाते की, एखादी प्रत ही ज्यावेळेस एखाद्या फॅमिली ट्री बरोबर जोडली जाते त्यावेळेस तिचा संबंध हा अन्य शाखांबरोबर जोडला जात नाही. त्यामुळे सर्व प्रकारच्या समानता लक्षात घेऊन एकाच फॅमिली ट्री बरोबर एखादे हस्तलिखित जोडले जाणे हे अधिक श्रेयस्कर ठरते.

३.४.८ अभिजात पाठ्य :

ग्रंथ समीक्षेचा विकास हा ज्यावेळेस एक विद्याशाखा या स्वरूपात होत होता त्यावेळेस त्याच्या आधारे बायबलचे समीक्षण विशेषतः न्यू टेस्टामेन्ट चे समीक्षण हे विविध विद्वानांकडून आणि अभ्यासकांमार्फत केले गेले. या प्रकारे बायबलचे समीक्षण हे यशस्वीपणे गेल्यानंतर या प्रकारचे ग्रंथ समीक्षण हे अनेक स्वरूपाचे जे अभिजात ग्रंथ होते त्यांच्यासाठी देखील केले जाऊ लागले. मुख्यतः प्लेटोचे रिपब्लिक नावाचे जे पुस्तक होते त्याची देखील मूळ प्रत शोधण्याचे काम याद्वारे केले गेले. बायबलच्या तुलनेमध्ये अभिजात ग्रंथांमध्ये खूपच कमी पुरावे उपलब्ध आहेत. त्यामुळे बहुतेक विद्वानांनी स्टेमॅटिक्सचा वापर केला आणि काही विशिष्ट परिस्थितिमध्ये कॉपी टेक्स्ट एडिटिंगचाही वापर केल्याचे दिसून येते. नवीन नियमांनुसार ज्यामध्ये ग्रंथाची समीक्षा केली गेली त्यामध्ये जे मूळ आणि पुराव्याच्या स्वरूपातील ग्रंथ किंवा प्रत उपलब्ध होते ते २०० वर्षे जुने एवढे होते. साधारणपणे सगळ्याच अभिजात ग्रंथांचे लेखन हे त्यांच्या रचनेनंतर एक हजार वर्षांनी झालेले आहे.

३.५ पर्यावरणीय इतिहास :

पर्यावरणीय इतिहास हे एक अंतःविषय क्षेत्र आहे जे संपूर्ण इतिहासात मानव आणि पर्यावरण यांच्यातील जटिल संबंधांचा अभ्यास करते. यात समाज नैसर्गिक जगाशी कसे संवाद साधतात, आकार देतात आणि प्रभावित करतात याचा शोध घेतला जातो. पर्यावरणीय इतिहास हे आंतरविद्याशाखीय क्षेत्र म्हणून काम करते, यात इतिहास, पर्यावरणशास्त्र, भूगोल, मानववंशशास्त्र आणि इतर विषयांमधून माहिती प्राप्त केली जाते. विविध दृष्टीकोनांचा विचार करून हे मानव आणि पर्यावरण यांच्यातील परस्परसंवादाचे कालांतराने परीक्षण करते. समाजांनी नैसर्गिक जगाला कसे आकार दिले, त्यांच्याशी जुळवून घेतले आणि त्यावर प्रभाव टाकला याचे स्पष्टीकरण देते. हा आंतरविद्याशाखीय दृष्टीकोन मानव आणि त्यांच्या सभोवतालच्या ऐतिहासिक संबंधांचे समग्र अन्वेषण करण्यास चला देतो, ऐतिहासिक विश्लेषणाद्वारे वैज्ञानिक पद्धती एकत्रित करतो.

३.५.१ अर्थ :

पर्यावरणीय इतिहासाचा संदर्भ मानवी समाज आणि नैसर्गिक जग यांच्यातील गुंतागुंतीच्या संबंधांच्या अभ्यासाशी आहे. हे मानवी क्रियाकलाप, संस्कृती, अर्थव्यवस्था, तंत्रज्ञान आणि विचारधारा यांनी संपूर्ण इतिहासात पर्यावरणाशी कसा संवाद साधला आहे आणि त्याचा परिणाम कसा झाला आहे हे शोधते. अभ्यासाचे हे क्षेत्र परिसंस्था, परिप्रेक्ष, हवामानाचे नमुने आणि नैसर्गिक संसाधनांमधील बदलांचे परीक्षण करते, ज्या समाजांनी त्यांच्या सभोवतालचे शोषण केले, त्यांच्याशी जुळवून घेतले आणि बदलले त्यावर प्रकाश टाकते. मानव आणि पर्यावरण यांच्यातील ऐतिहासिक परस्परसंवादाचा अभ्यास करून, पर्यावरणीय इतिहास पर्यावरणीय बदलांची कारणे आणि परिणामांबद्दल माहिती प्रदान करतो, भूतकाळातील मानव-पर्यावरण संबंधांबद्दल आपल्या समजाची माहिती देतो आणि समकालीन पर्यावरणीय आव्हानांना तोंड देण्यासाठी मौल्यवान धडे देतो. शेवटी, मानवी इतिहास आणि पर्यावरणाच्या गुंफलेल्या स्वरूपावर

सर्वांगीण दृष्टीकोन वाढवणे, समाज आणि परिसंस्था या दोन्हींच्या कल्याणासाठी शाश्वत पद्धतींच्या महत्त्वावर जोर देणे हे त्याचे उद्दिष्ट आहे.

३.५.२ पर्यावरणीय इतिहासाची वैशिष्ट्ये :

पर्यावरणीय इतिहासाची विशिष्ट वैशिष्ट्ये पुढील मुद्यांच्या आधारे जाणून घेता येतील :

१) आंतरविद्याशाखीय स्वरूप :

पर्यावरणीय इतिहास हा इतिहास, पर्यावरणशास्त्र, भूगोल, मानववंशशास्त्र आणि पर्यावरण विज्ञान यासारख्या विविध विषयांमधील माहिती एकत्रित करतो. हा आंतरविद्याशाखीय दृष्टीकोन विद्वानांना कालांतराने मानवी समाज आणि पर्यावरण यांच्यातील जटिल संबंधांचे विश्लेषण करण्यास चालना देतो.

२) दीर्घकालीन दृष्टीकोन :

पर्यावरणीय इतिहास अनेकदा दीर्घकालीन दृष्टीकोन स्वीकारतो, पर्यावरणीय बदलांचा मानवी समाजांवर कसा प्रभाव पडतो आणि त्याउलट विविध ऐतिहासिक कालखंडात याचा शोध घेतो. हा दृष्टीकोन मानव-पर्यावरण परस्परसंवादातील नमुने, प्रवाह आणि बदल ओळखण्यास मदत करतो.

३) भौगोलिक भिन्नता :

परिसंस्था आणि परिदृश्याची विविधता ओळखून, पर्यावरणीय इतिहास वेगवेगळ्या वातावरणाने मानवी अनुभवांना कसे आकार दिले हे शोधतो. समाजांनी त्यांच्या विशिष्ट भौगोलिक परिस्थितीशी कसे जुळवून घेतले, सुधारले किंवा त्यांचे शोषण कसे केले याचा विचार केला जातो.

४) मानवी क्रिया आणि पर्यावरणीय प्रभाव :

पर्यावरणीय इतिहास मानवी क्रिया आणि पर्यावरणावरील त्यांचे परिणाम तपासतो. शेती, नैसर्गिक संसाधनांचा वापर, नागरीकरण आणि तांत्रिक नवकल्पना यासारख्या क्रियाकलापांद्वारे समाजांनी परिसंस्थेवर कसा प्रभाव पाडला याचा शोध घेतला जातो.

५) सांस्कृतिक दृष्टीकोन :

पर्यावरणीय इतिहास क्षेत्र मानव-पर्यावरण संबंधांचे सांस्कृतिक परिमाण ओळखतो. पर्यावरणीय इतिहास सांस्कृतिक विश्वास, मूल्ये आणि प्रथा निसर्गाच्या धारणा, संवर्धन प्रयत्न आणि संसाधन व्यवस्थापनावर कसा प्रभाव पाडतात याचा तपास घेतो.

६) पर्यावरणीय साम्राज्यवाद :

पर्यावरणीय इतिहासकार अनेकदा पर्यावरणीय साम्राज्यवादाच्या संकल्पनेचा अभ्यास करतात, विश्लेषण करतात की युरोपीय वसाहती विस्तारामुळे गैर-उपजत प्रजातींचा परिचय कसा झाला, जमिनीच्या वापरातील बदल आणि वसाहती प्रदेशांमध्ये पारिस्थितिक तंत्रांचे परिवर्तन कसे झाले.

७) तांत्रिक परिवर्तन :

पर्यावरणावरील तांत्रिक प्रगतीचा प्रभाव हा मुख्य अभ्यास घटक आहे. औद्योगिक क्रांती, कृषी यंत्रसामग्री आणि ऊर्जा तंत्रज्ञान यासारख्या नवकल्पनांनी परिदृश्य आणि परिसंस्थेला आकार कसा दिला हे पर्यावरणीय इतिहास शोधतो.

८) पर्यावरणीय धोरण आणि संवर्धन :

पर्यावरणीय इतिहास क्षेत्र वेळोवेळी पर्यावरणविषयक धोरणे आणि संवर्धन प्रयत्नांच्या विकासाचे परीक्षण करते. हे नैसर्गिक संसाधने व्यवस्थापित करण्यासाठी आणि पर्यावरणीय आव्हानांना संबोधित करण्यासाठी विविध दृष्टिकोनांच्या प्रभावीतेचे मूल्यांकन करते.

९) हवामान इतिहास :

ऐतिहासिक घटनांना आकार देण्यासाठी हवामानाचे महत्त्व ओळखून, पर्यावरणीय इतिहास भूतकाळातील हवामान परिस्थिती आणि त्यांचा मानवी समाजांवर होणारा परिणाम तपासतो. यामध्ये लहान हिमयुग आणि मध्ययुगीन उबदार कालावधी सारख्या घटनांचा अभ्यास करणे समाविष्ट आहे.

१०) पर्यावरणीय न्याय :

पर्यावरणीय इतिहास विविध सामाजिक गटांनी पर्यावरणीय ऱ्हासाचा फटका कसा सहन केला किंवा काहींना पर्यावरणीय बदलांचा फायदा कसा झाला हे लक्षात घेऊन पर्यावरणीय न्यायाच्या मुद्यांचा शोध घेतो. हा दृष्टीकोन विविध समुदायांमध्ये पर्यावरणीय प्रभाव आणि संसाधनांच्या असमान वितरणावर भर देतो.

३.५.३ पर्यावरणीय इतिहासाचा प्रभाव :

पर्यावरणीय इतिहासाचा प्रभाव पुढील मुद्यांच्या आधारे जाणून घेता येईल :

१) धोरणाची माहिती देणे आणि निर्णय घेणे :

पर्यावरणीय इतिहास भूतकाळातील पर्यावरणीय बदल, संसाधन व्यवस्थापन धोरणे आणि विविध धोरणांचे परिणाम याबद्दल माहिती प्रदान करून धोरणनिर्मितीमध्ये योगदान देतो. अधिक माहितीपूर्ण आणि प्रभावी पर्यावरणीय नियम विकसित करण्यासाठी धोरणकर्ते ऐतिहासिक मार्गदर्शन घेऊ शकतात.

२) सार्वजनिक जागरूकता आणि शिक्षण :

मानवी समाज आणि पर्यावरण यांच्यातील ऐतिहासिक परस्परसंवाद उघड करून, पर्यावरणीय इतिहास शाश्वत पद्धती, संवर्धन आणि पर्यावरणाच्या ऱ्हासाच्या संभाव्य परिणामांबद्दल लोकांमध्ये जागरूकता वाढवण्यास मदत करतो. हे ज्ञान पर्यावरणाबाबत जागरूक समाज निर्माण करते.

३) पर्यावरणीय बदल समजून घेणे :

पर्यावरणीय इतिहास दीर्घकालीन पर्यावरणीय बदल समजून घेण्यासाठी ऐतिहासिक संदर्भ देते. हे नैसर्गिक चढउतार आणि मानव-प्रेरित बदल ओळखण्यात मदत करते, ज्यामुळे हवामान बदल आणि जैवविविधतेचे नुकसान यासारख्या वर्तमान पर्यावरणीय आव्हानांचे अधिक सूक्ष्म आकलन होऊ शकते.

४) लवचिकता आणि अनुकूलन धोरणे :

भूतकाळातील समाजांनी पर्यावरणीय बदलांशी कसे जुळवून घेतले याचे परीक्षण केल्याने लवचिकता आणि अनुकूलीत धोरणे विकसित करण्यासाठी मौल्यवान मार्गदर्शन मिळते. नैसर्गिक आपत्ती किंवा संसाधनांच्या कमतरतेचा सामना करण्यासाठी ऐतिहासिक दृष्टिकोन समजून घेणे समकालीन प्रतिसादांना, समान आव्हानांना सूचित करू शकते.

५) विकास प्रारूपावर टीका :

पर्यावरणीय इतिहास विकासाच्या पारंपारिक प्रारूपावर त्यांचे पर्यावरणीय परिणाम अधोरेखित करून टीका करतो. हा दृष्टीकोन अमर्यादित आर्थिक वृद्धीच्या कल्पनेला आव्हान देतो आणि शाश्वतता व पर्यावरणीय कारभाराला प्राधान्य देणाऱ्या पर्यायी प्रारूपास प्रोत्साहन देतो.

६) सांस्कृतिक आणि नैतिक दृष्टीकोन :

पर्यावरणीय इतिहास क्षेत्र पर्यावरणाबद्दलच्या सांस्कृतिक दृष्टीकोनांचा शोध घेते, मानवी-पर्यावरण संबंधांच्या नैतिक परिमाणांची सखोल समज वाढवते. संवर्धन आणि शाश्वत संसाधन वापरासाठी नैतिक चौकट तयार करण्यासाठी ही माहिती महत्त्वपूर्ण आहे.

७) जमीन वापराचे नियोजन :

पर्यावरणीय इतिहासातील तथ्ये परिदृश्य व्यवस्थापित करण्यात भूतकाळातील यश आणि अपयश ओळखून जमीन वापराच्या नियोजनाची माहिती देतात. ही समज अधिक शाश्वत जमीन वापर धोरणे विकसित करण्यात मदत करते जी मानवी गरजांसोबत पर्यावरणीय अखंडता संतुलित करते.

८) संसाधन व्यवस्थापन पद्धती :

पर्यावरणीय इतिहास ऐतिहासिक संसाधन व्यवस्थापन पद्धतींचे व्यष्टी अध्ययन प्रदान करते, शाश्वत संवर्धनासाठी मार्गदर्शन करते. हे ज्ञान समकालीन संसाधन व्यवस्थापन धोरणे तयार करण्यास मदत करते आणि अति-शोषणाचा नकारात्मक प्रभाव कमी करते.

९) पर्यावरणीय बदलांवरील जागतिक दृष्टीकोन :

पर्यावरणीय इतिहास पर्यावरणीय बदलांवरील जागतिक दृष्टीकोन प्रदान करतो, ज्यामध्ये पर्यावरण आणि मानवी समाज यांच्या परस्परसंबंधांवर जोर दिला जातो. सीमापार पर्यावरणीय समस्यांचे निराकरण करण्यासाठी आणि आंतरराष्ट्रीय सहकार्य वाढवण्यासाठी हा जागतिक दृष्टिकोन आवश्यक आहे.

१०) पर्यावरणीय न्यायाचा पाठपुरावा :

पर्यावरणीय अन्यायाचे ऐतिहासिक नमुने समजून घेणे पर्यावरणीय भार आणि फायद्यांमधील असमानता दूर करण्यासाठी समकालीन प्रयत्नांची माहिती देते. पर्यावरणीय इतिहास संसाधनांच्या न्याय्य वितरणासाठी आणि पर्यावरणाच्या ऱ्हासामुळे प्रभावित झालेल्या उपेक्षित समुदायांना न्याय्य वागणूक देण्याच्या समर्थनात योगदान देतो.

३.६ डिजिटल टर्न :

डिजिटल टर्न हे डिजिटल तंत्रज्ञानाच्या व्यापक एकात्मतेमुळे आणि वर्चस्वामुळे सुरू झालेल्या उद्योग आणि समाजांमधील एका महत्त्वपूर्ण बदलाचे प्रतीक आहे. माहिती कशी निर्माण केली जाते, प्रसारित केली जाते आणि त्याचा उपयोग कसा केला जातो यामधील हे परिवर्तन एक गहन उत्क्रांती दर्शवते. यात संगणक, इंटरनेट, कृत्रिम बुद्धिमत्ता, मोठा डेटा आणि इतर डिजिटल साधनांच्या सर्वव्यापीतेने चालविलेल्या तांत्रिक क्रांतीचा समावेश आहे. या बदलामुळे संप्रेषणाची गतीशीलता मूलभूतपणे बदलली आहे, माहितीचा प्रवेश पुन्हा परिभाषित केला आहे आणि वाणिज्य व शिक्षणापासून आरोग्यसेवा आणि मनोरंजनापर्यंत विविध क्षेत्रांमध्ये क्रांती घडवून आणली आहे. डिजिटल वळणाने माहितीच्या प्रवेशाचे लोकशाहीकरण केले आहे, जागतिक संवादास चालना दिली आहे. व्यक्ती कशाप्रकारे संवाद साधतात, मीडियाचा वापर करतात आणि सामग्रीद्वारे व्यस्त असतात याचे स्पष्टीकरण यातून मिळते. त्याचा प्रभाव तांत्रिक प्रगतीच्या पलीकडे विस्तारतो, सांस्कृतिक बदल घडवून आणतो, सामाजिक नियम बदलतो आणि लोक कसे समायोजन करतात आणि जगाचा अनुभव घेतात ते पुन्हा परिभाषित करतात.

३.६.१ अर्थ :

डिजिटल टर्न या शब्दाचा अर्थ डिजिटल तंत्रज्ञानाचा व्यापक अवलंब आणि एकीकरणामुळे समाज, संस्कृती आणि विविध क्षेत्रांमधील महत्त्वपूर्ण परिवर्तन किंवा बदल होय. हे स्थित्यंतर माहितीची निर्मिती, संग्रह, प्रवेश आणि संप्रेषण कसे केले जाते यामधील मूलभूत बदल दर्शवते. हे पारंपारिक ॲनालॉग पद्धतींपासून डिजिटल प्लॅटफॉर्मवर संक्रमण दर्शवते; ज्यामुळे दळणवळण, शिक्षण, वाणिज्य, मनोरंजन, आरोग्यसेवा यासारख्या क्षेत्रांवर परिणाम होतो. डिजिटल वळणामध्ये संगणक, इंटरनेट, मोबाइल उपकरणे, कृत्रिम बुद्धिमत्ता, मोठा डेटा आणि इतर डिजिटल साधनांचा व्यापक वापर समाविष्ट आहे. व्यक्ती आणि समाज यांच्या परस्परसंवादाच्या पद्धती, माहिती गोळा करणे, व्यवसाय चालवणे

आणि सेवांमध्ये प्रवेश करणे या घटकांचा देखील यात समावेश होतो. मूलत:, हे तंत्रज्ञान समकालीन जीवनाच्या जवळजवळ प्रत्येक पैलूवर कसा प्रभाव पाडते आणि आकार देते यामधील गहन बदल दर्शवते.

३.६.२ इतिहासलेखनात वापरली जाणारी डिजिटल साधने :

इतिहासलेखनात वापरली जाणारी विविध डिजिटल साधने खालीलप्रमाणे आहेत :

१) डिजिटल संग्रहण आणि माहितीसंच :

इतिहासकार विशाल संग्रहण आणि माहितीसंचामध्ये प्रवेश करण्यासाठी आणि नेव्हिगेट करण्यासाठी डिजिटल साधनांचा वापर करतात. डिजिटाइज्ड प्राथमिक स्त्रोत आणि दस्तऐवज ऐतिहासिक सामग्रीच्या कार्यक्षम आणि व्यापक अन्वेषणास परवानगी देतात, ज्यामुळे संशोधकांना भौतिक समीपतेच्या मर्यादांशिवाय नवीन माहिती उघड करण्यास सक्षम करते.

२) तथ्यांचे खनन आणि मजकूर विश्लेषण :

डिजिटल साधने तथ्यांचे खनन आणि मजकूर विश्लेषण तंत्रांद्वारे मोठ्या प्रमाणात ऐतिहासिक ग्रंथांमधून नमुने आणि माहिती काढण्याची सुविधा देतात. हे इतिहासकारांना प्रवाह, भाषिक बारकावे आणि व्यापक सामग्रीमध्ये आवर्ती कथावस्तू ओळखण्यास सक्षम करते, ऐतिहासिक संदर्भांची अधिक व्यापक समज प्रदान करते.

३) भौगोलिक माहिती प्रणाली (GIS) :

भौगोलिक माहिती प्रणाली तंत्रज्ञान इतिहासकारांना ऐतिहासिक तथ्ये संकलित करण्यास, ऐतिहासिक घटना, हालचाली आणि प्रवाहांचे अवकाशीय कल्पनाचित्रण प्रदान करण्यास मदत करते. हे अवकाशीय विश्लेषण भौगोलिक परिमाण समाविष्ट करून, अवकाश आणि ऐतिहासिक घटनांमधील संबंध प्रकट करून ऐतिहासिक कथांचे स्पष्टीकरण वाढवते.

४) डिजिटल कथाकथन आणि मल्टीमीडिया :

इतिहासकार मल्टीमीडिया फॉरमॅटद्वारे आकर्षक कथा तयार करण्यासाठी डिजिटल साधनांचा वापर करतात. वेबसाइट्स, पॉडकास्ट आणि व्हिडिओ डॉक्युमेंटरी ऐतिहासिक सामग्रीचे गतिशील सादरीकरण, व्यापक प्रेक्षकांपर्यंत पोहोचण्यासाठी आणि ऐतिहासिक माहितीची सुलभता वाढविण्यास अचालना देतात.

५) सोशल मीडिया आणि लोकांशी गुंतवणूक :

सोशल मीडियासह डिजिटल प्लॅटफॉर्म इतिहासकारांना लोकांशी गुंतवून ठेवण्यास आणि ऐतिहासिक माहिती तात्काळ सामाईक करण्यास सक्षम करतात. हे प्लॅटफॉर्म चर्चा, माहितीचा प्रसार आणि ऐतिहासिक विषयांमध्ये स्वारस्य असलेल्या आभासी समुदायांची निर्मिती सुलभ करतात.

६) ऑप्टिकल कॅरेक्टर रिकग्निशन (प्रकाशीय संचीन्ह अभिज्ञान) :

ऑप्टिकल कॅरेक्टर रिकग्निशन तंत्रज्ञान ऐतिहासिक दस्तऐवजांच्या स्कॅन केलेल्या प्रतिमांना मशीन-वाचण्यायोग्य मजकुरात रूपांतरित करते. हे इतिहासकारांना मोठ्या प्रमाणात मजकूर तथ्यांचे कार्यक्षमतेने लिप्यंतरण आणि विश्लेषण करण्यास, संशोधन प्रक्रियेला गती देण्यास आणि पूर्वीच्या दुर्गम दस्तऐवजांना शोधण्यायोग्य बनविण्यात मदत करते.

७) डिजिटल सहयोगी साधने :

शेअर्ड ऑनलाइन दस्तऐवज, सहयोगी लेखन प्लॅटफॉर्म आणि दृश्य संसूचन तंत्रे यासारख्या डिजिटल साधनांचा वापर करून इतिहासकार दूर अंतरावर सहयोग करतात. हे सहयोगी संशोधन प्रकल्पांना प्रोत्साहन देते, ज्यामुळे विद्वानांना त्यांचे कौशल्य आणि संसाधने एकत्र करता येतात.

८) टाइमलाइन आणि कालगणना साधने :

डिजिटल साधने इतिहासकारांना परस्पर टाइमलाइन आणि कालक्रम तयार करण्यास मदत करतात. हे कल्पनाचित्रण ऐतिहासिक घटनांचे तात्पुरते आयोजन करण्यास मदत करतात, घटनांच्या क्रमाचे आणि त्यांच्या परस्परसंबंधांचे गतिशील विहंगावलोकन प्रदान करतात.

९) डिजिटल संरक्षण :

इतिहासकार ऐतिहासिक साहित्याच्या जतनासाठी डिजिटल साधनांचा लाभ घेतात. यामध्ये नाजूक कागदपत्रे, छायाचित्रे आणि कलाकृतींचे डिजिटायझेशन आणि संग्रहण करणे, त्यांची दीर्घकालीन सुलभता सुनिश्चित करणे आणि भौतिक बिघाडापासून मौल्यवान ऐतिहासिक संसाधनांची हानी रोखणे समाविष्ट आहे.

३.६.३ इतिहासलेखनात डिजिटल साधनांच्या वापराचे महत्त्व :

इतिहासलेखनात डिजिटल साधनांच्या वापराचे महत्त्व पुढील मुद्यांच्या आधारे जाणून घेता येईल :

१) जागतिक संग्रहणात प्रवेश :

डिजिटल साधने इतिहासकारांना जगभरातील संग्रहण आणि संग्रह दूरस्थपणे प्रवेश करण्यास सक्षम करतात. या जागतिक प्रवेशामुळे संशोधनाची व्याप्ती विस्तृत होते, ज्यामुळे इतिहासकारांना भौतिक स्थानाच्या मर्यादांशिवाय विविध प्रकारच्या प्राथमिक स्त्रोतांचा शोध घेता येतो. प्रवेशाचे हे लोकशाहीकरण अधिक सर्वसमावेशक इतिहासलेखनास योगदान देते.

२) कार्यक्षम तथ्य विश्लेषण :

डिजिटल साधने मोठ्या तथ्यसंचाची प्रक्रिया आणि विश्लेषण सुलभ करतात, संशोधन प्रक्रियेला गती देतात. इतिहासकार प्रगत शोध अल्गोरिदम, मजकूर खनन आणि डेटा व्हिज्युअलायझेशन तंत्र वापरून ऐतिहासिक माहितीचे मोठ्या प्रमाणात नमुने, प्रवाह आणि संबंध ओळखतात. ही कार्यक्षमता ऐतिहासिक विश्लेषणाची खोली आणि अचूकता वाढवते.

३) जतन आणि संवर्धन :

ऐतिहासिक साहित्याचे जतन आणि संवर्धन करण्यात डिजिटल साधने महत्त्वपूर्ण भूमिका बजावतात. डिजिटायझेशनमुळे नाजूक दस्तऐवज, हस्तलिखिते आणि कलाकृतींचे भौतिक बिघडण्यापासून संरक्षण होते, ज्यामुळे त्यांचे दीर्घकालीन अस्तित्व सुनिश्चित होते. हा जतन करण्याचा प्रयत्न भावी पिढ्यांसाठी सांस्कृतिक वारसा जपण्यासाठी योगदान देतो.

४) सहयोगी संशोधन :

डिजिटल साधने इतिहासकार आणि विद्वानांमध्ये विविध विषय आणि भौगोलिक स्थानांमधील सहयोग सक्षम करतात. ऑनलाइन प्लॅटफॉर्म, सहयोगी लेखन साधने आणि सामायिक माहितीसंच संयुक्त संशोधन प्रकल्प सुलभ करतात, संशोधकांच्या जागतिक नेटवर्कला प्रोत्साहन देतात आणि इतिहासलेखनात विविध दृष्टीकोनांना प्रोत्साहन देतात.

५) परस्परसंवादी आणि आकर्षक सादरीकरणे :

डिजिटल साधने इतिहासकारांना त्यांचे संशोधन परस्परसंवादी आणि आकर्षक स्वरूपात सादर करण्याची मुभा देतात. मल्टीमीडिया सादरीकरणे, आभासी प्रदर्शने आणि ऑनलाइन प्लॅटफॉर्म ऐतिहासिक कथनांची सुलभता वाढवतात, ज्यामुळे शैक्षणिक आणि सार्वजनिक प्रेक्षकांसाठी माहिती अधिक आकर्षक बनते.

६) संशोधनाचा जलद प्रसार :

शैक्षणिक जर्नल्स, ब्लॉग्स आणि सोशल मीडिया यासारख्या डिजिटल माध्यमांद्वारे इतिहासकार त्यांच्या संशोधनाचे निष्कर्ष त्वरीत प्रसारित करू शकतात. हा जलद प्रसार हे सुनिश्चित करतो की नवीन ऐतिहासिक माहिती व्यापक प्रेक्षकांपर्यंत पोहोचते, विद्वत्तापूर्ण चर्चांना प्रोत्साहन देते आणि ऐतिहासिक ज्ञानाच्या वेळेवर उत्क्रांतीमध्ये योगदान देते.

७) वर्धित अध्यापनशास्त्र :

डिजिटल साधने इतिहासाचे शिक्षण आणि अध्यापन समृद्ध करतात. ऑनलाइन संसाधने, परस्परसंवादी टाइमलाइन, डिजिटल संग्रहण आणि शैक्षणिक प्लॅटफॉर्म शिक्षक आणि विद्यार्थ्यांसाठी गतिशील आणि मल्टीमीडिया-समृद्ध साहित्य प्रदान करतात. तंत्रज्ञानाचे हे एकत्रीकरण ऐतिहासिक शिक्षण अधिक परस्परसंवादी आणि प्रवेशयोग्य बनवून वाढवते.

८) भौगोलिक माहिती प्रणाली :

भौगोलिक माहिती प्रणाली (GIS) आणि मॅपिंग साधने स्थानिक परिमाण अंतर्भूत करून ऐतिहासिक घटनांच्या सखोल आकलनास योगदान देतात. इतिहासकार ऐतिहासिक घटनांच्या भौगोलिक संदर्भाचे विश्लेषण करू शकतात आणि दृश्यमान करू शकतात, स्थानिक नमुने आणि संबंध उघड करतात ज्यांना पारंपारिक पद्धती दुर्लक्षित करू शकतात.

९) सार्वजनिक सहभाग आणि पोहोच :

डिजिटल साधने ऐतिहासिक सामग्रीद्वारे सार्वजनिक प्रतिबद्धता सुलभ करतात. सोशल मीडिया, पॉडकास्ट आणि ऑनलाइन प्लॅटफॉर्म इतिहासकारांना व्यापक प्रेक्षकांशी जोडण्याचे मार्ग प्रदान करतात. ही पोहोच शैक्षणिक संशोधन आणि सार्वजनिक हित यांच्यातील अंतर कमी करण्यास मदत करते, ऐतिहासिक ज्ञानाची अधिक प्रशंसा करते.

१०) तंत्रज्ञान प्रवाशांशी जुळवून घेणे :

डिजिटल साधने आत्मसात केल्याने इतिहासकारांना तंत्रज्ञानाच्या प्रवाशांशी जुळवून घेता येते. जसजसे तंत्रज्ञान विकसित होत आहे, तसतसे डिजिटल साधनांमध्ये पारंगत असलेले इतिहासकार नवीन पद्धती आणि साधनांशी जुळवून घेऊ शकतात, ज्यामुळे इतिहासलेखनाच्या क्षेत्राची निरंतर प्रासंगिकता आणि प्रगती सुनिश्चित होते.

❀❀❀

सरावासाठी प्रश्न

प्र. १. दीर्घोत्तरी प्रश्न.

१) मिथक म्हणजे काय? मिथकांची वैशिष्ट्ये स्पष्ट करा.
२) मिथकांचे विविध अन्वयार्थ विशद करा.
३) मिथकांचे महत्त्व तपशीलवार सांगा.
४) लोककथा म्हणजे काय? लोककथेची वैशिष्ट्ये स्पष्ट करा.
५) लोककथांचे प्रकार लिहा.
६) लोककथांचे महत्त्व स्पष्ट करा.
७) मौखिक इतिहास म्हणजे काय? मौखिक इतिहासाची वैशिष्ट्ये स्पष्ट करा.
८) मौखिक इतिहासाचे महत्त्व स्पष्ट करा.
९) ग्रंथ समीक्षा म्हणजे काय? ग्रंथ समीक्षेची उद्दिष्टे सांगा.
१०) ग्रंथ समीक्षेची प्रक्रिया स्पष्ट करा.
११) पर्यावरणीय इतिहास म्हणजे काय? पर्यावरणीय इतिहासाची वैशिष्ट्ये लिहा.
१२) पर्यावरणीय इतिहासाचा प्रभाव स्पष्ट करा.
१३) डिजिटल टर्न म्हणजे काय? इतिहासलेखनात वापरली जाणारी डिजिटल साधने स्पष्ट करा.
१४) इतिहासलेखनात डिजिटल साधनांच्या वापराचे महत्त्व स्पष्ट करा.

प्र. २. टिपा लिहा.

१) मिथकांची वैशिष्ट्ये.
३) मिथकांचे अन्वयार्थ.
३) लोककथेची वैशिष्ट्ये.
४) लोककथेचे महत्त्व.
५) मौखिक इतिहास.
६) ग्रंथ समीक्षा.
७) सारसंग्रहवाद.
८) स्टेमॅटिक्स.
९) कॉपी टेक्स्ट एडिटिंग.
१०) वंशसांखिकी.
११) अभिजात पाठ्य.
१२) पर्यावरणीय इतिहास.
१३) डिजिटल टर्न.

प्रकरण ४

इतिहासाचे पुनर्लेखन आणि ऐतिहासिक जागरूकता

- ४.१ इतिहासाचे पुनर्लेखन आणि पुनरावृत्ती
- ४.२ इतिहासाचा वापर आणि गैरवापर
- ४.३ इतिहासावरील नवीन माध्यमे
- ४.४ शैक्षणिक आणि लोकप्रिय इतिहास
- ४.५ ऐतिहासिक संवेदनशीलता आणि ऐतिहासिक जागरूकता

प्रस्तावना :

इतिहासाच्या पुनर्लेखनाची संकल्पना एक बहुआयामी प्रक्रिया समाविष्ट करते जी केवळ प्रस्थापित ऐतिहासिक कथांम धील बदल किंवा विकृतीच्या पलीकडे जाते. हे सामाजिक सांस्कृतिक प्रभाव, वैचारिक बदल आणि विकसित होत असलेल्या विद्वत्तापूर्ण अंतर्दृष्टींच्या जटिल परस्परसंवादाद्वारे प्रेरित भूतकाळातील घटना, व्याख्या आणि दृष्टीकोनांचे गतिशील आणि चालू पुनर्मूल्यांकन मूर्त रूप देते. इतिहासाचे पुनर्लेखन तथ्ये किंवा कथनात सुधारणा करण्याच्या कल्पनेच्या पलीकडे विस्तारित आहे; हे ऐतिहासिक नोंदीचे सखोल पुनर्परीक्षण, प्रचलित सत्यांना आव्हान देणारे आणि भूतकाळाच्या रचणेमध्ये विणलेल्या आवाज आणि अनुभवांच्या बहुविधतेची कबुली देते. ही प्रक्रिया ऐतिहासिक व्याख्येची आंतरिक तरलता प्रतिबिंबित करते, जिथे नवीन पुराव्यांचा उदय, विकसित होत असलेली सामाजिक मूल्ये किंवा उपेक्षित दृष्टीकोनांच्या वाढत्या जागरूकतेमुळे अन्वयार्थ बदलण्याच्या अधीन असतात. परिणामी, हे निरंतर पुनर्मूल्यांकन वाढीव ऐतिहासिक जागरुकता प्रवृत्त करते, व्यक्ती आणि समाजांना चिकित्सक विश्लेषणात गुंतण्यासाठी, प्रचलित कथनांची चौकशी करण्यासाठी आणि ऐतिहासिक सत्यांची निर्मिती व अन्वयार्थ करण्यात अंतर्भूत असलेल्या गुंतागुंतींना तोंड देण्यास उद्युक्त करते. इतिहासाचे पुनर्लेखन आणि ऐतिहासिक जागरूकता यांच्यातील गुंतागुंतीचा परस्परसंवाद, ऐतिहासिक अभ्यासाचे गतिशील स्वरूप प्रकाशित करते, भिन्न दृष्टिकोनांशी झुंज देण्याचे महत्त्व अधोरेखित करते, गुंतागुंत स्वीकारते आणि भूतकाळातील अधिक सूक्ष्म समज वाढवते. इतिहासाच्या पुनर्लेखनाच्या कृतीमध्ये भूतकाळातील घटना, धारणा आणि दृष्टीकोन यांचे पुनर्विलोकन करणे आणि पुनर्व्याख्या करणे समाविष्ट आहे, जे सहसा विकसित विचारधारा, सांस्कृतिक बदल किंवा नवीन शोधांमुळे प्रभावित होतात. यामध्ये ऐतिहासिक लेखांचे पुनर्मूल्यांकन करणे, प्रस्थापित कथनांना आव्हान देणे आणि वैविध्यपूर्ण आवाज व दृष्टीकोन समाविष्ट करणे या निरंतर प्रक्रियेचा समावेश होतो. पुनर्परीक्षणाची ही प्रक्रिया सखोल ऐतिहासिक जागरुकता निर्माण करते, चिकित्सक विश्लेषणाला प्रोत्साहन देते आणि ऐतिहासिक सत्यांचा अर्थ लावण्यात आणि सादर करण्यात अंतर्भूत असलेल्या गुंतागुंतीची अधिक सूक्ष्म समज वाढवते.

४.१ इतिहासाचे पुनर्लेखन आणि पुनरावृत्ती :

इतिहासाचे पुनर्लेखन आणि पुनरावृत्ती यामध्ये बहुआयामी प्रक्रियांचा समावेश होतो, जसे की, स्थापित ऐतिहासिक कथांचे पुनर्मूल्यांकन, पुनर्व्याख्या आणि पुनर्परीक्षण यांचा समावेश होतो. पुनर्लेखन आणि पुनरावृत्ती या शब्दांमुळे भूतकाळातील बदल किंवा विकृत अर्थ उद्भवू शकतात, परंतु इतिहासलेखनात त्यांचे महत्त्व केवळ तथ्ये किंवा घटनांमध्ये फेरफार करण्यापलीकडे आहे. त्याऐवजी ते ऐतिहासिक व्याख्येचे गतिशील स्वरूप अंतर्भूत करतात, हे मान्य करतात की ऐतिहासिक कथा स्थिर किंवा अपरिवर्तनीय नसतात परंतु विकसित दृष्टीकोन, नवीन शोध आणि बदलत्या सामाजिक संदर्भांच्या अधीन असतात. इतिहासाच्या पुनर्लेखनामध्ये ऐतिहासिक नोंदींचे व्यापक पुनर्परीक्षण, दृष्टीकोन, आवाज आणि अनुभवांच्या बहुविधतेची कबुली देणे समाविष्ट आहे जे आपल्या भूतकाळातीच्या आकलनात योगदान देतात.

४.१.१ इतिहासाचे पुनर्लेखन :

इतिहासाच्या पुनर्लेखनामध्ये उपेक्षित किंवा पूर्वी दुर्लक्षित कथनांचा समावेश, प्रबळ कथांना आव्हान देणे आणि पारंपारिक ऐतिहासिक प्रवचनात दुर्लक्षित किंवा दडपलेले पर्यायी दृष्टिकोन प्रदान करणे समाविष्ट आहे.

अ) अर्थ :

इतिहासाचे पुनर्लेखन हा शब्द विशेषत: विशिष्ट राजकीय, वैचारिक किंवा राष्ट्रीय विषयपत्रिका पूर्ण करण्यासाठी ऐतिहासिक घटना, तथ्ये किंवा कथन यांचे हेतुपुरस्सर किंवा अजाणतेपणे पुनर्व्याख्या किंवा फेरफार यांचा संदर्भ देते. या प्रक्रियेमध्ये ऐतिहासिक खात्यांची उजळणी करणे किंवा पुनर्व्याख्या करणे, अनेकदा विशिष्ट दृष्टीकोनांवर जोर देणे, विशिष्ट व्यक्ती किंवा घटनांचा गौरव करणे किंवा इतरांचे महत्त्व कमी करणे यांचा समावेश होतो. पक्षपाती व्याख्या, विशिष्ट ऐतिहासिक पैलूंवर निवडक भर, विरोधाभासी पुरावे वगळणे किंवा दडपून टाकणे किंवा भूतकाळातील सार्वजनिक धारणा तयार करण्यासाठी मिथकांचा प्रसार करणे यासारख्या विविध माध्यमांद्वारे हे घडू शकते.

ब) इतिहासाच्या पुनर्लेखनाची प्रक्रिया :

इतिहासाच्या पुनर्लेखनाची प्रक्रिया खालीलप्रमाणे आहे :

१) कथनात्मक महत्वात निवडकता :

इतिहासाच्या पुनर्लेखनामध्ये अनेकदा इतरांना किरकोळ ठरवून किंवा वगळून अनुरूप कथा तयार करण्यासाठी विशिष्ट ऐतिहासिक घटना, प्रसंग किंवा कालखंडावर निवडक भर दिला जातो. उदाहरणार्थ, विवाद किंवा अपयशांकडे दुर्लक्ष करून किंवा काही विशिष्ट नेत्यांच्या किंवा कालखंडातील उपलब्धी अधोरेखित करण्याला सरकार प्राधान्य देते. हा निवडक भर ऐतिहासिक वास्तवाची पक्षपाती आवृत्ती सादर करून राजकीय किंवा वैचारिक उद्दिष्टांशी संरेखित करून लोकांच्या धारणेस आकार देतो. इतिहासाच्या काही पैलूंवर जोर देऊन, सत्तेत असलेले लोक सामूहिक स्मृती आणि राष्ट्रीय अस्मितेवर प्रभाव पाडण्याचे उद्दिष्ट ठेवतात, त्यांच्या आवडीनुसार पसंतीच्या कथनांना बळकटी देतात.

२) तथ्य दडपून टाकणे किंवा बदलणे :

तथ्यात्मक माहितीची जाणीवपूर्वक दडपशाही किंवा फेरफार हा इतिहासाच्या पुनर्लेखनाचा एक महत्त्वाचा पैलू आहे. यामध्ये ऐतिहासिक नोंदी बदलणे, दस्तऐवजांशी छेडछाड करणे किंवा इच्छित कथनाला विरोध करणारे पुरावे नष्ट करणे यांचा समावेश असतो. माहितीचा प्रवाह नियंत्रित करून, अधिकारी त्यांच्या उद्दिष्टांशी जुळणारा

एक विशिष्ट ऐतिहासिक दृष्टीकोन राखण्याचा प्रयत्न करतात. सरकारे किंवा सत्ताधारी संस्था कथनावर नियंत्रण ठेवण्यासाठी आणि ऐतिहासिक नोंदी त्यांच्या अजेंड्याला समर्थन देत असल्याची खात्री करून परस्परविरोधी माहितीचा प्रसार रोखण्यासाठी ऐतिहासिक संग्रह, साहित्य किंवा मीडिया यांना मुद्रणनियता किंवा सुधारित करू शकतात.

३) संशोधनवादी व्याख्या :

इतिहासाच्या पुनर्लेखनाच्या प्रक्रियेमध्ये अनेकदा संशोधनवादी दृष्टिकोनाचा समावेश होतो जेथे इतिहासकार किंवा अधिकारी ऐतिहासिक घटनांची पुनर्व्याख्या करतात. या पुनर्व्याख्यात विशिष्ट विचारधारा किंवा समकालीन अजेंडांना अनुरूप स्थापित ऐतिहासिक तथ्यांसाठी पर्यायी स्पष्टीकरण किंवा अर्थ सादर करणे समाविष्ट आहे. अशा पुनर्व्याख्यांमुळे काही घटनांचे महत्त्व कमी होते किंवा प्रस्थापित ऐतिहासिक वास्तवांना नवीन अर्थ लावले जाऊ शकतात, अनेकदा त्यांची वर्तमान उद्दिष्टे किंवा दृष्टीकोनांशी संरेखित करण्यासाठी ऐतिहासिक धारणांचाआकार बदलून सत्ताधारी लोकांच्या हिताची सेवा करतात.

४) वैचारिक-संरेखित कथांचा प्रचार :

सरकार, शैक्षणिक संस्था किंवा स्वारस्य गट हे पाठ्यपुस्तके, अभ्यासक्रम किंवा सार्वजनिक प्रवचनाद्वारे वैचारिकदृष्ट्या संरेखित धरणांचा प्रचार करतात. लोकसंख्येमध्ये विशिष्ट मूल्ये, विश्वास किंवा वृत्ती जागृत करणे हे या प्रक्रियेचे आकाराचे उद्दिष्ट असते. उदाहरणार्थ, सरकार इतिहासाच्या शिक्षणाचा उपयोग देशभक्ती किंवा राष्ट्रीय धारणेस प्रोत्साहन देण्यासाठी करू शकते जे विशिष्ट ऐतिहासिक व्यक्ती किंवा घटनांचा गौरव करते आणि इतरांना बदनाम करते, विशिष्ट वैचारिक भूमिकेद्वारे लोकांच्या सामूहिक स्मृती संरेखित करते.

५) सेन्सॉरशिप आणि माहितीचे नियंत्रण :

ऐतिहासिक माहिती, संग्रहण किंवा मीडिया आउटलेटवर नियंत्रण हा इतिहास पुनर्लेखनाचा एक महत्त्वाचा पैलू आहे. धारणा नियंत्रित करण्यासाठी अधिकारी सेन्सॉरशिप वापरू शकतात, माहितीचा प्रवेश प्रतिबंधित करू शकतात किंवा ऐतिहासिक तथ्ये हाताळू शकतात. हे नियंत्रण शैक्षणिक संशोधनापर्यंत विस्तारित आहे, जिथे विद्वानांना काही ऐतिहासिक विषयांचा अभ्यास करण्यावर किंवा चिकित्सक संग्रहणांमध्ये प्रवेश करण्यावर, विविध दृष्टीकोनांची उपलब्धता मर्यादित करणे आणि भूतकाळातील सर्वसमावेशक तथ्ये समजून घेण्यास अडथळा आणणे यावर निर्बंध येऊ शकतात. माहितीचा प्रवेश नियंत्रित करून सत्तेत असलेले लोक त्यांच्या उद्दिष्टांसाठी ऐतिहासिक धारणांमध्ये फेरफार करू शकतात आणि इतिहासाची प्राधान्यकृत आवृत्ती कायम ठेवू शकतात.

६) ऐतिहासिक मिथक किंवा दंतकथांची निर्मिती :

इतिहासाच्या पुनर्लेखनामध्ये विशिष्ट राष्ट्रीय किंवा सांस्कृतिक ओळख मजबूत करणाऱ्या ऐतिहासिक मिथकांची किंवा दंतकथांची निर्मिती किंवा शाश्वतता यांचा समावेश होतो. सरकार किंवा गट काही ऐतिहासिक व्यक्ती, घटना किंवा विचारधारा यांचा गौरव करण्यासाठी मिथके तयार करतात, बहुतेकदा त्यांना वास्तविक अचूकतेच्या पलीकडे आदर्श बनवतात. या पुराणकथा ऐतिहासिक वास्तवापासून विचलित झाल्या तरीही सामूहिक स्मृती, अभिमान, देशभक्ती किंवा विशिष्ट आदर्श किंवा मूल्यांप्रती निष्ठा निर्माण करण्यासाठी शक्तिशाली साधने म्हणून काम करतात.

७) ऐतिहासिक चिन्हांचा निवडक वापर :

ऐतिहासिक चिन्हे आणि स्मारकांचा निवडक वापर व हाताळणी इतिहासाच्या पुनर्लेखनामध्ये महत्त्वपूर्ण भूमिका बजावतात. एखाद्या विशिष्ट कथनाला बळकटी देण्यासाठी सरकार किंवा संस्था धोरणात्मकपणे ऐतिहासिक चिन्हे

आणि खुणांचा वापर किंवा बदल करतात. इतरांकडे दुर्लक्ष करून काही ऐतिहासिक चिन्हे निवडकपणे जतन करून किंवा अधोरेखित करून, अधिकारी इतिहासाच्या विशिष्ट व्याख्येला प्रोत्साहन देतात, त्यांच्या उद्दिष्टांशी सुसंगत असलेल्या पसंतीच्या धारणांना दृष्यदृष्ट्या मजबूत करतात.

८) प्रचारतंत्र :

इतिहासाच्या पुनर्लेखनामध्ये पक्षपाती माहिती, खोटी धारणा किंवा दिशाभूल करणारी व्याख्या याद्वारे प्रसार करणे समाविष्ट आहे. प्रचार लोकांच्या धारणा हाताळण्यासाठी आणि ऐतिहासिक घटनांबद्दल मते तयार करण्यासाठी कार्य करतो. सरकार किंवा संस्था इतिहासाच्या पक्षपाती आवृत्तीचा प्रचार करण्यासाठी, भूतकाळातील घटनांबद्दलच्या सार्वजनिक वृत्ती आणि विश्वासांवर प्रभाव टाकण्यासाठी वृत्त आउटलेट, भाषणे किंवा सोशल मीडियासारखी विविध माध्यने वापरतात.

९) शैक्षणिक अभ्यासक्रमावरील प्रभाव :

शैक्षणिक अभ्यासक्रम, पाठ्यपुस्तके आणि अध्यापन सामग्रीची पुनरावृत्ती हा इतिहासाच्या पुनर्लेखनाचा एक महत्त्वाचा पैलू आहे. शाळा आणि विद्यापीठांमध्ये जे शिकवले जाते त्यावर प्रभाव टाकून अधिकारी अनेकदा भविष्यातील पिढ्यांची ऐतिहासिक समज तयार करण्याचा प्रयत्न करतात. शैक्षणिक साहित्यात सुधारणा करून जे सत्तेत आहेत ते विद्यार्थ्यांवर विशिष्ट ऐतिहासिक धारणा लादू शकतात, त्यांच्या इतिहासाच्या आकलनाला आकार देऊ शकतात आणि इच्छित दृष्टीकोन, विचारधारा किंवा राष्ट्रीय उत्साह कायम ठेवतात.

१०) ऐतिहासिक धारणांवर नियंत्रण :

इतिहासाचे पुनर्लेखन विविध माध्यमांद्वारे ऐतिहासिक धारणांवर नियंत्रण ठेवते, समाज भूतकाळ कसा समजून घेतो आणि लक्षात ठेवतो यावर प्रभाव पाडते. ऐतिहासिक नोंदींमध्ये फेरफार करून, अधिकारी सामूहिक स्मृती आणि राष्ट्रीय अस्मितेला आकार देण्याचे ध्येय ठेवतात; अनेकदा राजकीय, वैचारिक किंवा राष्ट्रीय उद्दिष्टांच्या सेवेसाठी हे केले जाते. ऐतिहासिक धारणांवरील हे नियंत्रण अकादमीच्या पलीकडे विस्तारते, सार्वजनिक धारणा, स्मरणशक्ती आणि ऐतिहासिक घटनांच्या आकलनावर लक्षणीय परिणाम करते. धारणांवर नियंत्रण ठेवण्याच्या हेतुपुरस्सर प्रयत्नांद्वारे, सत्तेत असलेले लोक हे सुनिश्चित करण्याचा प्रयत्न करतात की ऐतिहासिक नोंदी त्यांच्या उद्दिष्टांशी संरेखित आहेत आणि त्यांच्या वर्तमान कार्यक्रमांना समर्थन देतात.

४.१.२ इतिहासाची पुनरावृत्ती :

इतिहासाच्या पुनरावृत्तीमध्ये चिकित्सक पुनर्मूल्यांकन, नवीन पुरावे आणि दृष्टीकोनांचे एकत्रीकरण, संदर्भातील समज, पूर्वाग्रह दूर करणे आणि ऐतिहासिक ज्ञानाची निरंतर उत्क्रांती यांचा समावेश होतो.

अ) अर्थ :

इतिहासाची पुनरावृत्ती म्हणजे प्रस्थापित ऐतिहासिक नोंदी, घटना किंवा धारणा यांचे पुनर्मूल्यांकन किंवा पुनर्व्याख्या करण्याच्या प्रक्रियेचा संदर्भ आहे. वैचारिक, राजकीय किंवा प्रचारात्मक हेतूंसाठी तथ्ये हाताळण्याच्या किंवा विकृत करण्याच्या हेतूने इतिहासाचे पुनर्लेखन करण्यापेक्षा, इतिहासाच्या पुनरावृत्तीमध्ये अचूकता सुधारणे, नवीन पुरावे समाविष्ट करणे किंवा पर्यायी दृष्टीकोन प्रदान करणे या उद्देशाने अभ्यासपूर्ण किंवा चिकित्सक परीक्षा समाविष्ट असते. या प्रक्रियेमध्ये प्रचलित व्याख्यांना आव्हान देण्यासाठी, अयोग्यता सुधारण्यासाठी किंवा भूतकाळातील घटनांविषयी नवीन माहिती देण्यासाठी ऐतिहासिक स्त्रोत, प्राथमिक दस्तऐवज, पुरातत्व शोध किंवा मौखिक परंपरा यांचे चिकित्सक विश्लेषण समाविष्ट आहे.

ब) इतिहासाच्या पुनरावृत्तीची प्रक्रिया :

इतिहासाच्या पुनरावृत्तीची प्रक्रिया पुढीलप्रमाणे आहे :

१) नवीन पुरावे आणि स्त्रोत :

इतिहासाची पुनरावृत्ती नवीन पुरावे आणि स्त्रोत शोधणे, विश्लेषण करणे व समाविष्ट करणे यापासून सुरू होते. इतिहासकार सतत पूर्वी न सापडलेले दस्तऐवज, पुरातत्व शोध किंवा भूतकाळातील घटनांवर प्रकाश टाकणारी मौखिक परंपरा शोधतात. नवीन पुरावे समाविष्ट केल्याने प्रस्थापित कथनांना आव्हान मिळते किंवा ऐतिहासिक समज समृद्ध करून पर्यायी दृष्टीकोन प्रदान केला जातो.

२) विद्यमान नोंदींचे चिकित्सक मूल्यमापन :

पूर्वग्रह, अयोग्यता किंवा वगळणे हे ओळखण्यासाठी इतिहासकार विद्यमान ऐतिहासिक नोंदी, प्राथमिक स्त्रोत आणि दुय्यम साहित्याची छाननी करून चिकित्सकपणे मूल्यांकन करतात. ही चिकित्सक तपासणी ऐतिहासिक धारणांमधील क्षेत्रे ओळखण्यास मदत करते, ज्यांचे पुनर्मूल्यांकन किंवा परिष्करण आवश्यक आहे.

३) ऐतिहासिक प्रवाह आणि आमूलाग्र बदल :

इतिहासाच्या पुनरावृत्तीवर इतिहासशास्त्रीय प्रवाह आणि ऐतिहासिक संशोधनातील प्रतिमान बदलांचा प्रभाव पडतो. नवीन पद्धती, सैद्धांतिक चौकट किंवा आंतरविद्याशाखीय दृष्टिकोन इतिहासकारांना भूतकाळातील व्याख्यांचे पुनर्मूल्यांकन करण्यास प्रवृत्त करतात, ज्यामुळे ऐतिहासिक घटनांचे सुधारित आकलन होते.

४) विविध दृष्टीकोनांचा समावेश :

इतिहासकार ऐतिहासिक कथांमध्ये विविध दृष्टीकोन आणि आवाज समाविष्ट करण्याचा प्रयत्न करतात. यामध्ये भूतकाळातील अधिक समावेशक आणि सर्वसमावेशक लेखाजोखा मांडण्यासाठी महिला, अल्पसंख्याक किंवा सबल्टर्न गटांसारखे पूर्वी दुर्लक्षित केलेले दृष्टिकोन समाविष्ट करणे अंतर्भूत आहे.

५) प्राथमिक स्त्रोतांची पुनर्तपासणी :

इतिहासाच्या पुनरावृत्तीमध्ये प्राथमिक स्त्रोतांचे बारकाईने पुनर्परीक्षण करणे समाविष्ट आहे. इतिहासकार प्राथमिक दस्तऐवज, कलाकृती, मजकूर किंवा दृश्य सामग्रीचे पुनर्मूल्यांकन करतात, नवीन माहिती शोधण्यासाठी प्रगत विश्लेषणात्मक पद्धती वापरतात, गैरसमज दुरुस्त करतात किंवा पारंपारिक व्याख्यांना आव्हान देतात.

६) आंतरविद्याशाखीय दृष्टीकोन :

विद्वान आंतरविद्याशाखीय दृष्टीकोन वापरतात; पुरातत्वशास्त्र, मानववंशशास्त्र, समाजशास्त्र किंवा ऐतिहासिक समज सुधारण्यासाठी साहित्यिक अभ्यास यासारख्या क्षेत्रातील माहिती एकत्रित करतात. ही आंतरविद्याशाखीय प्रतिबद्धता बहुआयामी अन्वयार्थ आणि ऐतिहासिक घटनांचे अधिक समग्र दृश्य प्रदान करण्यास मदत करते.

७) नियतकालिक पुनर्मूल्यांकन :

इतिहासाची पुनरावृत्ती ही एक सतत चालणारी प्रक्रिया आहे, जी प्रस्थापित धारणांच्या नियतकालिक पुनर्मूल्यांकनाद्वारे चिन्हांकित केली जाते. इतिहासकार वेळोवेळी नवीन शोधांच्या प्रकाशात, बदलत्या दृष्टीकोनातून किंवा विकसित होत असलेल्या सामाजिक समस्येच्या प्रकाशात ऐतिहासिक व्याख्यांचे पुनर्मूल्यांकन करतात, हे सुनिश्चित करतात की ऐतिहासिक नोंदी विद्वानांच्या प्रगतीसाठी गतिशील आणि प्रतिसादात्मक राहतील.

८) प्रस्थापित गृहीतकांना आव्हान :

इतिहासकार ऐतिहासिक धारणांमध्ये प्रचलित असलेल्या स्थापित गृहितकांना किंवा पूर्वाग्रहांना आव्हान देतात. यामध्ये विविध वैचारिक, सामाजिक किंवा सांस्कृतिक दृष्टिकोनातून ऐतिहासिक घटनांची पुनर्व्याख्या करणे, प्रचलित धारणांना विरोध करणारे पर्यायी स्पष्टीकरण देणे समाविष्ट असते.

९) प्रति–धारणांचे एकत्रीकरण :

इतिहासाच्या पुनरावृत्तीमध्ये प्रति–धारणा किंवा मतभेद असलेल्या दृष्टिकोनांचा समावेश होतो. इतिहासकार परस्परविरोधी अर्थ शोधतात, भिन्न दृष्टीकोन मान्य करतात आणि ऐतिहासिक सत्याची पुनर्रचना करताना त्यांचे परिणाम समजून घेतात.

१०) विद्वान अखंडता म्हणून पुनरावृत्ती :

इतिहासाची पुनरावृत्ती हा सत्य आणि अचूकतेचा शोध घेऊन मार्गदर्शन करणारा अभ्यासपूर्ण प्रयत्न आहे. हे कठोर संशोधन, चिकित्सक विश्लेषण आणि नवीन शोध व स्पष्टीकरणांसाठी मोकळेपणाद्वारे ऐतिहासिक कथांना सतत परिष्कृत, आव्हान आणि समृद्ध करण्याची इतिहासकारांची वचनबद्धता प्रतिबिंबित करते.

४.२ इतिहासाचा वापर आणि गैरवापर :

इतिहासाचा वापर आणि गैरवापर हे ऐतिहासिक धारणांचे दुहेरी स्वरूप स्पष्ट करतात. ज्यामध्ये ते समजून घेण्यासाठी, भूतकाळातून शिकण्यासाठी आणि वर्तमान निर्णयांची माहिती देण्याचे एक शक्तिशाली साधन म्हणून काम करतात, त्याचवेळी विविध कार्यक्रमांची हाताळणी, विकृती आणि निवडक अर्थ लावण्यासाठी असुरक्षित असतात. नैतिक वापरामध्ये समज, सहानुभूती आणि चिकित्सक विचार वाढवण्यासाठी, समाजांना भूतकाळातील चुकांमधून शिकण्यास सक्षम करण्यासाठी, जटिल सामाजिक समस्या समजून घेण्यासाठी आणि अधिक माहितीपूर्ण व सहिष्णु भविष्य निर्माण करण्यासाठी ऐतिहासिक ज्ञान वापरणे समाविष्ट आहे. तथापि इतिहासाचा दुरुपयोग अशा घटनांमध्ये प्रकट होतो जेथे ऐतिहासिक धारणा विकृत केल्या जातात, पुराणकथा कायम ठेवण्यासाठी, भेदभावाचे औचित्य सिद्ध करण्यासाठी किंवा संघर्षाला चालना देण्यासाठी शस्त्र बनवले जाते. ज्यामुळे अनेकदा राजकीय, वैचारिक किंवा राष्ट्रीय उद्दिष्टे साध्य करण्यासाठी सामूहिक स्मरणशक्तीचा वापर केला जातो. शेवटी सत्य, न्याय आणि भूतकाळातील सर्वसमावेशक समज कमी केली जाते.

४.२.१ इतिहासाचा वापर :

इतिहासाच्या वापरामध्ये धोरणात्मक निर्णयांची माहिती देणे आणि समज वाढवणे, भूतकाळातील चुकांमधून शिकणे, सांस्कृतिक वारसा जतन करणे, टीकात्मक विचारांचे पालनपोषण करणे आणि नवकल्पनेस प्रेरणा देणे अशा विस्तृत वर्णक्रमाचा समावेश होतो.

१) निर्णय आणि धोरणे यांची माहिती देणे :

इतिहास हा ज्ञानाचे अत्यावश्यक भांडार म्हणून काम करतो, जो आजच्या काळातील निर्णय आणि धोरण बनविण्याच्या प्रक्रियेची माहिती देतो. भूतकाळातील घटनांचा, सामाजिक घडामोडींचा आणि धोरणात्मक परिणामांचा अभ्यास करून धोरणकर्ते विशिष्ट कृतींचे परिणाम, धोरणांचे परिणाम आणि सामाजिक, आर्थिक व राजकीय गतिशीलतेच्या गुंतागुंतीबद्दल माहिती प्राप्त करतात. ऐतिहासिक उदाहरणे मौल्यवान मार्गदर्शन देतात, अधिक माहितीपूर्ण आणि प्रभावी धोरणे तयार करण्यासाठी मार्गदर्शन करतात, उत्तम प्रशासनाला चालना देतात आणि भविष्यातील परिणामांवर वर्तमान कृतींच्या परिणामांची सूक्ष्म समज प्रदान करतात.

२) आकलन आणि सहानुभूती वाढवणे :

इतिहास व्यक्ती आणि समाजांना विविध दृष्टीकोन, संस्कृती आणि अनुभवांचे सखोल ज्ञान विकसित करण्यास सक्षम करतो. ऐतिहासिक घटना आणि कथांच्या अभ्यासाद्वारे, लोक मानवी वर्तनातील गुंतागुंत, सामाजिक परिवर्तने आणि जागतिक समाजांच्या परस्परसंबंधांची माहिती प्राप्त करतात. ही समज सहानुभूती, सहिष्णुता

आणि मानवी इतिहासाची रचना करणाऱ्या विविध धरणांची प्रशंसा करते, अधिक समावेशक आणि सहनशील समाजाला चालना देते.

३) भूतकाळातील चुकांमधून शिकणे :

इतिहास हा धडे देतो, ज्यामुळे समाजांना भूतकाळातील चुका आणि संकटातून शिकता येते. ऐतिहासिक अपयश, संघर्ष आणि सामाजिक आव्हानांचे परीक्षण करून, व्यक्ती आणि समुदाय लवचिकता, अनुकूलन आणि संघर्ष निराकरणासाठीच्या धोरणांबाबत मौल्यवान माहिती मिळवतात. हे ज्ञान समाजांना चेतावणी चिन्हे ओळखण्यास, जोखीम कमी करण्यास आणि आवर्ती आव्हानांविरूद्ध लवचिकता निर्माण करण्यास सक्षम करते. तसेच समकालीन समस्यांचे निराकरण करण्यासाठी अधिक मजबूत संस्था आणि यंत्रणा विकसित करण्यास योगदान देते.

४) सांस्कृतिक वारसा आणि ओळखीचे जतन :

सांस्कृतिक वारसा जपण्यात आणि अस्मितेची भावना जोपासण्यात इतिहास महत्त्वाची भूमिका बजावतो. ऐतिहासिक कथा, परंपरा, कला, साहित्य आणि कलाकृती समाजाच्या सांस्कृतिक ओळखीचे चिन्हक म्हणून काम करतात, सध्याच्या पिढ्यांना त्यांच्या मुळाशी आणि वारशाशी जोडतात. ऐतिहासिक स्थळे, स्मारके आणि परंपरांचे जतन केल्याने केवळ भूतकाळाचाच सन्मान होत नाही तर सांस्कृतिक विविधतेलाही हातभार लागतो, ज्यामुळे समुदायांमध्ये आपुलकीची आणि अभिमानाची भावना निर्माण होते.

५) मानवी वर्तणूक समजून घेणे :

इतिहासाचा अभ्यास कालांतराने मानवी वर्तनातील गुंतागुंतीची माहिती प्रदान करतो. भूतकाळातील घटना, निर्णय आणि कृतींचे विश्लेषण केल्याने समाजाला आकार देणाऱ्या प्रेरणा, मूल्ये आणि सांस्कृतिक प्रभाव समजून घेण्यास मदत होते. आजच्या मानवी वर्तनाचे समायोजन करण्यासाठी आणि त्याचा अर्थ लावण्यासाठी ही समज महत्त्वपूर्ण आहे.

६) वर्तमानाचे संदर्भ देणे :

इतिहास वर्तमान घटना, सामाजिक संरचना आणि राजकीय व्यवस्थांसाठी संदर्भ प्रदान करतो. ऐतिहासिक उदाहरणांचे परीक्षण करून, व्यक्ती समकालीन समस्यांची मुळे अधिक चांगल्या प्रकारे समजून घेतात आणि वर्तमानाला आकार देणाऱ्या ऐतिहासिक शक्तींची प्रश्नस करतात. जगाच्या सर्वसमावेशक आकलनासाठी हे संदर्भीकरण आवश्यक आहे.

७) सामूहिक स्मृती जतन करणे :

इतिहास हा समुदाय आणि समाजांसाठी सामूहिक स्मृतींचे भांडार म्हणून काम करतो. ऐतिहासिक नोंदी, कलाकृती आणि परंपरा यांचे जतन करून समाज ज्ञान आणि अनुभव भावी पिढ्यांपर्यंत पोहोचवू शकतात, सातत्य आणि सामायिक ओळखीची भावना वाढवू शकतात.

८) प्रेरणा आणि आदर्श :

ऐतिहासिक व्यक्तिरेखा आणि घटना अनेकदा प्रेरणा स्त्रोत आणि आदर्श म्हणून काम करतात. भूतकाळातील व्यक्तींच्या कर्तृत्वाचा आणि संघर्षांचा अभ्यास केल्याने व्यक्तींना आव्हानांवर मात करण्यास, सकारात्मक बदलाचा पाठपुरावा करण्यास आणि समाजाच्या उन्नतीसाठी योगदान देण्यास प्रेरित करता येते.

९) संघर्ष निराकरण आणि राजनय :

इतिहास संघर्षांच्या उत्पत्ती आणि निराकरणाबद्दल माहिती प्रदान करतो. विवादांचे ऐतिहासिक संदर्भ समजून घेऊन, राजनय आणि वाटाघाटी अधिक प्रभावी निराकरणासाठी कार्य करतात, ऐतिहासिक तक्रारी आणि राजनैतिक यशांबद्दल जागरूकतेने माहिती देतात.

१०) तांत्रिक आणि वैज्ञानिक प्रगती :

विज्ञान आणि तंत्रज्ञानाचा इतिहास नावीन्यपूर्ण आणि प्रगतीची रूपरेषा देतो. भूतकाळातील यश आणि शोधांचे परीक्षण केल्याने शास्त्रज्ञ आणि शोधकांना विद्यमान ज्ञान, तांत्रिक प्रगतीचा वेग वाढवणे आणि मानवी क्षमतांच्या उत्क्रांतीमध्ये योगदान देणे शक्य होते.

११) कायदेशीर उदाहरणे आणि न्याय :

न्याय आणि निष्पक्षतेची तत्त्वे स्थापित करण्यासाठी न्यायव्यवस्था अनेकदा ऐतिहासिक उदाहरणांवर अवलंबून असतात. कायदेशीर संकल्पना, संस्था आणि न्यायशास्त्राचा ऐतिहासिक विकास समजून घेणे समकालीन कायदेशीर चौकटींना आकार देण्यासाठी आणि सुधारण्यासाठी एक पाया प्रदान करते.

१२) सामाजिक बदल आणि समर्थन :

इतिहास सामाजिक बदल आणि समर्थनासाठी उत्प्रेरक म्हणून काम करतो. ऐतिहासिक चळवळी, क्रांती आणि संघर्षांचे परीक्षण करून, व्यक्ती आणि समुदाय सध्याच्या सामाजिक समस्यांचे निराकरण करण्यासाठी ताईच नागरी हक्क, लिंगभाव समानता आणि पर्यावरण संवर्धन यासारख्या क्षेत्रांमध्ये सकारात्मक बदलांचे समर्थन करण्यासाठी प्रेरणा आणि धडे घेतात.

४.२.२ इतिहासाचा गैरवापर :

इतिहासाच्या गैरवापरामध्ये ऐतिहासिक तथ्यांचे विकृतीकरण आणि सुधारणावाद, प्रचारासाठी फेरफार, ऐतिहासिक सत्याचा ऱ्हास, सांस्कृतिक वारशाचा नाश आणि पर्यायी कथांचे दडपण यांचा समावेश होतो.

१) ऐतिहासिक सुधारणावाद :

ऐतिहासिक सुधारणावादाद्वारे इतिहासाचा गैरवापर करण्यामध्ये ऐतिहासिक तथ्ये आणि कथनांचे जाणूनबुजून विकृतीकरण किंवा फेरफार करणे समाविष्ट आहे. हे राजकीय, वैचारिक किंवा राष्ट्रीय हेतूंद्वारे केले जाऊ शकते, जेथे व्यक्ती किंवा गट विशिष्ट विषयपत्रिका देण्यासाठी घटनांची पुनर्व्याख्या करतात. अशा सुधारणावादामुळे ऐतिहासिक शिष्यवृत्तीची अखंडता कमी होते, अचूक ऐतिहासिक लेखांवरील जनतेचा विश्वास कमी होतो आणि विकृत माहितीवर आधारित सार्वजनिक धारणा व धोरणे तयार करून त्याचे दूरगामी परिणाम होतात.

२) प्रचार आणि फेरफार :

इतिहासाचा तेंव्हा गैरवापर होण्याची शक्यता असते जेव्हा त्याचा प्रचार आणि हाताळणीसाठी एक साधन म्हणून वापर केला जातो. सरकार, राजकीय संस्था किंवा स्वारस्य गट त्यांच्या धारणा आणि उद्दिष्टांना अनुरूप ऐतिहासिक घटना निवडकपणे सादर करतात. या हाताळणीमध्ये अनेकदा काही तथ्ये, इतरांना कमी लेखताना काही पैलूंवर जोर देणे आणि ऐतिहासिक घटनांचे एकूण संदर्भ विकृत करणे यांचा समावेश होतो. लोकांच्या मताला आकार देण्यासाठी, निर्णय घेण्यावर प्रभाव टाकण्यासाठी आणि भूतकाळाच्या अचूक आकलनाशी सरेखित नसलेल्या कृतींचे समर्थन करण्यासाठी अशा फेरफार केलेल्या ऐतिहासिक धारणांच्या संभाव्यतेमध्ये धोका आहे.

३) राष्ट्रवाद आणि जिंगोइझम :

राष्ट्रवादाच्या सेवेमध्ये इतिहासाचा दुरुपयोग म्हणजे एखाद्या राष्ट्राच्या इतिहासाचा गौरव करणारी धारणा तयार करणे आणि अनेकदा कमी अनुकूल पैलूंकडे दुर्लक्ष करणे किंवा कमी करणे होय. हे राष्ट्रीय अस्मिता आणि श्रेष्ठतेची विकृत भावना वाढवते, आम्ही विरुद्ध ते मानसिकतेमध्ये योगदान देते. असा ऐतिहासिक गैरवापर आक्रमक राष्ट्रवादाला चालना देतो, ज्यामुळे झेनोफोबिया, प्रादेशिक विवाद आणि संघर्ष निर्माण होतात कारण राष्ट्रे त्यांच्या ऐतिहासिक धारणा आणि वर्चस्वाचा दावा करण्यासाठी स्पर्धा करतात.

४) भेदभावाचे औचित्य :

पूर्वग्रहदूषित समजुतींचे समर्थन करण्यासाठी भूतकाळातील घटनांचा निवडक अर्थ लावून भेदभावाचे समर्थन करण्यासाठी कधीकधी इतिहासाचा गैरवापर केला जातो. यामध्ये असमानता किंवा भेदभावपूर्ण प्रथांच्या ऐतिहासिक उदाहरणांवर जोर देणे, जसे की ते त्यांच्या काळात स्वीकार्य होते, हानिकारक रूढीवादी गोष्टी कायम ठेवणे आणि पूर्वाग्रहांना बळकट करणे यांचा समावेश असतो. याचा परिणाम म्हणजे सामाजिक प्रगती आणि समानतेला बाधा आणणाऱ्या भेदभावपूर्ण प्रथा कायम राखण्यात होतो.

५) ऐतिहासिक स्मृतिभ्रंश :

ऐतिहासिक स्मृतिभ्रंश निर्माण करण्याच्या हेतुपुरस्सर प्रयत्नांमध्ये सार्वजनिक धारणा नियंत्रित करण्यासाठी इतिहासाचे काही पैलू दाबणे किंवा पुसून टाकणे समाविष्ट आहे. भूतकाळातील चुकांबद्दल जबाबदारी टाळण्याचा, ऐतिहासिक अन्यायाचा प्रभाव कमी करण्यासाठी किंवा विशिष्ट राजकीय किंवा वैचारिक अजेंड्याद्वारे सरेखित धारणा तयार करणार्यांसाठी हे एक साधन असू शकते. ऐतिहासिक स्मृतिभ्रंश समाजाच्या भूतकाळातून शिकण्याची क्षमता कमी करते आणि चुकांच्या पुनरावृत्तीस हातभार लावते.

६) प्रतिकात्मक विनियोग :

समकालीन राजकीय हेतूंसाठी ऐतिहासिक चिन्हे किंवा आकृत्यांचा गैरवापर करण्यामध्ये एखादे कारण कायदेशीर करण्यासाठी ऐतिहासिक प्रतिमांचा विनियोग करणे समाविष्ट आहे. याचा अर्थ भावनिक प्रतिसाद देण्यासाठी किंवा एखाद्या चळवळीला ऐतिहासिक विश्वासार्हता देण्यासाठी त्यांच्या मूळ संदर्भाबाहेर प्रतीकांचा वापर करणे असा होऊ शकतो. अशा प्रतिकात्मक विनियोगामुळे जटिल ऐतिहासिक घटनांचे अतिसरलीकरण होते आणि राजकीय किंवा वैचारिक फायद्यासाठी सार्वजनिक भावना हाताळल्या जातात.

७) निवडक स्मृती :

नकारात्मक घटकांकडे दुर्लक्ष करून किंवा त्यांना कमी करताना इतिहासाच्या सकारात्मक पैलूंची निवड करणे हे एक प्रकारचे गैरवर्तन आहे, जे भूतकाळाचा असमतोल आणि अवास्तव दृष्टिकोन निर्माण करते. निवडकपणे केवळ अनुकूल पैलू लक्षात ठेवून, व्यक्ती किंवा गट एखाद्या विशिष्ट अजेंडाला समर्थन देणारी धारणा तयार करतात. ही निवडक स्मृती समाजाच्या चुकांमधून शिकण्याच्या आणि इतिहासातील सूक्ष्म गुंतागुंत समजून घेण्याच्या स्वतःच्या क्षमतेस अडथळा आणते.

८) सांस्कृतिक विनियोग :

सांस्कृतिक विनियोगाद्वारे इतिहासाचा गैरवापर म्हणजे संस्कृतीच्या इतिहासातील घटक संदर्भाबाहेर काढणे किंवा व्यावसायिक, राजकीय किंवा सामाजिक हेतूंसाठी त्यांचे विकृतीकरण करणे. यामुळे सांस्कृतिक वारशाचे विखंडन होऊ शकते, परंपरांचे चुकीचे चित्रण आणि पूर्वाग्रहांचे बळकटीकरण होऊ शकते. सांस्कृतिक विनियोग केवळ संस्कृतीच्या इतिहासाच्या सत्यतेचा अनादर करत नाही तर सांस्कृतिक गैरसमजांना देखील कारणीभूत ठरतो आणि हानिकारक रूढीवादी गोष्टी कायम ठेवतो.

९) षड्यंत्र सिद्धांत :

ऐतिहासिक घटना कधीकधी षड्यंत्र सिद्धांतांच्या अधीन असतात जे स्वीकारलेल्या धारणांना विकृत किंवा बनावट बनवतात. इतिहासाचा हा गैरवापर चुकीच्या माहितीच्या प्रसारास कारणीभूत ठरतो, कारण व्यक्ती किंवा गट निराधार दाव्यांना प्रोत्साहन देतात. षड्यंत्र सिद्धांत प्रस्थापित ऐतिहासिक नोंदींची विश्वासार्हता कमी करतात आणि सार्वजनिक गोंधळ व अधिकृत ऐतिहासिक स्त्रोतांवरील अविश्वास निर्माण करू शकतात.

१०) संघर्षाचे साधन :

वैमनस्य वाढवण्यासाठी आणि आक्रमकतेला कायदेशीर मान्यता देण्यासाठी संघर्षांमध्ये इतिहासाचा वापर केला जातो. विविध गट किंवा राष्ट्रांमधील तणाव वाढवण्यासाठी स्पर्धात्मक ऐतिहासिक कथांचा उपयोग केला जातो, सलोखा करण्याच्या प्रयत्नांना अडथळा आणतो. संघर्षांमध्ये इतिहासाचे साधनीकरण शत्रुत्व टिकवून ठेवू शकते आणि शांततापूर्ण निराकरणासाठी समान आधार स्थापित करणे आव्हानात्मक बनवू शकते.

४.३ इतिहासावरील नवीन माध्यमे :

इतिहासावरील नवीन माध्यमांचा प्रभाव यात माहितीपर्यंत पोहोचणे, सांस्कृतिक वारशाचे जतन करणे, मल्टीमीडिया कथाकथनाद्वारे प्रतिबद्धता, सहयोगी संशोधन, चुकीच्या माहितीची आव्हाने, जागतिक प्रवेशयोग्यता, डिजिटल मानवशास्त्र पद्धती, नैतिक विचार आणि ऐतिहासिक कथनांचे परिवर्तन यांचा समावेश आहे.

१) ऐतिहासिक माहितीमध्ये प्रवेश :

नवीन माध्यम तंत्रज्ञानाने ऐतिहासिक माहितीच्या प्रवेशामध्ये क्रांती घडवून आणली आहे, ज्यामुळे ऐतिहासिक सामग्री अन्वेषित करण्यासाठी आणि त्यात व्यस्त राहण्याच्या अभूतपूर्व संधी उपलब्ध झाल्या आहेत. डिजिटल संग्रहण, ऑनलाइन माहितीसंच आणि संग्रहालय प्रवेशयोग्य व्यासपीठ प्रदान करतात; जिथे व्यक्ती दुर्गम ठिकाणांहून ऐतिहासिक दस्तऐवज, हस्तलिखिते, छायाचित्रे आणि प्राथमिक स्त्रोतांच्या विस्तृत श्रेणीमध्ये प्रवेश करू शकतात. ही वाढलेली प्रवेशयोग्यता ऐतिहासिक ज्ञानाचे लोकशाहीकरण करते, ज्यामुळे व्यापक प्रेक्षकांना ऐतिहासिक धारणा अन्वेषित करता येतात, संशोधन करता येते आणि भूतकाळातील विविध पैलूंबाबत माहिती प्राप्त होते.

२) सांस्कृतिक वारशाचे डिजिटल संरक्षण :

सांस्कृतिक वारशाचे जतन आणि प्रसारामध्ये नवीन माध्यमे महत्त्वपूर्ण भूमिका बजावतात. प्रगत प्रतिमाकारक तंत्र, आभासी वास्तव आणि मल्टीमीडिया प्लॅटफॉर्म हे ऐतिहासिक कलाकृती, स्मारके आणि सांस्कृतिक स्थळांचे डिजिटायझेशन व जतन करण्यास सक्षम करतात. डिजिटल संरक्षण केवळ सांस्कृतिक वारशाचे र्हास किंवा नुकसानापासून रक्षण करत नाही तर व्यापक प्रसार, सांस्कृतिक खजिना आणि ऐतिहासिक खुणा यांच्या जागतिक प्रवेशास प्रोत्साहन देते.

३) मल्टीमीडिया कथाकथनाद्वारे प्रतिबद्धता :

नवीन माध्यमे प्लॅटफॉर्म पॉडकास्ट, व्हिडिओ, परस्परसंवादी वेबसाइट आणि डिजिटल प्रदर्शनांसारख्या मल्टीमीडिया स्वरुपाद्वारे आकर्षक धारणा सांगण्याची सुविधा देतात. हे प्लॅटफॉर्म विसर्जित अनुभव देतात जे व्हिज्युअल, ऑडिओ आणि परस्परसंवादी घटकांचे मिश्रण करतात, ऐतिहासिक कथांचे सादरीकरण वाढवतात. मल्टीमीडिया कथाकथन प्रेक्षकांना मोहित करते, इतिहास अधिक प्रवेशयोग्य, आकर्षक आणि संबंधित बनवते, व्यक्ती आणि ऐतिहासिक सामग्री यांच्यातील सखोल संबंध वाढवते.

४) क्राउडसोर्सिंग आणि सहयोगी संशोधन :

नवीन माध्यमे तंत्रज्ञान ऐतिहासिक अभ्यासांमध्ये सहयोगी संशोधन आणि क्राउडसोर्सिंग उपक्रम सक्षम करतात. ऑनलाइन प्लॅटफॉर्म सहयोगी प्रकल्पांना सुविधा देतात जिथे इतिहासकार, विद्वान आणि विविध पार्श्वभूमीतील उत्साही संशोधन, प्रतिलेखन, भाषांतर किंवा डिजिटायझेशन प्रयत्नांवर सहयोग करतात. क्राउडसोर्सिंग ऐतिहासिक तथ्ये आणि जागतिक समुदायाचे योगदान संशोधनाची व्याप्ती वाढवते, तथ्य संकलनास गती देते आणि ऐतिहासिक शिष्यवृत्तीमध्ये नवीन दृष्टीकोन उघड करते.

५) सोशल मीडिया आणि सार्वजनिक सहभाग :

सोशल माध्यमे प्लॅटफॉर्म इतिहासास सार्वजनिक सहभागासाठी, चर्चेला प्रोत्साहन देण्यासाठी आणि ऐतिहासिक सामग्री सामायिक करण्यासाठी माध्यम म्हणून काम करतात. ऐतिहासिक संस्था, संग्रहालये, विद्वान आणि उत्साही ऐतिहासिक माहिती प्रसारित करण्यासाठी, संग्रहित साहित्य सामायिक करण्यासाठी आणि जगभरातील प्रेक्षकांशी संलग्न होण्यासाठी सोशल मीडियाचा वापर करतात. हे प्लॅटफॉर्म परस्पर संवादासाठी संधी निर्माण करतात, ज्यामुळे व्यक्तींना ऐतिहासिक संभाषणांमध्ये भाग घेण्याची, वैयक्तिक कथांमध्ये योगदान देण्याची आणि विविध ऐतिहासिक दृष्टीकोनांचा शोध घेण्याची परवानगी मिळते.

६) माहितीची विश्वासार्हता आणि चुकीच्या माहितीची आव्हाने :

फायदे असूनही नवीन माध्यमे माहितीची विश्वासार्हता आणि चुकीच्या माहितीच्या प्रसाराशी संबंधित आव्हाने देखील सादर करते. डिजिटल प्लॅटफॉर्मवर ऐतिहासिक सामग्री सामाईक करण्याची सुलभता माहितीच्या अचूकतेबद्दल आणि विश्वासार्हतेबद्दल समस्या निर्माण करते. खोट्या ऐतिहासिक कथनांचा चुकीचा अर्थ, चुकीचे वर्णन किंवा जाणीवपूर्वक प्रसार केल्याने चुकीच्या माहितीचा प्रसार होतो, ऐतिहासिक ज्ञानाची अखंडता कमी होते आणि प्रेक्षकांमध्ये गोंधळ निर्माण होतो.

७) जागतिक प्रवेशयोग्यता आणि दृष्टीकोनांची विविधता :

नवीन माध्यमे भौगोलिक सीमा ओलांडून जगभरातील विविध ऐतिहासिक दृष्टीकोन आणि धारणांच्या देवाणघेवाणीसाठी एक व्यासपीठ प्रदान करतात. डिजिटल प्लॅटफॉर्म जागतिक इतिहासाचे अन्वेषण करण्यास सक्षम करतात, कमी ज्ञात किंवा दुर्लक्षित ऐतिहासिक कथनांचा प्रसार सुलभ करतात, ऐतिहासिकदृष्ट्या कमी प्रतिनिधित्व केलेले आवाज वाढवतात आणि भूतकाळातील अधिक समावेशक समज वाढवतात.

८) तथ्य विश्लेषण आणि डिजिटल मानवशास्त्र :

नवीन माध्यमे तंत्रज्ञान इतिहासकारांना ऐतिहासिक संशोधनामध्ये संगणकीय पद्धती आणि डिजिटल साधने वापरण्यास सक्षम करतात. मजकुराचे खनन, नेटवर्क विश्लेषण आणि डेटा व्हिज्युअलायझेशन यासारख्या डिजिटल मानवशास्त्र पद्धती, इतिहासकारांना विशाल माहितीसंचांचे विश्लेषण करण्यास, नमुने ओळखण्यास आणि ऐतिहासिक प्रवाह आणि सामाजिक गतिशीलतेची माहिती मिळविण्यास चालना देतात. हे दृष्टिकोन पारंपारिक ऐतिहासिक पद्धतींना पूरक आहेत, विद्वत्तापूर्ण तपासांना समृद्ध करतात आणि ऐतिहासिक घटना समजून घेण्यासाठी नवीन मार्ग देतात.

९) नैतिक विचार आणि डिजिटल प्रवेश :

ऐतिहासिक सामग्रीचे डिजिटायझेशन प्रवेश, मालकी आणि जतन यासंबंधी नैतिक विचार वाढवते. डिजिटल युगात कॉपीराइट, तथ्यांची मालकी आणि नैतिक डिजिटायझेशन पद्धतींबद्दलचे प्रश्न उद्भवतात. याव्यतिरिक्त डिजिटल विभाजन ऐतिहासिक संशोधन आणि प्रसारामध्ये समावेशकता सुनिश्चित करण्यासाठी डिजिटल ॲक्सेसमधील असमानता दूर करण्याचे महत्त्व अधोरेखित करून, ऐतिहासिक संसाधनांमध्ये समान प्रवेशासाठी आव्हाने उभी करतात.

१०) ऐतिहासिक कथा आणि व्याख्या यांचे परिवर्तन :

नवीन माध्यमांच्या प्रभावामुळे ऐतिहासिक कथांचे सादरीकरण आणि व्याख्या बदलते. परस्परसंवादी डिजिटल प्लॅटफॉर्म बहुआयामी आणि अ-रेखीय कथाकथनाला चालना देतात, वापरकर्त्यांना विविध दृष्टीकोनातून आणि परस्परसंवादी स्वरूपाद्वारे इतिहास अन्वेषित करण्यास सक्षम करतात. हे परिवर्तन ऐतिहासिक कथनाच्या पारंपारिक पद्धतींना आव्हान देते, अधिक सहभागी आणि वर्धित अनुभवास प्रोत्साहन देते जे वापरकर्त्यांना इतिहासाशी सक्रियपणे सहभागी होण्यास सक्षम करते.

४.४ शैक्षणिक आणि लोकप्रिय इतिहास :

शैक्षणिक इतिहास विद्वत्तापूर्ण कठोरता, सखोल संशोधन आणि अनुशासनातील योगदान यावर लक्ष केंद्रित करतो, तर लोकप्रिय इतिहास कमी विद्वत्तापूर्ण खोली आणि कठोरपणासह आकर्षक कथाकथन, प्रवेशयोग्यता आणि मनोरंजनाद्वारे व्यापक प्रेक्षकांना लक्ष्य करतो.

४.४.१ शैक्षणिक इतिहास :

शैक्षणिक इतिहासाच्या अभ्यासाचा उद्देश विविध कालखंड, प्रदेश आणि समाजांमधील मानवी अनुभवांच्या जटिलतेचे आकलन करणे आहे, जे ऐतिहासिक घटनांबद्दल चांगल्या प्रकारे स्थापित आणि व्यापक समज प्रदान करण्याचा प्रयत्न करतात जे जगाचे व्यापक ज्ञान आणि समज यासाठी योगदान देतात. शैक्षणिक इतिहासामध्ये इतिहासलेखनात गुंतणे, भूतकाळातील व्याख्यांचे समीक्षक मूल्यांकन करणे आणि विद्वत्तापूर्ण चौकशी व विकसित दृष्टीकोनांवर आधारित ऐतिहासिक धारणांना सतत सुधारणे आणि परिष्करण करणे यांचा समावेश होतो.

अ) अर्थ :

शैक्षणिक इतिहास म्हणजे पद्धतशीर पद्धती, चिकित्सक चौकशी आणि कठोर संशोधन वापरून भूतकाळातील अभ्यासपूर्ण अध्ययन आणि विश्लेषण होय. यामध्ये प्राथमिक स्त्रोत, दुय्यम साहित्य, पुरातत्व निष्कर्ष आणि इतर विश्वसनीय नोंदी यांच्या आधारे ऐतिहासिक घटना, समाज, संस्कृती आणि व्यक्तींचे अन्वेषण, अर्थ लावणे आणि दस्तऐवजीकरण यांचा समावेश आहे. शैक्षणिक इतिहासकार भूतकाळातील अचूक आणि सूक्ष्म कथन तयार करण्यासाठी अभिलेखीय संशोधन, मजकूर विश्लेषण, मौखिक इतिहास आणि आंतरविद्याशाखीय दृष्टिकोन यासारख्या विविध संशोधन पद्धती वापरतात.

ब) शैक्षणिक इतिहासाची वैशिष्ट्ये :

शैक्षणिक इतिहास अनेक प्रमुख वैशिष्ट्ये प्रदर्शित करतो जे त्यास विद्वत्तापूर्ण विद्याशाखा म्हणून वेगळे करतात:

१) संशोधनावर आधारित चौकशी :

शैक्षणिक इतिहास हा प्राथमिक स्त्रोत, दुय्यम साहित्य आणि विविध विद्वान साहित्य यांच्याद्वारे मिळालेल्या पुराव्यावर अवलंबून असलेल्या संशोधन-आधारित चौकशीवर आधारित आहे. यामध्ये भूतकाळातील अचूक धारणा तयार करण्यासाठी ऐतिहासिक दस्तऐवज, कलाकृती, संग्रहण आणि इतर विश्वसनीय स्त्रोतांची पद्धतशीर तपासणी आणि चिकित्सक विश्लेषण समाविष्ट आहे.

२) प्राथमिक स्त्रोतांचा वापर :

इतिहासकार प्राथमिक स्त्रोतांच्या वापरावर जोर देतात. मूळ दस्तऐवज, कलाकृती, प्रत्यक्षदर्शी खाती आणि संग्रहित साहित्य ऐतिहासिक धारणांच्या निर्मितीसाठी पाया म्हणून कार्य करतात. हे स्त्रोत अभ्यासत असलेल्या कालावधीपासून प्रथम माहिती प्रदान करतात आणि ऐतिहासिक दाव्यांची पडताळणी करण्यासाठी महत्त्वपूर्ण आहेत.

३) चिकित्सक विश्लेषण आणि अन्वयार्थ :

शैक्षणिक इतिहासकार ऐतिहासिक पुराव्याचे समालोचनात्मक विश्लेषण करतात आणि योग्यरित्या स्थापित युक्तिवाद आणि धारणा तयार करतात. ते पूर्वाग्रहांसाठी स्त्रोतांचे मूल्यांकन करतात, त्यांच्या विश्वासार्हतेचे मूल्यांकन करतात आणि घटनांचे सूक्ष्म आणि अचूक अर्थ सांगण्यासाठी विस्तृत ऐतिहासिक चौकटीमध्ये त्यांचा संदर्भ देतात.

४) संदर्भाचे आकलन :

शैक्षणिक इतिहास ज्या सामाजिक, राजकीय, आर्थिक आणि सांस्कृतिक संदर्भांमध्ये ऐतिहासिक घटना घडल्या त्याचा विचार करून संदर्भीय समजावर भर देतो. हा दृष्टिकोन इतिहासकारांना ऐतिहासिक घडामोडींमागील गुंतागुंत आणि प्रेरणा समजून घेण्यास मदत करतो.

५) ऐतिहासिक जागरूकता :

इतिहासकार हे इतिहासलेखन आणि व्याख्या यांचा अभ्यास करण्यात गुंतलेले असतात. त्यांना विविध ऐतिहासिक दृष्टीकोन, सिद्धांत आणि कार्यपद्धतींची जाणीव असते, ज्यामुळे भूतकाळातील अन्वयार्थांचे चिकित्सक मूल्यमापन आणि त्यांच्या कार्यामध्ये विकसित विद्वत्तापूर्ण माहिती समाविष्ट करणे शक्य होते.

६) कठोर पद्धती :

शैक्षणिक इतिहासामध्ये अभिलेखीय संशोधन, शाब्दिक विश्लेषण, तुलनात्मक अभ्यास आणि आंतरविद्याशाखीय दृष्टिकोन यासारख्या कठोर पद्धती वापरल्या जातात. या पद्धती इतिहासकारांना विविध स्त्रोतांमध्ये नेव्हिगेट करण्यास आणि चांगल्या-समर्थित आणि सर्वसमावेशक ऐतिहासिक कथा तयार करण्यास मदत करतात.

७) समवयस्क पुनरावलोकन आणि विद्वानांचे विवेचन :

शैक्षणिक इतिहासकार समवयस्क-पुनरावलोकन जर्नल्स, पुस्तके, परिषदा आणि शैक्षणिक चर्चांमधील प्रकाशनांद्वारे अभ्यासपूर्ण विवेचनात योगदान देतात. समवयस्क पुनरावलोकन ऐतिहासिक संशोधनाची कठोरता आणि विश्वासार्हता सुनिश्चित करते आणि विद्वानांमध्ये रचनात्मक अभिप्राय व वादविवाद करण्यास चालना देते.

८) पुनरावृत्ती आणि परिष्करण :

शैक्षणिक इतिहास ऐतिहासिक व्याख्यांचे तात्पुरते स्वरूप मान्य करतो आणि पुनरावृत्ती आणि परिष्करणासाठी खुला राहतो. इतिहासकार नियमितपणे भूतकाळातील व्याख्यांचे पुनर्मूल्यांकन करतात, नवीन पुरावे समाविष्ट करतात आणि ऐतिहासिक ज्ञानाची प्रगती करण्यासाठी स्थापित कथनांना आव्हान देतात.

९) अध्यापन आणि शिक्षण :

इतिहासकार विद्यार्थ्यांना आणि व्यापक लोकांना ऐतिहासिक घटना, पद्धती आणि चिकित्सक विचार कौशल्यांबद्दल शिक्षित करण्यात भूमिका बजावतात. ते शैक्षणिक अभ्यासक्रमात योगदान देतात, भूतकाळातील गुंतागुंत आणि महत्त्व समजून देतात.

१०) वस्तुनिष्ठ आणि नैतिक मानके :

शैक्षणिक इतिहास संशोधन आणि अर्थ लावताना वस्तुनिष्ठता, अखंडता आणि नैतिक आचरणाच्या मानकांचे पालन करतो. इतिहासकार निःपक्षपातीपणा, पक्षपातीपणा टाळणे आणि पुरावे व विद्वत्तापूर्ण विश्लेषणाच्या आधारे समर्थित युक्तिवाद सादर करण्याचे लक्ष्य ठेवतात.

४.४.२ लोकप्रिय इतिहास :

लोकप्रिय इतिहास हा शैक्षणिक शिष्यवृत्ती आणि सार्वजनिक हित यांच्यातील पूल म्हणून काम करतो, ऐतिहासिक विषयांना अधिक सुलभ आणि व्यापक प्रेक्षकांसाठी गुंतवून ठेवतो, कुतूहल जागृत करतो आणि भूतकाळाच्या व्यापक आकलनात योगदान देतो.

अ) अर्थ :

लोकप्रिय इतिहास म्हणजे ऐतिहासिक धारणा, घटना किंवा कथा सामान्य प्रेक्षकांसमोर सादर करणे आणि प्रसारित करणे होय, सहसा शैक्षणिक किंवा विद्वान मंडळांच्या बाहेर हे केले जाते. शैक्षणिक इतिहास हा कठोर संशोधन

पद्धती आणि चिकित्सक विश्लेषणाचा अवलंब करतो याउलट लोकप्रिय इतिहासाचा उद्देश ऐतिहासिक विषयांना सुलभ, आकर्षक आणि सहज पचण्याजोगे बनवून व्यापक लोकांमध्ये गुंतवणे आणि मनोरंजन करणे हा आहे.

ब) लोकप्रिय इतिहासाची वैशिष्ट्ये :

लोकप्रिय इतिहासाची प्रमुख वैशिष्ट्ये पुढीलप्रमाणे आहेत :

१) प्रवेशयोग्य सादरीकरण :

लोकप्रिय इतिहास अधिक प्रवेशयोग्य आणि आकर्षक रीतीने सादर केला जातो, कथा सांगण्याचे तंत्र, धारणा, दृश्य आणि किस्स्यांचा वापर करून व्यापक प्रेक्षकांना आकर्षित केले जाते. सोप्या आकलनासाठी हे सहसा जटिल ऐतिहासिक घटनांना सोपे करते.

२) मनोरंजन मूल्य :

लोकप्रिय इतिहास मनोरंजन आणि व्यस्ततेवर लक्ष केंद्रित करतो, वाचक किंवा दर्शकांचे स्वारस्य कैद करण्यासाठी नाटक, रहस्य किंवा कथाकथन तंत्राच्या घटकांचा वापर करतो. हे संपूर्ण विद्वान तपशीलापेक्षा आकर्षक कथाकथनाला प्राधान्य देते.

३) वैयक्तिक धारणांवर भर :

लोकप्रिय इतिहास सहसा वैयक्तिक धारणा, चरित्रे किंवा ऐतिहासिक व्यक्ती किंवा घटनांच्या किस्स्यांवर जोर देतो. भावना जागृत करणे आणि प्रेक्षक व ऐतिहासिक पात्रे किंवा घटना यांच्यात संबंध निर्माण करणे हे त्याचे उद्दिष्ट आहे.

४) कथाकथनाची भरभराट :

ऐतिहासिक घटनांना अधिक आकर्षक बनवण्यासाठी लोकप्रिय इतिहास कथाकथनाची भरभराट, नाट्यीकरण किंवा सर्जनशील अर्थ लावतो, काहीवेळा कथाकथनाच्या फायद्यासाठी तथ्यात्मक अचूकतेचे कठोर पालन करण्याचा त्याग करतो.

५) दृश्य घटकांचा समावेश :

मजकूर पूरक आणि वाचक प्रतिबद्धता वाढविण्यासाठी लोकप्रिय इतिहासामध्ये चित्रे, छायाचित्रे, नकाशे किंवा आकृती यासारखे दृश्य घटक वारंवार वापरले जातात.

६) व्यापक आवाहन :

लोकप्रिय इतिहास हे वाचक, दर्शक किंवा श्रोत्यांसारख्या विस्तृत श्रोत्यांना लक्ष्य करते ज्यांना इतिहासात सामान्य रूची आहे परंतु या विषयात विशेष ज्ञान किंवा शैक्षणिक पार्श्वभूमी नसते.

७) पुढील शोधासाठी प्रेरणा :

इतिहास गुंतवून ठेवताना लोकप्रिय इतिहास अनेकदा प्रवेशद्वार म्हणून काम करतो, जिज्ञासा वाढवतो आणि व्यक्तींना शैक्षणिक कार्ये किंवा प्राथमिक स्त्रोतांचा शोध घेऊन ऐतिहासिक विषयांमध्ये खोलवर जाण्यासाठी प्रवृत्त करतो.

८) सार्वजनिक धारणेवर प्रभाव :

ऐतिहासिक घटना, प्रसंग किंवा कालखंडातील सार्वजनिक धारणा आणि सांस्कृतिक स्मृती तयार करण्यात लोकप्रिय इतिहास महत्त्वपूर्ण भूमिका बजावतो. समाज भूतकाळ कसा लक्षात ठेवतो आणि समजतो यावर त्याचा प्रभाव पडतो.

९) विविध माध्यमांशी जुळवून घेण्याची क्षमता :

लोकप्रिय इतिहास पुस्तके, टेलिव्हिजन शो, डॉक्युमेंट्री, पॉडकास्ट आणि ऑनलाइन प्लॅटफॉर्मसारख्या विविध माध्यम स्वरूपांशी जुळवून घेतो, विविध प्रेक्षकांच्या पसंती आणि उपभोगाच्या सवयी पूर्ण करतो.

१०) मनोरंजन आणि अचूकता संतुलित करणे :

प्रतिबद्धता आणि मनोरंजनावर लक्ष केंद्रित करताना, लोकप्रिय इतिहास कथाकथनाचे आवाहन आणि तथ्यात्मक अचूकता यांच्यात संतुलन राखण्याचा प्रयत्न करतो, यात कथा प्रवाहाच्या फायद्यासाठी काही तपशीलांसह स्वातंत्र्य घेतले जाऊ शकते.

४.५ ऐतिहासिक संवेदनशीलता आणि ऐतिहासिक जागरूकता :

ऐतिहासिक कथनातील गुंतागुंतीची गहन समज आणि प्रशंसा करून ऐतिहासिक संवेदना ऐतिहासिक जाणीवेशी जोडलेली आहे. यात ऐतिहासिक सत्यांचे गतिशील स्वरूप मान्य करून, ऐतिहासिक व्याख्यांना आकार देणारे विविध दृष्टीकोन, संदर्भ आणि पूर्वाग्रह यांच्याबद्दल तीव्र संवेदनशीलता समाविष्ट आहे. ही संवेदनशीलता ऐतिहासिक खात्यांवरील सांस्कृतिक, सामाजिक आणि वैचारिक प्रभावांबद्दल जागरूकता समाविष्ट करण्यासाठी तथ्यात्मक अचूकतेच्या पलीकडे विस्तारते, विविध ऐतिहासिक दृष्टिकोनांद्वारे चिकित्सक प्रतिबद्धता वाढवते. हे ऐतिहासिक कर्ते, संदर्भ आणि कालांतराने स्पष्टीकरणांच्या उत्क्रांतीबद्दल सहानुभूतीपूर्वक समजून घेण्यास प्रोत्साहित करते. स्त्रोत, पद्धती आणि ऐतिहासिक शिष्यवृत्तीच्या सतत विकसित होत असलेल्या स्वरूपाचे सूक्ष्म मूल्यांकन करण्यास प्रवृत्त करते. सरतेशेवटी, ऐतिहासिक संवेदनशीलता इतिहासशास्त्रीय जाणीवेसोबत गुंफली जाते, भूतकाळातील चिंतनशील आणि माहितीपूर्ण अन्वेषणाचे मार्गदर्शन करते आणि इतिहासाच्या आपल्या आकलनास हातभार लावणाऱ्या दृष्टीकोनांच्या बहुविधतेची कबुली देते.

४.५.१ ऐतिहासिक संवेदनशीलता :

ऐतिहासिक संवेदनशीलतेमध्ये संदर्भीय समज, सहानुभूती, चिकित्सक स्त्रोत विश्लेषण, आंतरविषय प्रतिबद्धता आणि उपेक्षित आवाजांची ओळख, ऐतिहासिक स्मृती जागरुकता, नैतिक विचार, निरंतर पुनर्मूल्यांकन, संतुलित व्याख्या आणि चिकित्सक नागरिकत्वाची जाहिरात यांचा समावेश होतो.

अ) अर्थ :

ऐतिहासिक संवेदनशीलता म्हणजे इतिहासाचा अभ्यास आणि व्याख्यामध्ये अंतर्निहित गुंतागुंत, बारकावे आणि संदर्भांची जागरूकता, समजून घेणे आणि कौतुक करणे होय. यात ऐतिहासिक कथा, घटना आणि त्यामध्ये सामील असलेल्या व्यक्तींकडे एक सजग आणि सहानुभूतीपूर्ण दृष्टीकोन समाविष्ट आहे, भूतकाळातील बहुआयामी स्वरूप आणि वर्तमान काळातील दृष्टीकोनांवर त्याचा प्रभाव ओळखून हे केले जाते.

ब) ऐतिहासिक संवेदनशीलतेचे पैलू :

ऐतिहासिक संवेदनशीलतेच्या मुख्य पैलूंमध्ये पुढील बाबी समाविष्ट आहेत :

१) संदर्भ समजून घेणे :

ऐतिहासिक घटना आणि व्यक्तींना त्यांच्या काळातील विशिष्ट सामाजिक, सांस्कृतिक आणि आर्थिक संदर्भांमध्ये समजून घेणे आवश्यक आहे हे मान्य करून, ऐतिहासिक संवेदनशीलता संदर्भीय आकलनावर जोर देते. यात वर्तमानवादाच्या पलीकडे जाणे, भूतकाळावर आधुनिक मूल्ये किंवा निर्णय लादण्यापासून परावृत्त करणे आणि लोकांच्या कृती आणि विश्वासांना आकार देणाऱ्या ऐतिहासिक संदर्भातील गुंतागुंत ओळखणे यांचा समावेश आहे.

२) सहानुभूती आणि दृष्टीकोन घेणे :

ऐतिहासिक संवेदनशीलतेमध्ये ऐतिहासिक कर्त्यांबद्दल त्यांच्या दृष्टीकोनातून घटना आणि निर्णय जाणण्याचा प्रयत्न करून त्यांच्याबद्दल सहानुभूती निर्माण करणे समाविष्ट असते. हे इतिहासकार आणि व्यक्तींना भूतकाळातील लोकांच्या प्रेरणा, मर्यादा आणि जागतिक दृश्ये विचारात घेण्यास प्रोत्साहित करते, त्यांच्या कृती आणि निर्णयांची सखोल समज वाढवते.

३) स्त्रोतांचे चिकित्सक विश्लेषण :

ऐतिहासिक संवेदनशीलतेमध्ये प्राथमिक आणि दुय्यम सामग्रीमध्ये अंतर्निहित पूर्वाग्रह, मर्यादा आणि दृष्टीकोन ओळखणे, ऐतिहासिक स्त्रोतांचे चिकित्सक परीक्षण करणे आवश्यक आहे. ऐतिहासिक संवेदनशीलता इतिहासकारांना स्त्रोतांच्या विश्वासार्हतेवर प्रश्नचिन्ह निर्माण करण्यास, त्यांच्या अभिप्रेत प्रेक्षकांचा विचार करण्यास आणि त्यांच्या निर्मितीवर किंवा व्याख्येवर प्रभाव पाडणारे अजेंडा ओळखण्यास प्रवृत्त करते.

४) आंतरविद्याशाखीय दृष्टीकोन :

ऐतिहासिक संवेदनशीलता मानववंशशास्त्र, समाजशास्त्र, मानसशास्त्र आणि साहित्य यासारख्या विविध विषयांमधून माहिती शोधण्यासाठी, आंतरविद्याशाखीय सहभागास प्रोत्साहित करते. वैविध्यपूर्ण दृष्टीकोनांचा समावेश करून, ते ऐतिहासिक समज समृद्ध करते, ऐतिहासिक घटनांचे बहुआयामी स्तर आणि त्यांचे स्पष्टीकरण उलगडते.

५) उपेक्षित आवाजांची ओळख :

यामध्ये ऐतिहासिकदृष्ट्या उपेक्षित गटांचा आवाज स्वीकारणे आणि वाढवणे समाविष्ट आहे ज्यांचे कथानक अनेकदा पारंपारिक ऐतिहासिक खात्यांमध्ये वगळले गेले आहे किंवा कमी प्रतिनिधित्व केले गेले आहे. ऐतिहासिक संवेदनांचा उद्देश या चुकांना दुरुस्त करणे, ऐतिहासिक कथांमधील विविध अनुभवांचे अधिक समावेशक आणि व्यापक प्रतिनिधित्व सुनिश्चित करणे हा आहे.

६) ऐतिहासिक स्मृतीची जाणीव :

ऐतिहासिक संवेदनशीलतेमध्ये सामूहिक ऐतिहासिक स्मृतीची जाणीव असते. समाज त्यांच्या भूतकाळाची रचना, स्मरण आणि व्याख्या कशी करतात हे समजून घेतले जाते. यात ऐतिहासिक घटना कशा लक्षात ठेवल्या जातात, स्मरणात ठेवल्या जातात आणि कशा हाताळल्या जातात, समकालीन धारणा आणि ओळखींवर प्रभाव टाकतात याचा अभ्यास करणे समाविष्ट आहे.

७) नैतिक बाबी :

यात ऐतिहासिक संशोधनातील नैतिक विचारांचा समावेश आहे, जसे की ऐतिहासिक व्यक्तींच्या प्रतिष्ठेचा आदर करणे, क्लेशकारक घटनांची पुनरावृत्ती करताना संभाव्य हानी लक्षात घेणे आणि आजकालच्या समुदायांवरील ऐतिहासिक व्याख्यांचे परिणाम लक्षात घेणे.

८) सतत पुनर्मूल्यांकन :

ऐतिहासिक संवेदनशीलता हे मान्य करते की ऐतिहासिक धारणा स्थिर नसून सतत पुनर्मूल्यांकन आणि पुनर्व्याख्याच्या अधीन असतात. हे नवीन पुरावे, दृष्टीकोन आणि विकसित होणाऱ्या पद्धतींबद्दल मोकळेपणा वाढवते, भूतकाळातील गतिमान आणि विकसित होत असलेल्या धारणा समजून घेण्यास प्रोत्साहित करते.

९) संतुलित आणि सर्वसमावेशक व्याख्या :

ऐतिहासिक संवेदनशीलता अनुभव आणि दृष्टीकोनांची विविधता ओळखून इतिहासाच्या संतुलित आणि सर्वसम ावेशक व्याख्येसाठी प्रयत्न करते. ऐतिहासिक संवेदनशीलता ऐतिहासिक कथांमधील पूर्वाग्रह आणि पूर्वग्रहांच्या

पलीकडे जाण्याचा प्रयत्न करते, जटिलता स्वीकारते आणि ऐतिहासिक घटनांचे अधिक सूक्ष्म चित्रण प्रदान करते.

१०) नागरिकत्वाची चिकित्सक मांडणी :

ऐतिहासिक संवेदनशीलता भूतकाळ समजून घेण्यासाठी एक माहितीपूर्ण आणि चिकित्सक दृष्टीकोन वाढवून नागरिकत्वाच्या विकासास हातभार लावते. हे व्यक्तींना ऐतिहासिक कथनात चिकित्सकपणे व्यस्त राहण्यासाठी, माहितीचे विवेकी ग्राहक बनण्यासाठी आणि ऐतिहासिक ज्ञानामध्ये अंतर्निहित गुंतागुंत आणि अनिश्चिततेची प्रशंसा करण्यास प्रोत्साहित करते.

४.५.२ ऐतिहासिक जागरूकता :

इतिहासविषयक जागरूकता यात ऐतिहासिक संदर्भ समजून घेणे, वादविवादांमध्ये गुंतणे, प्रवाहांचे विश्लेषण करणे, स्त्रोतांचे मूल्यांकन करणे, पूर्वाग्रह मान्य करणे, नवीन पद्धती स्वीकारणे, सातत्य आणि खंडितता ओळखणे, जागतिक दृष्टीकोन स्वीकारणे, समकालीन ज्ञानाचा समकालीन परिणाम लक्षात घेणे आणि ऐतिहासिक ज्ञान यांचा समावेश आहे.

अ) अर्थ :

ऐतिहासिक जागरूकता म्हणजे ऐतिहासिक लेखन, पद्धती आणि व्याख्यांच्या इतिहासाचे आकलन आणि प्रशंसा होय तसेच यात कालांतराने ऐतिहासिक शिष्यवृत्तीच्या उत्क्रांतीचा समावेश होतो. यामध्ये इतिहासकारांनी भूतकाळात कोणत्या मार्गांनी संपर्क साधला आहे आणि त्याचा अर्थ लावला आहे, त्यामध्ये ऐतिहासिक दृष्टीकोन, सिद्धांत आणि कार्यपद्धतींची विविधता ओळखून या विषयाची चिकित्सक तपासणी केली जाते.

ब) ऐतिहासिक जागृतीचे घटक :

ऐतिहासिक जागृतीचे घटक पुढीलप्रमाणे सांगता येतील :

१) स्त्रोतांचे चिकित्सक मूल्यांकन :

ऐतिहासिक जागरूकतेमध्ये ऐतिहासिक स्त्रोतांचे चिकित्सकपणे मूल्यांकन करण्याची क्षमता समाविष्ट असते. इतिहासकारांनी प्राथमिक आणि दुय्यम स्त्रोतांची विश्वासार्हता, पूर्वाग्रह आणि संदर्भ तपासले पाहिजेत. यात लेखकाचा दृष्टीकोन, हेतू आणि संभाव्य मर्यादांचे मूल्यांकन करणे, भूतकाळातील सूक्ष्म आकलनासाठी योगदान देणे समाविष्ट आहे.

२) ऐतिहासिक वादविवादांची जाणीव :

ऐतिहासिक जागरूकता असलेला इतिहासकार या क्षेत्रात चालू असलेल्या वादविवादांमध्ये पारंगत असतो. यामध्ये विविध विचारसरणी, पद्धतशीर दृष्टिकोन आणि ऐतिहासिक घटनांचे वेगवेगळे अर्थ समजून घेणे समाविष्ट आहे. ही जागरूकता ऐतिहासिक कथांचे अधिक व्यापक आणि सूक्ष्म विश्लेषण करण्यास सक्षम करते.

३) ऐहिक संदर्भ आणि काळानुरूप बदल :

ऐतिहासिक व्याख्या कालांतराने कशा विकसित होतात हे समजून घेण्यासाठी ऐतिहासिक जागरूकता आवश्यक आहे. घटना आणि ऐतिहासिक व्यक्तींवरील बदलते दृष्टीकोन ओळखणे इतिहासकारांना ऐतिहासिक शिष्यवृत्तीच्या गतिशील स्वरूपाची प्रशंसा करण्यास चालना देते.

४) सांस्कृतिक संवेदनशीलता :

ऐतिहासिक जागरूकतेच्या घटकांमध्ये सांस्कृतिक संवेदनशीलता समाविष्ट आहे. सांस्कृतिक, वांशिक किंवा प्रादेशिक दृष्टीकोनांवर आधारित व्याख्या भिन्न असू शकतात हे ओळखून, इतिहासकारांनी ऐतिहासिक कथनांवर सांस्कृतिक पूर्वाग्रहांचा प्रभाव मान्य केला पाहिजे.

५) विविध दृष्टीकोनांचे एकत्रीकरण :

ऐतिहासिक जागरूकता असलेले इतिहासकार त्यांच्या विश्लेषणामध्ये विविध दृष्टीकोन समाकलित करतात. यामध्ये उपेक्षित गटांचे दृष्टिकोन, पूर्वी दुर्लक्षित केलेले स्त्रोत आणि मुख्य प्रवाहातील ऐतिहासिक कथनांना आव्हान देणारे आवाज यांचा विचार करणे, भूतकाळातील अधिक समावेशक समज वाढवणे यांचा समावेश होतो.

६) पद्धतशीर बहुलवाद :

ऐतिहासिक जागरूकता पद्धतशीर बहुवचनवादासाठी प्रशंसा करण्यास प्रोत्साहित करते. इतिहासकारांनी हे ओळखले पाहिजे की भिन्न दृष्टीकोन हे सामाजिक, आर्थिक, सांस्कृतिक, राजकीय, ऐतिहासिक घटनांच्या अधिक व्यापक आकलनासाठी योगदान देतात.

७) जागतिक आणि तुलनात्मक चौकट :

इतिहासलेखनाच्या समग्र आकलनामध्ये जागतिक आणि तुलनात्मक दृष्टीकोन समाविष्ट असतो. इतिहासकारांनी त्यांचे विश्लेषण व्यापक भौगोलिक आणि ऐतिहासिक संदर्भांमध्ये मांडले पाहिजे, घटनांचा परस्पर संबंध आणि स्थानिक इतिहासावरील जागतिक शक्तींचा प्रभाव मान्य केला पाहिजे.

८) नैतिक विचार :

ऐतिहासिक जागरूकतेमध्ये नैतिक परिमाण समाविष्ट आहेत. इतिहासकारांनी त्यांच्या कार्याच्या नैतिक परिणामांबद्दल जागरूक असले पाहिजे. ज्यामध्ये प्रतिनिधित्व, समावेशन आणि समकालीन समुदायांवर ऐतिहासिक कथांचा संभाव्य प्रभाव यासारख्या समस्या आहेत.

९) ऐतिहासिक पद्धतींची जागरूकता :

वैयक्तिक अभ्यासाच्या पलीकडे ऐतिहासिक जागरूकता ऐतिहासिक पद्धतींची जागरूकता समाविष्ट करते. इतिहासकारांनी ऐतिहासिक पद्धतींच्या उत्क्रांती, इतिहासाचे तत्त्वज्ञान आणि व्यापक शिस्तीसाठी विविध दृष्टिकोनांच्या परिणामावर चिंतन केले पाहिजे.

१०) आंतरविद्याशाखीय दृष्टीकोनाशी प्रतिबद्धता :

ऐतिहासिक जागरूकता एक विद्याशाखा म्हणून इतिहासाच्या सीमांच्या पलीकडे विस्तारते. समाजशास्त्र, म ानववंशशास्त्र, मानसशास्त्र आणि साहित्य यासारख्या क्षेत्रांतील आंतरविद्याशाखीय दृष्टीकोनांशी गुंतणे ऐतिहासिक विश्लेषणे समृद्ध करते, भूतकाळातील अधिक समग्र आणि सूक्ष्म समज वाढवते.

❁❁❁

सरावासाठी प्रश्न

प्र. १. दीर्घोत्तरी प्रश्न.

१) इतिहासाच्या पुनर्लेखनाचा अर्थ आणि प्रक्रिया स्पष्ट करा.
२) इतिहासाच्या पुनरावृत्तीचा अर्थ आणि महत्त्व याबाबत विवेचन करा.
३) इतिहासाच्या वापराविषयी थोडक्यात माहिती सांगा.
४) इतिहासाच्या दुरुपयोगाबद्दल तपशीलवार स्पष्टीकरण द्या.
५) इतिहासावरील नवीन माध्यमे तपशीलवार स्पष्ट करा.
६) शैक्षणिक इतिहासाचा अर्थ आणि पैलू स्पष्ट करा.
७) लोकप्रिय इतिहासाच्या अर्थ आणि घटकांची माहिती सांगा.
८) ऐतिहासिक संवेदनशीलतेबद्दल तपशीलवार विवेचन करा.
९) ऐतिहासिक जागृकतेबद्दल थोडक्यात माहिती सांगा.

प्र. २. टिपा लिहा.

१) इतिहासाचे पुनर्लेखन.
२) इतिहासाची पुनरावृत्ती.
३) इतिहासाचा वापर.
४) इतिहासाचा गैरवापर.
५) इतिहासावरील नवीन माध्यमे.
६) शैक्षणिक इतिहास.
७) लोकप्रिय इतिहास.
८) ऐतिहासिक संवेदनशीलता.
९) ऐतिहासिक जागरूकता.

NOTES

www.ingramcontent.com/pod-product-compliance
Lightning Source LLC
LaVergne TN
LVHW082043051026
849532LV00011B/3461